അങ്ങനെത്തന്നെയാണ് ഇപ്പോഴും കാര്യങ്ങൾ

Nadakkavu, Kozhikode, Kerala, 673011
www.insightpublica.com
e-mail: insightpublica@gmail.com
Title: Anganethanneyaanu Ippozhum Karyangal
(Malayalam)
Author: Sidharthan Paruthikad
Cover Photo : Agnivesh Smruthi Bhoopesh
First Insight Edition: March 2025
Copyright © Reserved
All rights reserved.
Printed and Published by
InsightinPublica Printers & Publishers Pvt. Ltd.
ISBN: 978-93-5517-755-1

അങ്ങനെത്തന്നെയാണ് ഇപ്പോഴും കാര്യങ്ങൾ

സിദ്ധാർത്ഥൻ പരുത്തിക്കാട്

ലക്ഷ്മി അമ്മയുടെയും മാധവൻ വൈദ്യരുടെയും നാലു മക്കളിൽ രണ്ടാമനായി വള്ളിക്കുന്നിൽ ജനനം. വള്ളിക്കുന്ന്, ചാലിയം, കോഴിക്കോട് എന്നിവിടങ്ങളിൽ വിദ്യാഭ്യാസം.

ഏതോ ഒരാൾ, അനന്തരം അവൾ, തടവറകൾ, പരുത്തിക്കാടിന്റെ കഥകൾ, അങ്ങനെത്തന്നെയാണ് ഇപ്പോഴും കാര്യങ്ങൾ, ആപ്പും സഖാവ് സി. കെ(എഡിറ്റർ) എന്നിവയാണ് പ്രസിദ്ധീകരിച്ച രചനകൾ. 2020ൽ കേരള സാഹിത്യ അക്കാദമിയുടെ സമഗ്ര സംഭാവനാപുര സ്കാരം ലഭിച്ചു.

ഭാര്യ : പരേതയായ സരസ്വതി.

മക്കൾ : സ്മൃതി, ശ്രുതി

മരുമക്കൾ : എൻ.കെ. ഭൂപേഷ്, റൂപൻ വടക്കൻ

പേരമക്കൾ : അഗ്നിവേശ് സ്മൃതി ഭൂപേഷ്, നൈറ ശ്രുതി റൂപൻ

വിലാസം : അക്ഷരം, പി.ഒ. തേഞ്ഞിപ്പലം - 673 636

ഫോൺ : 0494 2404704, 9847068712

E-mail:sparuthikad@gmail.com

സിദ്ധാർത്ഥൻ പരുത്തിക്കാട്

സന്തോഷത്തോടെ,
ചാരിതാർത്ഥ്യത്തോടെ

എൻ. ഗോപാലകൃഷ്ണൻ

ദേശാഭിമാനി വാരിക കൈയിൽ കിട്ടിയാൽ ഉടൻതന്നെ അതിലെ ആദ്യത്തെയും അവസാനത്തെയും ലേഖനങ്ങൾ വായിച്ച തീർക്കുന്നത് എന്റെ വളരെ കാലമായുള്ള പതിവാണ്. ആദ്യത്തേത് ഉസ്താദ് അലാവുദ്ദീൻഖാന്റെ സരോദ് ആണ്. പല സ്ഥായികളിലായി അനവധി ധ്വനികൾ മുഴങ്ങുന്ന എം.എൻ. വിജയന്റെ 'കാഴ്ചപ്പാട്.' അവസാനത്തേത് ബിസ്മില്ലാഖാന്റെ ഷഹനായ്. ശബ്ദശുദ്ധിയും ഭാവഭംഗിയും സഹാനുഭൂതിയുടെ തേനായി ഒഴുകിവരുന്ന സിദ്ധാർത്ഥൻ പരുത്തിക്കാടിന്റെ 'ഇത്രയും കൂടി.'

നാൽപതിലധികം വർഷം മുമ്പ് ഇന്ത്യൻ റെയിൽവേ സർവീസിൽ ചേർന്നപ്പോൾ പ്രൊബേഷണറി ഓഫീസർമാരായിരുന്ന ഞങ്ങളെ ഖഡ്ഗപൂർ റെയിൽവേ വർക്ക്ഷോപ്പിലെ വാഗൺ റിപ്പയർ വിഭാഗ ത്തിൽ പരിശീലനത്തിനയച്ചു. ലോകത്തിലെതന്നെ ഏറ്റവും വലിയ വർക്ക്ഷോപ്പുകളിൽ ഒന്നാണത്. അവിട്ടത്തെ പരിശീലനം ഏതാണ്ട് ഒരാഴ്ചയോളം മുന്നോട്ട് നീങ്ങിക്കഴിഞ്ഞപ്പോൾ ഞങ്ങൾ താമസിച്ചിരുന്ന ഹോസ്റ്റലിലെ മറ്റ് മുറികളിൽ താമസിച്ചിരുന്ന ഓഫീസർമാരിൽ നിന്ന് പരാതിയുണ്ടായി. രാത്രിയിൽ ഞങ്ങൾ ഉറക്കെ സംസാരിക്കുന്നവെന്നും അതവർക്ക് നിദ്രാഭംഗം ഉണ്ടാക്കുന്നവെന്നുമായിരുന്ന പരാതി. കാര്യം ശരിയായിരുന്നു. ഞങ്ങൾ പകൽ സമയത്ത് ഒമ്പത് മണിക്കൂറോളം കഴിച്ചുകൂട്ടിയിരുന്നത് വാഗൺ ഷോപ്പിലായിരുന്നു. അവിടെ ചുറ്റിക, കൂടം തുടങ്ങിയ ആയുധങ്ങൾ ലോഹം കൊണ്ടുണ്ടാക്കിയ റെയിൽവേ വാഗണുകളിൽ ആഞ്ഞടിക്കുന്നത് ജീവിതധർമ്മമായി സ്വീകരിച്ച ആയിരത്തോളം പേർ പണി ചെയ്യുന്നുണ്ടായിരുന്നു. ആവ്വുന്നത്ര ഉറക്കെ

സംസാരിച്ചെങ്കിൽ മാത്രമേ തൊട്ടടുത്ത് നിൽക്കുന്ന ആൾക്കുപോലും കേൾക്കാൻ കഴിയുമായിരുന്നുള്ളൂ. ജോലി കഴിഞ്ഞ് ഹോസ്റ്റലിലെത്തി ക്കഴിഞ്ഞിട്ടും ഞങ്ങളെല്ലാം ഉറക്കെ സംസാരിക്കുന്ന സ്വഭാവം തുടർന്നു. ഉദ്വേഗം നിറഞ്ഞ വാദപ്രതിവാദങ്ങളും നിരൂപണങ്ങളും വിമർശനങ്ങ ളും നടക്കുന്ന ദേശാഭിമാനിയിൽ എം.എൻ.വിജയനും സിദ്ധാർത്ഥൻ പരത്തിക്കാടിനും മൃദുസ്വരത്തിൽ ഈണവും താളവുമുള്ള ഭാഷയിൽ എഴുതാൻ കഴിയുന്നത്, എന്നെ പലപ്പോഴും അത്ഭുതപ്പെടുത്തിയിട്ടുണ്ട്.

ദേശാഭിമാനി വാരികയിൽ 'ഇത്രയും കൂടി' എന്ന തലക്കെട്ടിൽ കുറേ കാലങ്ങളായി സിദ്ധാർത്ഥൻ പരുത്തിക്കാട് എഴുതിക്കൊണ്ടിരുന്ന ലേഖനങ്ങളിൽ നിന്ന് തിരഞ്ഞെടുത്ത 49 ലേഖനങ്ങളാണ് ഈ സമാഹാ രത്തിൽ ചേർത്തിട്ടുള്ളത്. പുസ്തകം മൂന്ന് ഭാഗങ്ങളായി തിരിച്ചിരിക്കുന്നു. അർത്ഥവും ഭാവവും തെല്ലും ചോർന്ന പോകാതെ ലളിതവും ഋജുവുമായ ഭാഷയിൽ മനസ്സിലുള്ള ആശയം പൂർണമായി എഴുതി ഫലിപ്പിക്കാൻ സിദ്ധാർത്ഥനോളം കഴിവുള്ള അധികം എഴുത്തുകാരുണ്ടെന്ന് എനിക്ക് തോന്നുന്നില്ല. ബിരുദാനന്തര ബിരുദതലത്തിൽ മലയാളം പഠിക്കുന്ന പല യുവസുഹൃത്തുക്കൾക്കും ഞാൻ സിദ്ധാർത്ഥന്റെ 'ഇത്രയും കൂടി' പരമ്പര വായിക്കാൻ കൊടുക്കാറുണ്ട്. ജാടയും പൊടിക്കൈകളും സിദ്ധാർത്ഥന്റെ ഭാഷയിൽ തീരെയും ഇല്ലെന്ന് പറയാം. മറ്റുള്ളവർ ആരെങ്കിലും എഴുതിയാൽ പൊടിക്കൈ എന്ന് തോന്നിക്കാനിടയുള്ള പല പ്രയോഗങ്ങളും സിദ്ധാർത്ഥന്റെ വാചകങ്ങളിൽ കുടുംബഫോ ട്ടോയിലെ പേരക്കുട്ടികളെപ്പോലെ ചിരിച്ചുകൊണ്ട് സ്വാഭാവികമായി സ്വസ്ഥാനത്തിരിക്കുന്നത് കാണാം. 'പ്രസംഗവും പ്രവൃത്തിയും' എന്ന ആദ്യത്തെ ലേഖനത്തിൽതന്നെ എഴുതിയിരിക്കുന്നത് നോക്കുക: 'ചരി ത്രത്തിൽ മുദ്രയായിക്കഴിഞ്ഞ അപരാധങ്ങൾ, ഉദാസീനതകൾ കവി തകൊണ്ടും വാചാലതകൊണ്ടും മായ്ക്കാനാവില്ല.' ഇത്തരം വാക്കുകൾ പേനയിൽ നിന്ന് ഒഴുകിവരാമെന്നല്ലാതെ ആലോചിച്ചാൽ കിട്ടുമെന്ന് തോന്നുന്നില്ല. സ്വന്തമായൊരു ജീവിതസരണി തിരഞ്ഞെടുക്കാൻ തീരുമാനിച്ച അഫ്ഗാനിസ്ഥാൻകാരിയായ മറിനയെപ്പറ്റി സിദ്ധാ ർത്ഥൻ പറയുന്നു: 'മറിന ചില ദൃഢനിശ്ചയങ്ങൾ കാത്തുസൂക്ഷിക്ക ന്നുണ്ട്. അവളുടെ സമപ്രായക്കാരെപ്പോലെ ഇപ്പോൾ വിവാഹത്തിന് തലവച്ചുകൊടുക്കാൻ ഉദ്ദേശിക്കുന്നില്ല.' മണിയറയിലെ മാർദ്ദവമുള്ള പട്ടുതലയിണയായാണോ അതോ വെയിലിൽ ചുട്ടുപഴുത്ത റെയിൽപ്പാ ളമാണോ തലവച്ച കൊടുക്കുക എന്ന പ്രയോഗം ധ്വനിപ്പിക്കുന്നത്? രണ്ടും ശരിതന്നെ എന്നൊരു പക്ഷവും ഉണ്ടായേക്കാം. 'വെളിച്ചത്തു വെച്ചതും ഒളിപ്പിച്ചു വച്ചതുമായ രാഷ്ട്രീയ അജണ്ട' എന്ന വാചകത്തിൽ ലേഖകൻ അക്ഷരങ്ങളെക്കൊണ്ട് താളം ചവിട്ടിപ്പിക്കുന്നത് കാണാം.

സുഹൃത്തുക്കളായ ഡോക്ടർമാരുടെയും നഴ്സുമാരുടെയും സ്നേഹപൂർണ്ണമായ ശുശ്രൂഷയിൽ കഴിയുന്ന അവസ്ഥയ്ക്ക് സാന്ത്വനത്തടവ് എന്ന വ്യംഗ്യസുന്ദരമായ പദദ്വയം ഉപയോഗിക്കാൻ സിദ്ധാർത്ഥന് കഴിഞ്ഞത് വലിയ ശ്രമമൊന്നുമില്ലാതെയാണെന്ന് സാമാന്യം ദീർഘമായ ആ വാചകത്തിന്റെ ഒഴുക്ക് കണ്ടാലറിയാം. സമതലത്തിൽ സൈക്കിൾ ചവിട്ടുന്ന ഇപോലെയാണ് സിദ്ധാർത്ഥൻ ലേഖനങ്ങളെഴുതുന്നതെന്ന് എനിക്ക് പലപ്പോഴും തോന്നിയിട്ടുണ്ട്. പത്തുപന്ത്രണ്ട് വട്ടം ചവിട്ടിക്കൊടുക്കും, പിന്നെ കുറേദൂരം അത് തന്നെ ഓടിക്കോളം. ധാരാളമായ ഉപയോഗം കൊണ്ട് സംസ്കൃതമാണെന്ന തോന്നൽ തീർത്തും ഉണ്ടാക്കാത്ത ഒരു പ്രയോഗം കണ്ണും കൈയും എത്തുന്നിടത്ത് ഇരിക്കവെ അതിനുപകരം സിദ്ധാർത്ഥൻ സാധാരണ പദങ്ങൾ ഉപയോഗിക്കുന്നു: 'കണ്ണഞ്ചിക്കുന്ന നഗരക്കാഴ്ചക്കപ്പുറമുള്ള ഉടുതുണിയില്ലാത്ത നേരുകൾ.' (Naked Truth) എന്ന വാക്കുകൾ മനസ്സിൽ ഉദിച്ചാലുടനെ 'ദാ ഞാനിവിടെയുണ്ടേ' എന്നു പറഞ്ഞ് 'നഗ്നസത്യം' എന്ന പ്രയോഗം ഓടിവരും. ഇംഗ്ലീഷ് വഴി സംസ്കൃതത്തിലെത്തുന്നതിനുപകരം സിദ്ധാർത്ഥൻ മനസ്സിൽ തോന്നുന്നത് നേരെ മലയാളത്തിൽ അങ്ങ് പറഞ്ഞു. വായിക്കുന്നവരെ ക്കൊണ്ട് 'മിടുക്കൻ' എന്ന് പറയിക്കുന്ന കാര്യം ആലോചിക്കകപോലും ചെയ്യാതെ മനസ്സിലുള്ളത് ഭാഷയിലാക്കുക എന്ന ചിന്തയോട്ടുകൂടി എഴുതിയാൽ മാത്രമേ സ്വന്തം വഴിക്ക് പോകുന്ന കാറ്റിൽ വന്നെത്തുന്ന ആരാമസുഗന്ധം പോലെ ഇത്തരം സൗന്ദര്യശകലങ്ങൾ ഭാഷയിൽ സ്ഥലം പിടിക്കുകയുള്ളൂ.

ഈ സമാഹാരത്തിലെ ലേഖനങ്ങൾ എല്ലാം തന്നെ വളരെ സമചിത്തതയോട്ടുകൂടി, അല്പം അകന്ന് നിന്നെങ്കിലും സഹാനുഭൂതിയോടെ എഴുതിയിട്ടുള്ളവയാണ്. 'രോഗം പ്രതിരോധം' എന്ന ലേഖനത്തിൽ നാം കാണുന്നത് ചരിത്രബോധത്തിൽ നിന്ന് ഉളവായ ധൈര്യവും ശുഭാപ്തിവിശ്വാസത്തിന്റെ സാന്ത്വനം ഉൾക്കൊള്ളുന്ന ഉദാത്തമായ നിസ്സംഗതയുമാണ്. 'സാർസ്' എന്ന ഉടൻകൊല്ലിരോഗത്തെ ഭയപ്പെട്ട് മനുഷ്യർ മുകളിൽക്കൂടി വിമാനം പറന്നുപോയാൽ മുറിക്കകത്തു കയറി കതകടയ്ക്കുന്ന കാലത്ത് എഴുതിയതാണ് ഈ ലേഖനം. സാർസ്പോലെ പല വ്യാധികളും ഉണ്ടായിട്ടുള്ളതായി ചരിത്രത്തിൽ കാണാമെന്നും കാലക്രമേണ ശാസ്ത്രം അവയ്ക്ക് പ്രതിവിധി കണ്ടുപിടിക്കുകയോ അവ സ്വയം കെട്ടടങ്ങുകയോ ചെയ്യുകൊള്ളുമെന്നും, ശ്രദ്ധയും മുൻകരുതലുകളും വേണ്ടതാണെങ്കിലും പേടിച്ചരണ്ട് നെട്ടോട്ടം കുറിയോട്ടം ഓടേണ്ട കാര്യമില്ലെന്നുമാണ് സിദ്ധാർത്ഥൻ ഈ ലേഖനത്തിൽ പറയുന്നത്. വാസ്തവത്തിൽ സംഭവിച്ചതും അതുതന്നെയല്ലേ? ഇപ്പോൾ സാർസ് എവിടെ?

മലയാളമറിയാവുന്ന എല്ലാവർക്കും അറിയാവുന്ന ചെറുകാട്, തായാട്ട് ശങ്കരൻ, കൊച്ചുബാവ, എൻ.പി.മുഹമ്മദ്, തകഴി എന്നിവരെക്കുറിച്ചും, വേണുനാഥ്, പലസ്തീൻകാരനായ അയ്യൂബ്, ദക്ഷിണാഫ്രിക്കക്കാരനായ വാൾട്ടർ സിസിലു തുടങ്ങിയ ശ്രദ്ധേയ വ്യക്തികളെക്കുറിച്ചുമുള്ള ഓർമ്മ ക്കുറിപ്പുകളാണ് രണ്ടാം ഭാഗത്തിലുള്ളത്. തിക്കോടിയനെയും കൊച്ച ബാവയെയും വാക്കുകളിൽ വാർത്തെടുത്തിരിക്കുന്നു. ചെറുകാടിന്റെ സഹധർമ്മിണിയെ സഖാവ്, കുട്ടി, അമ്മ എന്ന മൂന്നു തരത്തിൽ വിശേ ഷിപ്പിക്കുന്നത് എല്ലാ സ്ത്രീകളിലും അന്തർലീനമായ ബഹുമുഖത്വത്തെ അംഗീകരിക്കുന്നതിനോടൊപ്പം അവർ ഓരോ റോളും പൂർണ്ണമായിത്ത ന്നെ ജീവിച്ചു തീർത്തതുകൊണ്ടാണ്. ഈ ഭാഗത്തിലെ ലേഖനങ്ങളിൽ കാണുന്ന നേരിയ സെന്റിമെന്റാലിറ്റി ഹൃദ്യമാണ്. ബംഗാളിലെ ചില എരിവുള്ള കറികളിൽ അല്പം പഞ്ചസാരയും മധുരമുള്ള ചില ഇനങ്ങളിൽ അല്പം ഉപ്പും ചേർക്കാറുണ്ട്. അതേ ഫലമാണ് വിരൽകൊണ്ടു നുള്ളി യെടുത്തുചേർത്തിരിക്കുന്ന സെന്റിമെന്റാലിറ്റികൊണ്ട് സിദ്ധാർത്ഥൻ സാധിച്ചെടുത്തിരിക്കുന്നത്.

മൂന്നാം ഭാഗത്തിലെ ലേഖനങ്ങൾ പരാമർശിക്കുന്നത് പൊതുതാ ല്പര്യമുള്ള വിഷയങ്ങളാണ്. സ്ത്രീകൾ, കുട്ടികൾ തുടങ്ങി എന്തന്യായം നടന്നാലും അതിന്റെ ദുരന്തഫലങ്ങളുടെ അനുപാതാതീതമായ വലിയ പങ്ക് ഏറ്റെടുക്കുന്ന വിഭാഗങ്ങളോട്ടുള്ള സഹാനുഭൂതിയാണ് എല്ലാ ലേഖനങ്ങളിലും മുന്നിട്ട് നിൽക്കുന്നത്. നിഷ്പക്ഷത ഈ ലേഖകന്റെ ഒരടിസ്ഥാന പ്രവണതയാണെങ്കിലും എല്ലാ നിലപാടുകളിലും അത് പരിപാലിക്കുന്നതിൽ വിജയിച്ചിട്ടുണ്ടോ എന്ന് സംശയമാണ്. എങ്കിലും ഒരു കാര്യം തീർച്ചയാണ്. പൂർണ്ണമായും സത്യസന്ധമായിട്ടാണ് സിദ്ധാർത്ഥൻ ഈ ലേഖനങ്ങളെല്ലാം എഴുതിയിട്ടുള്ളത്. ആയിരം പേജ് വായിച്ചിട്ട് അതിൽ ഒരുവരി സത്യം കാണുമ്പോൾ രോമാഞ്ചം കൊള്ളുന്ന നമുക്ക് നൂറ്റമ്പതിൽ ചില്വാനം പേജ് സത്യസന്ധമായി എഴുതിയ സിദ്ധാർത്ഥനെ അനുമോദിക്കാതിരിക്കാൻ കഴിയുകയില്ല.

മലയാള ഭാഷയെ അങ്ങേയറ്റത്തെ സ്നേഹത്തോടെയും സൗന്ദ ര്യത്തോടെയും കാര്യക്ഷമതയോടെയും ആധികാരികതയോടെയും കൈകാര്യം ചെയ്യുന്ന സിദ്ധാർത്ഥൻ പരുത്തിക്കാടിന്റെ ഈ ലേഖന സമാഹാരം വലിയ സന്തോഷത്തോടെയും ചാരിതാർത്ഥ്യത്തോടെയും വായനക്കാർക്ക സമർപ്പിക്കുന്നു.

കോഴിക്കോട്

22-06-2004

ഇത്രയും കൂടി

എന്റെ പത്രപ്രവർത്തനത്തിന്റെ ഒരു ഉപലബ്ധിയാണ് ഈ ലേഖന സമാഹാരമെന്നു പറയാം. 2001 -ൽ ദേശാഭിമാനി വാരികയിൽ 'ഇത്രയും കൂടി' എന്ന പംക്തി തുടങ്ങുമ്പോൾ പക്ഷേ ഇങ്ങനെയൊരു ഗ്രന്ഥം സങ്കല്പത്തിലുണ്ടായിരുന്നില്ല. പ്രസിദ്ധ എഴുത്തുകാരനായ എൻ. ഗോപാലകൃഷ്ണൻ എന്ന ഗോപിയേട്ടന്റെ സ്നേഹമൊഴികൾ യാത്ര സുഗമമാക്കുന്നു.

'ഇത്രയും കൂടി' എന്ന പംക്തി ആരംഭിക്കുവാൻ നിമിത്തമായ ഡെൻമാർക്കിലെ മിസ്സിസ് വിശാഖ ലാവ്സിനെയും പംക്തി വായിച്ച് നിശിതമായ അഭിപ്രായങ്ങളോടെ എന്നെ ഉത്സാഹിപ്പിച്ചുകൊണ്ടിരുന്ന എ.കെ.രമേശിനെയും ഈയവസരത്തിൽ ഓർത്തുപോകുന്നു.

ആരോടും പക്ഷേ എനിക്ക് ഔപചാരികമായി നന്ദി പറയാനാവില്ല ല്ലോ; അതു ഹൃദയത്തിൽ സൂക്ഷിക്കുകയല്ലാതെ.

പരുത്തിക്കാട്

ഉള്ളടക്കം

ഭാഗം ഒന്ന്

ഭാഗം രണ്ട്

തീകൊണ്ടുള്ള കളി ഗുജറാത്തിൽ മാത്രം ഒതുങ്ങാവുന്നതല്ലെന്നിരിക്കെ,

ലാഘവബുദ്ധിയോടെ ഗുജറാത്തിൽ മാത്രമാണോ മനുഷ്യരുള്ളത് എന്ന്

ചോദിക്കാൻ അസുരഗണത്തിൽപ്പെട്ടവർപോലും ശങ്കിക്കും എന്നതാണ് നമ്മുടെ

നാടിന്റെ യഥാർത്ഥ അവസ്ഥ എന്ന് ആർക്കാണ് അറിയാത്തത്?

ഭാഗം ഒന്ന്

നരോദയിൽ നിന്നെത്തിയ കുൽസും ബാനോ പറഞ്ഞു:

ഏഴുവയസ്സുള്ള എന്റെ മകളെ, എന്റെ കൺമുമ്പിലിട്ടു കൊന്നു.

എന്ത തെറ്റാണ് ഞങ്ങൾ ചെയ്തത്?

പ്രസംഗവും പ്രവൃത്തിയും

കവി കൂടിയായ പ്രധാനമന്ത്രി വാജ്പേയിക്ക് വനിതാ സംവരണ ബില്ലിനെക്കുറിച്ചെന്നല്ല, ഈ ദുനിയാവിലുള്ള എന്തിനെക്കുറിച്ചും ചമൽക്കാരത്തോടെ സംസാരിക്കാൻ കഴിയുമെന്നതിൽ പക്ഷാന്തരമില്ല. പാർലമെണ്ടിൽ തന്റെ സാന്നിധ്യത്തിൽ അതിക്രൂരമായി അപഹസിക്കപ്പെട്ട, കീറിമുറിക്കപ്പെട്ട വനിതാ സംവരണ ബില്ലിനെയാണല്ലോ, വിപ്ലവകരമായ നിയമനിർമ്മാണം എന്ന് വിശേഷിപ്പിക്കാനും അദ്ദേഹത്തിന് ഒട്ടും സങ്കോചം തോന്നാതിരുന്നത്! കേൾവിക്കാർ പക്ഷേ എല്ലാം ഉപ്പ കൂട്ടാതെ വിഴുങ്ങുന്നവരാവില്ല. ചരിത്രത്തിൽ മുദ്രയായിക്കഴിഞ്ഞ അപരാധങ്ങൾ, ഉദാസീനതകൾ കവിതകൊണ്ടും വാചാലതകൊണ്ടും മായ്ക്കാനമാവില്ല. ഈയിടെ ന്യൂദില്ലിയിൽ ദേശീയ വനിതാ അവകാശവേദിയുടെ ഇരുദിന സമ്മേളനം ഉദ്ഘാടനം ചെയ്ത വാജ്പേയി സാക്ഷ്യപ്പെടുത്തിയതും മറ്റൊന്നല്ല. വനിതാബിൽ ഒരു ആകാശകുസുമമല്ല എന്ന്, അതിന്റെ പ്രാരംഭ ദശയിൽത്തന്നെ വ്യക്തമാക്കുവാൻ പ്രധാനമന്ത്രിക്കോ ഗവർമെണ്ടിനോ കഴിയാതെ പോയി. പലർക്കും നാണംകെട്ട അടവുകൾ കൈക്കൊള്ളാൻ വേണ്ടുവോളം സമയം ലഭിച്ചത് അങ്ങനെയാണ്.

എല്ലാം അറിയുന്ന പ്രധാനമന്ത്രിയുടെ ദില്ലിയിലെ നിഷ്കളങ്ക വേഷവും വചസ്സും അവിടെ സന്നിഹിതരായ സഹോദരിമാരെ കബളിപ്പിക്കാനായിരുന്നോ എന്നറിയില്ല. വനിതാ സംവരണബിൽ പാസ്സാക്കിയെടുക്കുന്നതിൽ തന്റെ ഗവർമെണ്ട് പ്രതിജ്ഞാബദ്ധമാണെന്ന് ആവർത്തിക്കവെത്തന്നെ, പുരുഷന്മാരായ തന്റെ ചില സഹപ്രവർത്തകർ വിശ്വസിക്കുന്നത് ഈ ബിൽ സ്ത്രീകളുടെ ഉന്നമനത്തിന് ഉതകുന്നതല്ല എന്നാണെന്നും പ്രധാനമന്ത്രിക്ക് വെളിപ്പെടുത്തേണ്ടി വന്നു. അവിടെത്തന്നെയാണ് കാര്യത്തിന്റെ കിടപ്പ് എന്ന് ആർക്കും ബോധ്യപ്പെടാവുന്നതേയുള്ളൂ.

വേദിയും സദസ്സും നോക്കിയായാലും വ്യക്തിവൈശിഷ്ട്യം പ്രകടിപ്പി ക്കാനായാലും വാജ്പേയിയുടെ പ്രസംഗത്തിലെ സിംഹഭാഗവും നമ്മുടെ രാജ്യത്തിലെ സ്ത്രീകൾ അനുഭവിക്കുന്ന കഷ്ടനഷ്ടങ്ങളെക്കുറിച്ചായിരുന്നു. സ്ത്രീഭ്രൂണഹത്യകൾ, സ്ത്രീധന മരണങ്ങൾ, സ്ത്രീകൾക്കെതിരെയുള്ള നിരവ ധിയായ മറ്റ ആക്രമണങ്ങൾ തുടങ്ങിയവയൊക്കെ പ്രധാനമന്ത്രിയുടെ പ്രസംഗത്തിൽ പരാമർശിക്കപ്പെട്ടു. ഇത്തരമൊരു സാഹചര്യത്തിൽ സ്ത്രീകൾ അധികാരകേന്ദ്രങ്ങളിൽ എത്തിപ്പെടേണ്ടതിന്റെ പ്രാധാന്യവും പ്രസക്തിയും പ്രധാനമന്ത്രി വിസ്തരിക്കുകയുമുണ്ടായി...!

കാലങ്ങളായി, വനിതാസമ്മേളനങ്ങളിലും സെമിനാറുകളിലും നാം കേട്ടുവരുന്ന അനുഷ്ഠാനം പോലെയുള്ള പ്രസംഗം എന്നേ ഇതി നെക്കുറിച്ചും പറയാനാവൂ. ഇന്ത്യയിലെ സ്ത്രീകളുടെ അവസ്ഥയിലേക്ക് എത്തിനോക്കുന്ന ഒരു കുറ്റസമ്മതമെന്നോണമുള്ള പ്രധാനമന്ത്രിയുടെ സംസാരം നേരിനെ സ്പർശിക്കുന്നുണ്ടെന്നും പറയാം. അതിലപ്പുറം പ്രായോഗികതയുടെ പ്രശ്നം വരുമ്പോൾ ഒളിച്ച കളിക്കുകയും കവിത ചൊല്ലുകയുമാണതാനും. വനിതാ സംവരണ ബില്ലിനെ സംബന്ധിച്ച യാഥാർത്ഥ്യത്തെ സ്പർശിക്കുമ്പോൾ പ്രധാനമന്ത്രിയുടെ ഒളിച്ചുകളി പ്രകടവുമാണ്. നേരെച്ചൊവ്വേ തന്റെ പാർട്ടിക്കും ഗവർമെണ്ടിനും വനിതാ ബില്ലിനോട് ആസ്ഥയില്ല എന്ന് വനിതകളെ അഭിമുഖീകരിച്ച് പറയാനുള്ള ഗതികേട് മനസ്സിലാക്കാവുന്നതേയുള്ളൂ...!

ഏതായാലും സ്ത്രീകളെ സംബന്ധിച്ചുള്ള ഇത്തരം പര്യാലോചനകളും ചർച്ചകളും നേരു തേടാൻ അവസരമുണ്ടാക്കുമെന്നതിൽ പക്ഷാന്തര മില്ല. മുംബൈയിൽ ഈയിടെ നടന്ന ഒരു സെമിനാർ അത്തരത്തിൽ സവിശേഷമായിരുന്നു. സ്ത്രീകളും സ്വത്തവകാശങ്ങളും എന്ന വിഷയത്തെ അധികരിച്ചുള്ള സെമിനാറിൽ മുൻ ഹൈക്കോടതി ജഡ്ജി ഡി.വൈ. ചന്ദ്രചൂഡ്, അഡ്വക്കേറ്റ് ഫ്ളാവിയ ആഗ്നസ് തുടങ്ങിയ പ്രഗല്ഭമതികൾ സംബന്ധിച്ചു. അവർ അവിടെ വെളിപ്പെടുത്തിയ രണ്ട് കേസുകൾ മാത്രം മതി സ്ത്രീകൾ സമൂഹത്തിൽ സ്വത്തവകാശത്തിന്റെ പേരിൽ എങ്ങനെ യെല്ലാം വേട്ടയാടപ്പെടുന്നുണ്ടെന്ന് മനസ്സിലാക്കാൻ.

പ്രീതിയും ഭർത്താവും താമസിച്ചവരുന്ന ഫ്ളാറ്റ് ഭർത്താവിന്റെ അച്ഛന്റെ പേരിലായിരുന്നു. അങ്ങനെയിരിക്കെ പ്രീതിയുടെ ഭർത്താവ് മറ്റൊരു സ്ത്രീയുമായി പ്രണയത്തിലായി. പ്രീതിയുടെ ശല്യം ഒഴിവാക്കാൻ ഭർത്താവ് കണ്ടെത്തിയ വഴി ഇങ്ങനെ : അയാൾ അച്ഛനെ പിരികയറ്റി ഫ്ളാറ്റ് ഒഴിയാൻ ആവശ്യപ്പെട്ടുകൊണ്ട് സിറ്റി സിവിൽ കോടതിയിൽ കേസ് കൊടുപ്പിച്ചു. വിചാരണയിൽ മകൻ, അതായത് പ്രീതിയുടെ ഭർത്താവ് ഫ്ളാറ്റ് ഒഴിഞ്ഞുകൊടുക്കാൻ സന്നദ്ധത പ്രകടിപ്പിച്ചു.

 അങ്ങനെത്തന്നെയാണ് ഇപ്പോഴും കാര്യങ്ങൾ

അങ്ങനെ വിവാഹം കഴിച്ചുകൊണ്ടുവന്ന വീട്ടിൽ നിന്ന് പ്രീതിയെ പുറ
ത്താക്കാൻ നിയമപരമായ പരിരക്ഷയും കിട്ടുന്നു!

ഹഫ്സയുടെ കഥ വ്യത്യസ്തം: ഭർത്താവിൽ നിന്ന് വിവാഹമോചനം
നേടാനുള്ള ശ്രമത്തിനിടക്കാണ് പൊട്ടന്നനെ ഭർത്താവ് മരിച്ചത്.
അതിനുശേഷം ഭർത്തൃസഹോദരൻ വീട് ഒഴിപ്പിക്കാനും വിൽക്കാനും
നോക്കുകയാണ്. അമ്മായിയമ്മ വീടൊഴിഞ്ഞുകൊടുക്കാൻ ഹഫ്സ
ക്കെതിരെ കേസ് കൊടുത്തു. നിയമം അതിന്റെ വഴിക്ക് നീങ്ങുമ്പോൾ
ഹഫ്സ ഏറെ താമസിയാതെ തല ചായ്ക്കാൻ ഒരിടമില്ലാത്തവളാവുമെ
ന്നാണ് കരുതേണ്ടത്....

സ്ത്രീജീവിതത്തെക്കുറിച്ചുള്ള ഗൗരവമായ ചർച്ചകളും പര്യാലോചന
കളും നാടെങ്ങും നടക്കവെത്തന്നെ, അവർ ജീവിതത്തിന്റെ വിവിധ
രംഗങ്ങളിൽ വേട്ടയാടപ്പെട്ടുകയുമാണ്...!

2001 സെപ്റ്റംബർ 2

ആരാണ് ഭീകരവാദികൾ?

ആനി എന്ന കോട്ടയത്തുകാരി നഴ്സ് ഇവിടെ ഒരു വിഷയമേയല്ല. എന്നാൽ അമേരിക്കയിലെ തീയും പുകയും ആനിയെ ഓർമിപ്പിച്ചു എന്നത് വാസ്തവം. മുംബൈയിലെ ഒരു പ്രശസ്ത ഹോസ്പിറ്റലിൽ നഴ്സ് ആയിരിക്കെയാണ് ആ ദീർഘദൂര യാത്രയിൽ ആനി എന്റെ സഹയാത്രികയാവുന്നത്. വർഷങ്ങൾക്കുമുമ്പാണ്, ഞാൻ മുംബൈയിൽ നിന്ന് നാട്ടിലേക്ക് തിരിക്കുകയായിരുന്നു. അമേരിക്കൻ യാത്രയുമായി ബന്ധപ്പെട്ട ചില രേഖകൾ ശരിപ്പെടുത്താൻ സ്വദേശത്തേക്ക് വരിക യായിരുന്നു മിടുക്കിയും സുന്ദരിയും താൻപോരിമക്കാരിയുമായ ആനി. അമേരിക്കയിലെ ഒരു വലിയ ഹോസ്പിറ്റലിൽ ജോലി കിട്ടാൻ പോവുന്ന എന്നാണ് ആനി അന്ന് കുളുരഹലത്തോടെ പറഞ്ഞത്. പ്രതീക്ഷ സാഫ ല്യമടയാതിരിക്കാൻ വഴിയില്ല. ആനിയുടെ സഹോദരിയും ഭർത്താവും അമേരിക്കയിലുണ്ടായിരുന്നതുകൊണ്ട് മാത്രമല്ല, അമേരിക്കയും അമേ രിക്കയിലെ ജോലിയും ആനിയെ സംബന്ധിച്ചിടത്തോളം അത്രമേൽ വിലോഭനീയമാണെന്ന് മനസ്സിലാക്കാനായിരുന്നു. കിട്ടാനിരിക്കുന്ന ജോലിയുടെ ഊറ്റം ആനിയുടെ നോക്കിലും വാക്കിലും പ്രകടമായിരുന്നു വല്ലോ. ചരിത്ര യാഥാർത്ഥ്യങ്ങൾക്കപ്പറമുള്ള സ്വപ്നദർശനം അങ്ങനെ യൊരു പെൺകിടാവിന്റെ മാത്രം അപരാധമല്ലെന്ന് നമുക്കറിയുകയും ചെയ്യാം.

സ്വർഗരാജ്യമായും ലോകത്തിലെ ഏറ്റവും ശക്തമായ രാജ്യമായും വാഴ്ത്തപ്പെടുന്ന അമേരിക്കയിൽ 2001 സെപ്റ്റംബർ 11 ന് അരങ്ങേറിയ സംഭവ വികാസങ്ങൾ നമ്മെ നടുക്കുകയും വിസ്മയം കൊള്ളിക്കുകയും ചെയ്തിരിക്കയാണല്ലോ. തീക്കട്ടയിൽ ഉറുമ്പരിക്കുക എന്ന പ്രയോഗം അമ്പർത്ഥമാക്കിയ സംഭവം. അമേരിക്കയുടെ സൈനികകേന്ദ്രമാണ്, വാണിജ്യകേന്ദ്രമാണ്, രാഷ്ട്രീയ കേന്ദ്രമാണ് വെല്ലുവിളിക്കപ്പെട്ടത്. അവിശ്വസനീയമായ രീതിയിൽ ആക്രമിക്കപ്പെട്ടത്. ഇതോടെ

 അങ്ങനെത്തന്നെയാണ് ഇപ്പോഴും കാര്യങ്ങൾ

അമേരിക്കയുടെ വീരസ്യത്തിന്റെ നാനാർഥം ചീട്ടുകൊട്ടാരം പോലെ തകർന്നടിഞ്ഞുവല്ലോ. സോവിയറ്റ് യൂനിയന്റെ തകർച്ചയ്ക്കശേഷം ഏക വൻശക്തിയായി ലോകത്തിന്റെ നാൽക്കൂട്ടപ്പെരുവഴിയിൽ കാളക്കൂറ നെപ്പോലെ മുക്രയിട്ട് ആക്രമണോത്സുകതയിൽ അഭിരമിക്കുമ്പോഴാണ് ഇങ്ങനെയൊരു ചരിത്രവിധി! അമേരിക്കൻ പ്രസിഡണ്ട് പക്ഷേ തോക്കും മിസൈലുകളുമുയർത്തി ഒരു കവലച്ചട്ടമ്പിയെപ്പോലെയല്ല, ലോകത്തെയാകെ സ്പർശിക്കുന്ന ഇത്തരം പ്രശ്നങ്ങളെ നേരിടേണ്ടതെ ന്ന് പറയാതെ വയ്യ. സ്ഥിതിഗതികൾ കൂടുതൽ വഷളാക്കാനേ അത്തരം നിലപാടുകൾ വഴിയൊരുക്കൂ എന്ന് ആർക്കും മനസ്സിലാക്കാവുന്നതേയു ള്ളൂ. ഒരു മൂന്നാം ലോകയുദ്ധം അഭിലഷിക്കുന്നവർക്ക് മാത്രമേ ഇത്തര ത്തിൽ നീങ്ങാനാവൂ. ബുഷിന്റെ പൂർവഗാമി ക്ലിന്റന്റെ എടുത്തുചാട്ടം നാം കണ്ടതാണ്. 1988ൽ അന്താരാഷ്ട്ര ഭീകരവാദികൾ കെനിയയിലെയും ടാൻസാനിയയിലെയും അമേരിക്കൻ എംബസികളിൽ ബോംബ് സ്ഫോടനം നടത്തിയപ്പോൾ ക്ലിന്റന്റെ സമീപനം പക്വതയുടേതായി രുന്നില്ല. ഭീകരവാദത്തിനെതിരെ യുദ്ധം പ്രഖ്യാപിച്ചുകൊണ്ട് അഫ്ഗാനി സ്ഥാനിലെ അവരുടെ കേന്ദ്രങ്ങളിലും സുഡാനിലെ ഒരു ഫാക്ടറിയിലും ബോംബ് വർഷിക്കാൻ വിമാനങ്ങൾ അയച്ചതുകൊണ്ട് എന്താണുണ്ടാ യത്? ഭീകരവാദ പ്രവർത്തനങ്ങളെ പിന്തിരിപ്പിക്കാനോ, പ്രക്ഷീണമാ ക്കാനോ ആ കൃത്യങ്ങൾകൊണ്ട് കഴിഞ്ഞുവോ? ഇല്ലെന്ന് മാത്രമല്ല, ആ ഭീകരവാദ പ്രവർത്തനം കുറേക്കൂടി ആസൂത്രിതമായി, ശാസ്ത്രീയമായി പരിണാമിച്ചതാവും സെപ്തംബർ 11 ന് അമേരിക്കയിൽ അരങ്ങേറിയ ആക്രമണങ്ങളെന്ന നിഗമനം അവഗണിക്കാനാവുമോ? അമേരിക്കൻ രാഷ്ട്രീയ നേതൃത്വത്തിന്റെ അപക്വമായ നിലപാടുകൾ ബുഷിൽ നിന്നും ക്ലിന്റണിൽനിന്നുമല്ല ഉടങ്ങുന്നതെന്നും കാണേണമതുണ്ട്. ഒന്നും രണ്ടും ലോക മഹായുദ്ധങ്ങൾ സാക്ഷ്യപ്പെടുത്തിയത് മറ്റൊന്നല്ല. ജപ്പാൻ സൈന്യം യുദ്ധത്തിൽ പരാജയം സമ്മതിച്ചിട്ടും ഹിരോഷിമയിലും നാഗസാക്കിയിലും അണുബോംബ് വർഷിച്ച് ക്രൂരതയുടെ ലോക ഭൂപ ടത്തിൽ സ്ഥാനം നേടിയ രാജ്യമാണ് അമേരിക്ക എന്ന് ആർക്കെങ്കിലും മറക്കാനാവുമോ? ഇറാഖിനും യൂഗോസ്ലാവ്യക്കുമെതിരെ ഓങ്ങിയ കൈ അമേരിക്ക താഴ്ത്തിയിട്ടുണ്ടെന്ന്, ആ രാഷ്ട്രങ്ങളോടുള്ള അമേരിക്കയുടെ പകയടങ്ങിയിട്ടുണ്ടെന്ന് വിശ്വസിക്കാനാവുമോ?

അമേരിക്കൻ പ്രസിഡണ്ട് ബുഷിന്റെ ഇപ്പോഴത്തെ പ്രവർത്തന ങ്ങൾ ആരാണ് ഭീകരവാദികൾ എന്ന സന്ദേഹമുയർത്തുന്നുണ്ടെന്നും പറയാം. അമേരിക്കയിൽ അടിയന്തരാവസ്ഥ പ്രഖ്യാപിച്ച ബുഷ് തങ്ങ ൾക്ക് പഥ്യമല്ലാത്തവരെ തെരഞ്ഞുപിടിച്ച് ഭീകരവാദികളെന്ന മുദ്രകുത്തി

അറസ്റ്റ് ചെയ്യാനും ലോക്കപ്പിലാക്കാനുമുള്ള നിയമനിർമ്മാണത്തിന് ഒരുങ്ങുകയാണ്. സംശയമുള്ളവരെ തെളിവൊന്നുമില്ലെങ്കിലും അറസ്റ്റ് ചെയ്യാനാവുമ്പോൾ എന്ത് സംഭവിക്കുമെന്ന് പ്രവചിക്കേണ്ടതില്ല. സർക്കാർ സ്ഥാപനങ്ങൾക്കും ഉദ്യോഗസ്ഥർക്കും ഏതൊരു വ്യക്തിയെ യും ഉന്മൂലനം ചെയ്യാനെള്ള അധികാരം ഉണ്ടാവണമെന്ന് അവിടത്തെ ഉയർന്ന ഉദ്യോഗസ്ഥർ വാദിക്കുന്നുണ്ടെന്നത് പ്രശ്നത്തിന്റെ ഗൗരവം വർധിപ്പിക്കുകയും ചെയ്യുന്നു. അതിന്റെ വളച്ച കെട്ടില്ലാത്ത അർത്ഥം ഒസാമ ബിൻലാദനെക്കാൾ വലിയ ഭീകരവാദിയാവാൻ കച്ചകെട്ടുക യാണ് അമേരിക്ക എന്നതന്നെയാണ്. ന്യൂയോർക്കിലും വാഷിങ്ടണി ലുമുണ്ടായ ആക്രമണങ്ങളുടെ സൂത്രധാരൻ ബിൻലാദനാണെങ്കിൽ അദ്ദേഹത്തെ ശിക്ഷിക്കുക തന്നെ വേണം. തെളിവുകളേതുമില്ലാതെ പക്ഷേ ആരെയും അക്രമി എന്ന് ആരോപിക്കുന്നതിൽ അർത്ഥമില്ലല്ലോ. അമേരിക്ക തെളിവ് ഹാജരാക്കിയാൽ വിചാരണക്ക് തയ്യാറാണെ ന്ന ബിൻലാദന്റെ പ്രസ്താവന സ്വീകരിക്കപ്പെടേണ്ടതുതന്നെയാണ്. ലോകത്തിന് മുമ്പിൽ, പുലിവേഷം നഷ്ടപ്പെട്ടുപ്പോയ ജാള്യത്തിൽ നിന്ന് വിമുക്തി നേടിയാലും അമേരിക്കക്ക് നല്ല വഴികൾ തെളിഞ്ഞുകിട്ടുമെന്ന് പറയുക വയ്യ. കുത്സിതമായ മാർഗങ്ങളിലൂടെ, പഴയ പാരമ്പര്യമനസ രിച്ചാണ് നീങ്ങുന്നതെങ്കിൽ ലോകത്തെ ഒരു മഹായുദ്ധത്തിലേക്ക് എത്തിക്കുവാൻ ജോർജ് ബുഷിന് ഏറെ പ്രയാസപ്പെടേണ്ടിവരില്ല. അങ്ങനെയൊരു യുദ്ധമുണ്ടാവുകയാണെങ്കിൽ ആർക്കും വിജയമാഹ്ലാ ദിക്കാൻ അവസരമുണ്ടാവുമെന്നും കരുതുക വയ്യല്ലോ.

2001 സെപ്റ്റംബർ 30

വൻകരയുടെ വികാരം

ഏഴ് ദിവസത്തെ ആ കൂട്ടായ്മയെക്കുറിച്ച് സവിശേഷമെന്നേ പറയാനാവൂ. ഇന്ത്യയിലെ എല്ലാ പ്രദേശങ്ങളിൽ നിന്നും ഏഷ്യയിലെ മിക്ക ഭാഗങ്ങളിൽ നിന്നുമായി പതിനായിരത്തിലേറെ യുള്ള പ്രാതിനിധ്യം. പ്രായഭേദമില്ല. ലിംഗഭേദമില്ല. ജാതിമതഭേദമില്ല. രാഷ്ട്രഭേദവുമില്ല. ഇത്തരത്തിലുള്ള ഒരു വൻ കൂട്ടായ്മ ഏഷ്യൻ സോഷ്യൽ ഫോറം ആദ്യമായി ഒരുക്കുകയായിരുന്നു. ഹൈദരാബാദിലെ നിസാം കോളേജാണ് ഈ സമാരംഭത്തിന് വേദിയായത്.

ആട്ടവും പാട്ടുമുണ്ടായിരുന്നു. അവർ പക്ഷേ തിമിർക്കുകയായി രുന്നില്ല. ആഴത്തിലുള്ള സംവാദങ്ങളുണ്ടായിരുന്നു. അത് പക്ഷേ സൈദ്ധാന്തികതയിൽ ഊന്നിനിന്നുകൊണ്ട മാത്രമുള്ളതായിരുന്നില്ല. കേൾക്കുന്ന മാത്രയിൽ ബാലിശമെന്നോ, ഉപരിപ്ലവമെന്നോ തോന്നാ വുന്ന അഭിപ്രായങ്ങളും കൂട്ടായ്മയിൽ ഉയർന്നുവന്നു. ഇറാഖിൽനിന്നും അഫ്ഗാനിസ്ഥാനിൽനിന്നും പലസ്തീനിൽ നിന്നും വന്ന വനിതകളുടെ സ്വരത്തിലെ സാജാത്യവൈജാത്യങ്ങൾ അനുഭവത്തിന്റെ തീക്ഷ്ണത ആവഹിക്കുന്നതായിരുന്നു എന്നു പറയേണ്ടതുണ്ട്.

കൂട്ടായ്മയിലെ മിക്കവാറും സ്ത്രീകളുടെ വേഷം കറുപ്പായിരുന്നു. യുദ്ധത്തിനും ഹിംസക്കുമെതിരായ വനിതാ ഗ്രൂപ്പിന്റെ കൂട്ടായ പ്രതി ഷേധത്തിന്റെ, അമർഷത്തിന്റെ അടയാളപ്പെടുത്തൽ കൂടിയായിരുന്ന അവരുടെ കറുപ്പുവസ്ത്രങ്ങൾ എന്നു പറയാം. ഹൈദരാബാദിന്റെ പഴയ നഗരപ്രാന്തങ്ങളിൽ നിന്നു വന്ന പെൺകിടാങ്ങൾ പരമ്പരാഗത വസ്ത്ര ങ്ങളണിഞ്ഞ് മുസ്ലിം സ്വത്വം പ്രകടമാക്കി. അതുപക്ഷേ ഇരിക്കാനും കറങ്ങി നടക്കാനും പരിപാടികളിൽ പങ്കുകൊള്ളുവാനും സൗകര്യപ്ര ദമായിരുന്നു എന്നുവേണം പറയാൻ.

അഫ്ഗാനിസ്ഥാനിലെ കാബൂളിൽ നിന്നു വന്ന മറിന നവാബി

കറുപ്പവേഷത്തിലായിരുന്നുവെങ്കിലും ബുർഖയണിഞ്ഞിരുന്നില്ല. ആ യുവതി ഇന്ത്യയിൽ ആദ്യമായി വരികയായിരുന്നുവെങ്കിലും ഹിന്ദി സിനിമയുടെ എല്ലാ കാര്യങ്ങളിലും വിജ്ഞയാണ്. മാത്രവുമല്ല, കാബൂളിലെ ഭൂരിപക്ഷം പെൺകിടാങ്ങളെയും പോലെ ഷാറുഖ്ഖാ ന്റെ കടുത്ത ആരാധികയുമാണ്. മൂന്നു പെൺകുട്ടികളിൽ മൂത്തവളായ മറിന ചില ദൃഢനിശ്ചയങ്ങൾ കാത്തുസൂക്ഷിക്കുന്നുണ്ട്. അവളുടെ സമപ്രായക്കാരെപ്പോലെ ഇപ്പോൾ വിവാഹത്തിന് തലവെച്ചുകൊട ക്കാൻ ഉദ്ദേശിക്കുന്നില്ല. എന്തെങ്കിലും ജോലി ചെയ്യണം. ഇംഗ്ലീഷിന പുറമെ മറ്റ ഭാഷകൾ പഠിക്കണം. താലിബാൻ ഭരണം സ്ത്രീവിദ്യാഭ്യാസം നിരോധിച്ച കാലത്ത് രഹസ്യമായാണ് അവൾ പഠിച്ചിരുന്നത്. ഇപ്പോൾ നാൽപതോളം പെൺകുട്ടികളെ ഇംഗ്ലീഷിൽ എഴുതാനും വായിക്കാനും സംസാരിക്കാനും പഠിപ്പിക്കുകയാണ് മറിന. ആക്‌ഷൻ എയ്ഡ് അഫ്ഗാനിസ്ഥാന്റെ പ്രോഗ്രാം ആപ്പീസർ കൂടിയാണ് മറിന നവാബി. അമേരിക്കക്കാർ അഫ്ഗാനിസ്ഥാനിൽ ബോംബാക്രമണം നടത്തിയിരുന്നപ്പോൾ എന്താണ് തോന്നിയത് എന്ന ചോദ്യത്തിന് മറിനയുടെ തർക്കുത്തരം എന്താണെന്ന് നോക്കുക: ഞങ്ങൾ സന്തോ ഷത്തിലായിരുന്നു....! താലിബാൻ ഭരണത്തെക്കാൾ സഹനീയമാ യിരുന്ന ബോംബിങ്. ഇപ്പോൾ ബോംബാക്രമണമില്ല. താലിബാൻ പോയതോടെ സന്തോഷവുമായി. വിദ്യാഭ്യാസം കൂടി ഇല്ലാതാകുന്ന സ്ത്രീകളുടെ സാമൂഹിക പദവിയെക്കുറിച്ചുള്ള മറിനയുടെ ഉൽക്കണ്ഠ ഒരിക്കലും അസ്ഥാനത്താവുന്നില്ല.

ഭൂരിപക്ഷം സ്ത്രീപ്രതിനിധികളെയും പോലെ കറുപ്പവസ്ത്രം ഏറെ പ്രിയമാണ് പലസ്തീൻ വനിതയായ റാണനാഷാഷിബിക്കും. റാണ പക്ഷേ മൈലാഞ്ചിയിട്ട് മിനുക്കിയ തന്റെ തലമുടി മൂടിക്കെട്ടിവയ്ക്കുവാൻ ഒട്ടും തൽപ്പരയായിരുന്നില്ലതാനും. അമേരിക്കൻ ബോംബിങ്ങിനെക്കു റിച്ചുള്ള മറിനയുടെ അതൃപ്തി കലർന്ന അഭിപ്രായങ്ങളോട് റാണ വിയോജിച്ചു. ജെറുസലേമിൽ പലസ്തീൻ കൗൺസിലിങ്ങ് സെന്റർ നടത്തുന്ന റാണ നാഷാഷിബിക്ക് അമേരിക്കൻ ബോംബിൽ നന്മയുടെ പൂക്കൾ കാണാനാവില്ലല്ലോ. അമേരിക്കയുടെ അവിരാമമായ പിന്തുണ യോടെ ബോംബുകളും ബുൾഡോസറുകളും ബുള്ളറ്റുകളുമായി വരുന്ന ഇസ്രായേലിന്റെ ക്രൗര്യത്തെ നേരിടുക ജീവിതവ്രതമാക്കിയ ഒരു പലസ്തീൻ വനിതക്ക് അതേക്കുറിച്ച് സങ്കൽപിക്കാനേ ആവില്ലല്ലോ. ഇസ്രയേലി ആക്രമണത്തിൽ നിന്ന് വേറിട്ട നിന്നുവേണം പലസ്തീൻ ജനതയുടെ ജീവിത നിലവാരം മെച്ചപ്പെടുത്തുന്നതിനെയും തൊഴിലില്ലാ യ്മ പരിഹരിക്കുന്നതിനെയും കുറിച്ച് ചിന്തിക്കാൻ. ഇപ്പോൾ പലസ്തീൻ

ജനതയുടെ അതിജീവനത്തിനാണ് പ്രഥമ പരിഗണന. അതുകൊ
ണ്ടുതന്നെ സ്ത്രീകൾക്കിപ്പോൾ തങ്ങളുടെതായ പ്രശ്നങ്ങളെക്കുറിച്ച്
സംസാരിക്കാനാവില്ല. തീർച്ചയായും സ്ത്രീകൾക്ക് തീക്ഷ്ണവും തിക്തവുമായ
അനുഭവങ്ങൾ ഉണ്ട്. അവയൊക്കെയും പൊതുവായ ജീവന്മരണ സമര
ത്തിൽ ഉൾപ്പെടുത്തിയേ ഇപ്പോൾ കാണാനാവൂ.

അമൽഷലാഷ് ബഗ്ദാദിലെ സാമ്പത്തിക വിദഗ്ധയും ജനറൽ
ഫെഡറേഷൻ ഓഫ് ഇറാഖി വിമൻ എന്ന സംഘടനയുമായി
പ്രവർത്തിക്കുന്ന പ്രക്ഷോഭകാരിണിയുമാണ്. ഇറാഖിലെ സ്ത്രീകൾ
പുരുഷന്മാർക്കൊപ്പം നിരവധി പ്രക്ഷോഭങ്ങളിൽ അണിചേരുന്നത്
ഇന്ത്യയിലെ ഭൂരിപക്ഷം ജനങ്ങളും മനസ്സിലാക്കുന്നുണ്ട്. എന്നാൽ
ചില പടിഞ്ഞാറുനോക്കികൾ ഇതിനുനേരെ കണ്ണടക്കുന്നതും ഞങ്ങൾ
അറിയുന്നു. ഇറാഖി സ്ത്രീകൾ ജന്മനാടിനെ യുദ്ധത്തിന്റെ ആഘാത
ങ്ങൾക്കെതിരെ പോരാട്ടുകയാണ്. ഇറാഖിലെ സ്ത്രീവാഴ് വ് എന്നാൽ
അതിജീവനത്തിന് പ്രാപ്തരാവുക എന്നാണ്. അതുകൊണ്ടുതന്നെ സ്ത്രീക
ളുടെ സാമൂഹികപദവി പരിതാപകരമാംവിധം താഴുന്നതിനെക്കുറിച്ചോ
സ്ത്രീകൾ വിദ്യാഭ്യാസകാര്യങ്ങളിൽ പരാങ്മുഖരാവുന്നതിനെക്കുറിച്ചോ
ഏറെ ഉത്കണ്ഠപ്പെടാൻ പോലും തങ്ങൾക്ക് കഴിയുന്നില്ല. ആഹാരം
തേടലും കുടിവെള്ളം ശേഖരിക്കലും പലപ്പോഴും ഇത്തരം കാര്യങ്ങൾക്ക്
ഉപരിയായി വരുന്നത് സ്വാഭാവികവുമാണല്ലോ.

തീർച്ചയായും സവിശേഷമായ ഈ കൂട്ടായ്മയിൽ പങ്കു ചേർന്ന
റാണയുടെയും അമലിന്റെയും അനുഭവങ്ങൾ വേറിട്ടതാണെന്ന് നാം
അറിയുന്നു. ഏഷ്യൻ സോഷ്യൽ ഫോറം ഒരുക്കിയ ഈ കൂട്ടായ്മയുടെ
സന്ദേശം രാഷ്ട്രത്തിനും വൻകരക്കും അപ്പുറം എത്താതിരിക്കില്ല. കൂട്ടായ്മ
കളുടെ കാലം തന്നെയാണ് ഇനി വരാനിരിക്കുന്നത്. ദക്ഷിണേന്ത്യയിൽ
കണ്ണെറപ്പിക്കുന്ന അമേരിക്ക മറ്റൊന്നല്ല സ്പഷ്ടമാക്കുന്നത്.

-2003 ഏപ്രിൽ 6

ഗുജറാത്തിലെ പെൺവഴി

ഗുജറാത്തിൽ മാത്രമാണോ മനുഷ്യരുള്ളത് എന്ന്, ആരാലും പ്രകോ പിതനാവാതെ കേരളത്തിലെ ഒരു സാഹിത്യ സമ്മേളനത്തിൽ എം.വി.ദേവൻ ചോദിച്ചപ്പോൾ അദ്ദേഹം ആരെയെങ്കിലും ആവേശം കൊള്ളിച്ചുവോ എന്നറിയില്ല. സാഹിത്യകാരന്മാരും സാംസ്കാരിക പ്രവർത്തകരും സഹൃദയരും നിറഞ്ഞ സദസ്സ് ആ വാഗ്ധോരണിയിൽ മുഗ്ധമായയോ എന്നുമറിയില്ല.

എന്നാൽ ഇത്തരം ഉദാസീന പ്രകരണങ്ങൾ ഇന്ത്യൻ അവസ്ഥയിൽ തികഞ്ഞ അശ്ലീലമാണെന്ന, മറക്കാനും പൊറുക്കാനും കഴിയാത്ത അവിവേകമാണെന്ന് സമകാലിക സംഭവങ്ങൾ നമ്മെ നിതരാം ബോധ്യപ്പെടുത്തുന്നുണ്ട്. ഗുജറാത്തിൽ അസാധാരണമായി ഒന്നുമില്ലെ ന്നായിരിക്കുമോ ദേവന്റെ വിവക്ഷ. ഈയിടെ ഗുജറാത്തിൽ സംഘടിപ്പി ക്കപ്പെട്ട ഒരു പെൺകൂട്ടായ്മ വിളംബരപ്പെടുത്തിയത് അവിടെ എല്ലാം സ്വസ്ഥം, സ്വച്ഛം എന്നല്ലല്ലോ. ഉണങ്ങാത്ത മുറിവുകൾക്കിടയിലാണ്, വറ്റാത്ത കണ്ണീരിനിടയിലാണ്, നിലക്കാത്ത നെടുവീർപ്പുകൾക്കിടയി ലാണ് ഗുജറാത്തിലെ പെണ്ണങ്ങൾ ഒത്തുകൂടിയത്. അത് അസാധാ രണമായ ഒത്തുചേരൽ തന്നെയായിരുന്നു. ഗുജറാത്തിന്റെ വിവിധ ഭാഗങ്ങളിൽ നിന്നും വന്നെത്തിയവർ. ഹിന്ദുക്കളും മുസ്ലിങ്ങളും ദളിതരും ആദിവാസികളുമായ പതിനായിരത്തിൽപ്പരം പെണ്ണങ്ങൾ. അവരിൽ വലിയ നേതാക്കളുണ്ടായിരുന്നില്ല. അതൊരു രാഷ്ട്രീയ സമ്മേളനവുമാ യിരുന്നില്ല. എന്നാൽ അവർക്ക്, അനുഭവങ്ങളിൽ നിന്നു കാച്ചിക്കുറുക്കി യെടുത്ത മുദ്രാവാക്യങ്ങളുണ്ടായിരുന്നു. നിശ്ചയദാർഢ്യമുണ്ടായിരുന്നു. അവർ ഒരേ കണ്ഠത്തിൽ നിന്നെന്നവണ്ണം, ദിഗന്തങ്ങൾ ഭേദിക്കുമാറുച്ച ത്തിൽ മുദ്രാവാക്യങ്ങൾ മുഴക്കി: ഞങ്ങൾ ഗുജറാത്തിലെ പെണ്ണങ്ങൾ വർഗീയതക്കും ജാതീയതക്കുമെതിരെ പ്രതിജ്ഞയെടുക്കുന്നു....

 അങ്ങനെത്തന്നെയാണ് ഇപ്പോഴും കാര്യങ്ങൾ

മുപ്പതിൽപ്പരം വരുന്ന വനിതാഗ്രൂപ്പുകളുടെ ഐക്യവേദിയായി ഒരുങ്ങിയ സമ്മേളനത്തിന് കച്ചിൽ നിന്നും സുരേന്ദ്ര നഗറിൽ നിന്നും പഞ്ചമഹലിൽനിന്നും ദഹോദിൽ നിന്നും അഹമ്മദാബാദിൽ നിന്നും ബറോഡയിൽ നിന്നും വന്നെത്തിയ സ്ത്രീകൾ ഹൃദയഭാരത്തോടെയാണ് ടാഗോർഹാളിൽ ഞെരുങ്ങിയിരുന്നത്. ഗോധ്ര സംഭവത്തിനശേഷം മാസങ്ങളോളമുള്ള മൃഗീയവും ഭീകരവുമായ സ്വാനുഭവങ്ങൾ വിവരിക്കാൻ സ്ത്രീകൾ അഹമഹമികയാ വേദിയിലേക്ക് കയറുകയായിരുന്നു. സങ്കടവും രോഷവും ആത്മനിന്ദയും സ്ഫുരിക്കുന്ന സ്ത്രീകളുടെ അനുഭവവിവരണങ്ങൾ. സമ്മേളനത്തിന് നരോദ പാട്ടിയയിൽ നിന്ന് വന്ന ബീബിബാനോ വിന്റെ ചോദ്യത്തിന് ആർക്കാണ് മറുപടി പറയാനാവുക? അവർ സമ്മേളനത്തിനു മുമ്പാകെ നിരുദ്ധകണ്ഠയായി: പതിനൊന്നു പേരുള്ള എന്റെ കുടുംബത്തിൽ നിന്നു എട്ടുപേർ കൊല്ലപ്പെട്ടു. സഹായത്തിനായി പോലീസ് അധികാരികളെ സമീപിച്ചപ്പോൾ അവർ പറഞ്ഞത് മുസ്ലിം കൾക്ക് സംരക്ഷണം നൽകാൻ ഞങ്ങൾക്ക് ഉത്തരവില്ല എന്നാണ്. മുസ്ലിംകൾ ഇന്ത്യയിലെ പൗരന്മാരല്ലേ?

നരോദയിൽ നിന്നുതന്നെ എത്തിയ കുൽസും ബാനോ പറഞ്ഞു: ഏഴു വയസ്സുള്ള എന്റെ മകളെ, എന്റെ കൺമുമ്പിലിട്ടു കൊന്നു. എന്തു തെറ്റാണ് ഞങ്ങൾ ചെയ്തത്?

അറുപതു വയസ്സുള്ള, പണ്ടാർവയിൽ നിന്നുള്ള അലിമ ഖനിഭായ് വിതുമ്പലിനിടയിൽ ഉരിയാടാൻ ഏറെ പ്രയാസപ്പെട്ടു. ഒരു ആൺപ്രം നാലു പെണ്ണും അടങ്ങിയ അഞ്ചു പിഞ്ചുകുഞ്ഞുങ്ങളെ പരിപാലിക്കാൻ ഞാനും എന്റെ യുവതിയായ മരുമകളുമാണ് ശേഷിച്ചിട്ടുള്ളത്. എന്റെ മകനെയും മറ്റു കുടുംബാംഗങ്ങളെയും കൊലപ്പെടുത്തിയവരുടെ പേരു വിവരങ്ങൾ എന്റെ മനസ്സിൽ കല്ലിച്ചു കിടക്കുകയാണ് കുട്ടരേ....

കുറ്റവാളികളുടെ പേരിൽ കേസെടുത്ത് കോടതിയിൽ ഹാജരാക്ക ണമെന്ന്, നീതി നടപ്പാക്കണമെന്ന് ആയിരത്തിലേറെ പെണ്ണങ്ങൾ സംഘം ചേർന്ന് ആവശ്യപ്പെട്ടുമ്പോൾ, ഗുജറാത്തിൽ എല്ലാം സാധാ രണപോലെ എന്ന് വിശ്വസിക്കാൻ ഹൃദയത്തിൽ മരുഭൂമിയുമായി നടക്കുന്നവർക്കേ കഴിയൂ.

നരോദ പാട്ടിയക്കാരി തന്നെയായ നൂർജിഹാൻ ബാനോ ഖണ്ഡി തമായി പറയുന്നത് നോക്കുക: അതിക്രമങ്ങൾക്കും അധാർമ്മികതക്കും അരുനിൽക്കുന്ന ഒരു ഗവർമെണ്ട് ഞങ്ങൾക്കു വേണ്ടതന്നെ...

ഗുജറാത്തിൽ വർഗീയ കലാപം ആളിക്കത്തിയപ്പോൾ, മനുഷ്യത്വം വറ്റിവരണ്ട ഒരു വികാരമായതിൽ അത്ഭുതം കുറവാനേ അവർക്ക്

ഇപ്പോഴും കഴിയുന്നുള്ളൂ. ദശകങ്ങളായി അയൽപക്കബന്ധങ്ങളുള്ളവ രിൽ നിന്നുപോലും സഹായഹസ്തങ്ങൾ നീണ്ടുവന്നില്ല....!

ഗോധ്രയിൽ നിന്നു മാറ്റിപ്പാർപ്പിച്ചിട്ടുള്ളവരുടെ ഒരു ക്യാമ്പിൽ കഴിയുന്ന ലത്തീഫക്ക് പറയാനുണ്ടായിരുന്നത് വേറിട്ടൊരു അനുഭ വമായിരുന്നു. രാജസ്ഥാൻ അതിർത്തിയിലുള്ള ഫത്തേപ്പുരയിലുള്ള മുസ്ലിംകൾക്ക് അഭയകേന്ദ്രങ്ങളൊരുക്കുന്ന അയൽസംസ്ഥാനത്തെ ഹിന്ദുക്കളെക്കുറിച്ച് സംസാരിക്കവേ ലത്തീഫ ചോദിച്ചു: ഗുജറാത്തിലെ ഹിന്ദുക്കൾക്ക് എങ്ങനെയാണ് ഞങ്ങൾ ചതുർത്ഥിയായത്...!

അഭിഭാഷകയായ സോഫിയ ഖാൻ ചോദിച്ചത് ഇങ്ങനെയായിരു ന്നു: എന്താണിപ്പോൾ ഗുജറാത്തിന്റെ തനതായ അന്തസ്സ്? അഥവാ അഭിമാനം? ഞങ്ങൾ മുസ്ലിം സ്ത്രീകളെ ബലാൽസംഗം ചെയ്യുവെന്നോ, ആയിരക്കണക്കിൽ മുസ്ലിം പുരുഷന്മാരെ കശാപ്പ ചെയ്യുവെന്നോ...! സത്യത്തിൽ ഗുജറാത്തികളെന്ന് അറിയപ്പെടുന്നതിൽ ഞങ്ങൾ ലജ്ജി ക്കുകയാണ്....

നരകവാതിലുകൾ മലർക്കെ തുറന്നിട്ടുകയും കാറ്റും വെളിച്ചവും കിളികളും പൂക്കളും കാണായ പുതിയൊരു വഴിയിലേക്ക് വിരൽ ചൂണ്ട കയുമായിരുന്ന ഗുജറാത്തിൽ ഒത്തുകൂടിയ പെണ്ണങ്ങൾ എന്നുപറയാം. അവരെ ഹൃദയപൂർവം അഭിനന്ദിക്കുകയുമാവാം.

തീകൊണ്ടുള്ള കളി ഗുജറാത്തിൽമാത്രം ഒതുങ്ങാവുന്നതല്ലെന്നിരി ക്കെ, ലാഘവബുദ്ധിയോടെ ഗുജറാത്തിൽ മാത്രമാണോ മനുഷ്യരുള്ളത് എന്ന് ചോദിക്കാൻ അസുരഗണത്തിൽപ്പെട്ടവർപോലും ശങ്കിക്കും എന്നതാണ് നമ്മുടെ നാടിന്റെ യഥാർത്ഥ അവസ്ഥ എന്ന് ആർക്കാണ് അറിയാത്തത്?

2002 ഡിസംബർ 22

     അങ്ങനെത്തന്നെയാണ് ഇപ്പോഴും കാര്യങ്ങൾ

രോഗം പ്രതിരോധം

സാർസിന്റെ (Severe Actute Respiratory Syndrome) തേരോട്ട വാർത്തകൾക്കിടയിൽ ഡോക്ടർ കെ.കെ. ദത്തയെപ്പോലുള്ളവരുടെ അഭിമതങ്ങൾ എങ്ങനെയാണ് സ്വീകരിക്ക പ്പെട്ടുക എന്നറിയില്ല. എന്നാൽ അനുഭവത്തിന്റെയും അറിവിന്റെയും ആധികാരികതയുള്ള അദ്ദേഹത്തിന്റെ മൊഴികൾക്ക് നാം തീർച്ചയാ യും കാതു കൊട്ടുക്കേണ്ടതുണ്ടെന്നു തോന്നുന്നു. ഏതു വിപത്തുകളെയും യാഥാർത്ഥ്യബോധത്തോടെ നേരിടുക, അതുവഴി അന്തഃസംഘർഷം ലഘൂകരിക്കുക എന്നുകൂടിയാവണം ഡോക്ടർ ദത്ത ലക്ഷ്യമാക്കുന്നത്. നാഷണൽ ഇൻസ്റ്റിറ്റ്യൂട്ട് ഓഫ് കമ്മ്യൂണിക്കബിൾ ഡിസീസസി (NICD) ന്റെ മുൻ ഡയറക്ടരും ഔദ്യോഗിക ചുമതലയിൽനിന്നു വിരമിച്ച ആരോ ഗ്യശാസ്ത്രജ്ഞനുമായ ഡോക്ടർ ദത്ത പറയുന്നത് നോക്കുക: സാർസ് വന്നു. അതു പടരുകയും ചെയ്യും. നമുക്ക് ഒഴിവാക്കാനാവില്ല. കാലം ചെല്ലുമ്പോൾ അതിന്റെ മാരകശേഷി കുറയും. പരിഭ്രമിക്കേണ്ടതില്ല. രോഗലക്ഷണംകൊണ്ട് ചികിത്സാസംബന്ധമായ മുൻകരുതലുകൾ വേണമെന്നു തോന്നുന്നുണ്ടെങ്കിൽ മാത്രം ആശുപത്രിയിൽ അറിയി ക്കുക.

നമുക്കു പരിചിതവും സാധാരണവുമായ ജലദോഷത്തിന്റെ രോഗാ ണുക്കളാണ് ജീവഹാനി വരുത്തുന്ന സാർസിന്റെ ക്രൂരവേഷമിട്ട് പുറ ത്തുവന്നിരിക്കുന്നത്. അത് നമ്മുടെ ചുറ്റുപാടിൽ നിന്നു വിട്ടുപോവുന്ന പ്രശ്നമില്ല. ഇങ്ങനെത്തന്നെയാണ് ഇൻഫ്ലുവൻസ ഉണ്ടായത്. അത്യുഗ്രമായ മാരകശേഷിയോടെയുള്ള ഇൻഫ്ലുവൻസയുടെ ഒന്നാം വരവ് 1918 ലായിരുന്നു. ലോകത്തെമ്പാടും അനേകമാളുകൾ ഇൻഫ്ലു വൻസ പിടിപെട്ടു മരിച്ചു. ഇപ്പോൾ പക്ഷേ ലോകത്തൊരിടത്തും ആരും ഇൻഫ്ലുവൻസയുടെ പേരിൽ പരിഭ്രാന്തരാവുന്നില്ല. ഒരർത്ഥത്തിൽ

ഇൻഫ്ളുവൻസ ജനങ്ങൾക്കിപ്പോൾ വളർത്തുമൃഗത്തെപ്പോലെയാണ്. ആളുകൾ ആ രോഗത്തെ മെരുക്കിയെടുക്കുകയോ, രോഗം ആളുകൾക്ക മെരുങ്ങുകയോ ചെയ്തിരിക്കുന്നു.

ഇതു കേരളത്തിന്റെയോ, ഇന്ത്യയുടേയോ മാത്രം അവസ്ഥയല്ല. ലോകത്തുള്ള നിരവധി ആളുകൾ പകർച്ചവ്യാധികളുമായി മല്ലിടുന്ന ണ്ട്. വർഷംതോറും നിരവധി ആളുകൾ മരിക്കുന്നുമുണ്ട്. ഏറ്റവും മികച്ച ചികിത്സാകേന്ദ്രങ്ങളുള്ള ലോകത്തെ പലയിടങ്ങളിലും, ചികിത്സിച്ച ഭേദമാക്കാവുന്ന ന്യൂമോണിയ പിടിപെട്ട് ആണ്ടുതോറും മരിക്കുന്നത് എത്രയോ ആയിരങ്ങളാണ്. രണ്ടായിരാമാണ്ടിൽ അമേരിക്കയിൽ മാത്രം 1.3 കോടി ആളുകളെ ന്യൂമോണിയ പിടിപെട്ട് ആശുപത്രിക ളിൽ പ്രവേശിപ്പിക്കുകയുണ്ടായി. അവരിൽ അറുപത്തിനാലായിരം രോഗികൾ ആശുപത്രികളിൽ നിന്നല്ല, ജീവിതത്തിൽ നിന്നുതന്നെ യാണ് പടിയിറങ്ങിപ്പോയത്. ശ്വാസകോശത്തിലെ പകർച്ചവ്യാധി മൂലം നാല്ക്കോടി കുട്ടികളാണ് ആണ്ടുതോറും ലോകത്തിനു നഷ്ടമാവുന്നത്. ഇതിൽ ബഹുഭൂരിപക്ഷം ശിശുമരണങ്ങളും ഇന്ത്യയിലാണെന്നാണ് കണക്കുകൾ വ്യക്തമാക്കുന്നത്. അതുപോലെ ഇന്ത്യയിൽ ദിവസം തോറും ആയിരക്കണക്കിൽ ക്ഷയരോഗികൾ ജീവിതത്തിന്റെ മറുകര തേടുന്നുണ്ട്.

ഇങ്ങനെയൊക്കെയാണ് സ്ഥിതി എന്നിരിക്കിലും പുതുരോഗമായ സാർസിനെക്കുറിച്ചുള്ള അറിവുകൾ പരിമിതമാകയാൽ ആപച്ഛങ്കകൾ സ്വാഭാവികമാണ്. ജൈവായുധപ്രയോഗത്തിന്റെ ഫലമായാണോ സാർസ് എന്ന ചിലരുടെ സംശയങ്ങൾ, ഗവേഷകർ ശരി വച്ചിട്ടില്ലെ ങ്കിലും നിലനിൽക്കുന്നുണ്ട്. കഴിഞ്ഞ ഒരു പതിറ്റാണ്ടിനിടക്ക് മുപ്പതോളം പുതിയ വൈറസുകൾ മനുഷ്യരാശിക്ക് ഭീഷണിയായി പ്രത്യക്ഷപ്പെട്ടിട്ടു ണ്ട്. ഏറ്റവുമൊടുവിലത്തേതാണ് സാർസ് വൈറസുകൾ. ഈ രോഗം പിടിപെട്ടവരിൽ കേവലം മൂന്നു ശതമാനം മാത്രമാണ് ഗുരുതരാവസ്ഥ യിലായത്.

1994ൽ ഇന്ത്യയിൽ പടർന്നുപിടിച്ച പ്ലാഗിനെതിരെ പടപൊരുതിയ അനുഭവങ്ങളുള്ള ഡോക്ടർ ദത്ത വ്യക്തമാക്കുന്നു: എല്ലാവരിലുമല്ല, സാർസ് രോഗികളുമായി വളരെ അടുത്തിടപെടുന്നവരിൽ രോഗലക്ഷ ണങ്ങൾ കണ്ടെന്നു വരും. സംശയമുള്ളവരെ അപ്പോൾ മാറ്റിപ്പാർപ്പിക്ക കയുമാവാം. രോഗനിർണയത്തിനുള്ള പരിശോധനകൾ പലപ്പോഴും കുറ്റമറ്റതാവണമെന്നില്ല. യഥാർത്ഥ സാർസ് രോഗികളിലെ രോഗാണ ക്കളെ കണ്ടെത്താൻ കഴിയാത്ത അവസ്ഥയും ഉണ്ടായേക്കാം.

 അങ്ങനെത്തന്നെയാണ് ഇപ്പോഴും കാര്യങ്ങൾ

ഇന്ത്യൻ മെഡിക്കൽ അസോസിയേഷൻ പ്രവർത്തകൻ കെ.കെ. അഗർവാൾ പറയുന്നതു നോക്കു: പുതിയ രോഗം പകർച്ചവ്യാധി തന്നെ; ക്ഷയരോഗത്തെപ്പോലെ. മൂർധന്യത്തിലെത്തിയ ക്ഷയരോഗികളെ ഡോക്ടർമാർ ചികിത്സിച്ച് ഭേദമാക്കുന്നത് നമുക്ക് അറിയാവുന്ന കാര്യമാണല്ലോ.

1918ൽ ഇരുപതുകോടിയോളം ആളുകളെ കൊന്നൊടുക്കിയ സ്പാനിഷ് ഫ്ളൂവിന്റെ തിക്താനുഭവം ലോകത്തിനുണ്ട്. മാരകമായ ആ ഇൻഫ്ളുവൻസയുടെ വൈറസുകൾ പന്നികളിൽ നിന്നായിരുന്നു. ഒന്നാം ലോകമഹായുദ്ധത്തിലെ പട്ടാളക്കാർ വഴി അതു പടർന്നുപിടിക്കുകയും ചെയ്തു. 1918 നു ശേഷവും പലതരത്തിലുള്ള ഇൻഫ്ളുവൻസകളുടെ വൈറസുകൾ ലോകത്ത് ചുറ്റി സഞ്ചരിച്ചിട്ടുണ്ട്. 1957ൽ ഉണ്ടായ ഏഷ്യൻ ഫ്ളൂ, 1968 ൽ ഉണ്ടായ ഹോങ്കോങ്ങ് ഫ്ളൂ എന്നീ ഇൻഫ്ളുവൻസകളുടെ വൈറസുകളും പന്നിയുടെ സംഭാവനയായിരുന്നു! പറഞ്ഞുവരുന്നത് സാർസ് ഇത്തരത്തിൽ ഒരു ജനതയെയാകെ കാർന്നു തിന്നുന്ന തരത്തിലുള്ള ആദ്യത്തെ പകർച്ചവ്യാധിയൊന്നുമല്ലെന്നാണ്. ജാഗ്രത വേണം; ചികിത്സയും. എന്നാൽ അമിതമായ പരിഭ്രാന്തികൾകൊണ്ട് എന്തു ഫലം? സാർസ് എന്ന ഈ വെല്ലുവിളിയെയും വൈദ്യശാസ്ത്രം നേരിട്ടുകതന്നെ ചെയ്യും.

- 2003 മെയ് 11

അവർക്കായി ശരിയായ പാഠങ്ങൾ

എട്ട് മുതൽ പതിനാറുവരെ വയസ്സുള്ള ആ ഗുജറാത്തി മുസ്ലിം കുട്ടികളുടെ പീഡാനുഭവങ്ങളെക്കുറിച്ച് മനുഷ്യത്വം കൈമോശം വരാത്തവർക്ക് ഒട്ടൊക്കെ സങ്കല്പിക്കാൻ കഴിഞ്ഞേക്കാം. ആ ബാല്യ കൗമാരങ്ങളുടെ ദുരിതപർവം അവസാനിക്കുകയാണെന്നാണോ, തുടരു കയാണെന്നാണോ പറയേണ്ടത് എന്ന് എനിക്ക് തിട്ടമില്ല. ഏതായാലും പിറന്ന നാടിന്റെ ഭർത്സനങ്ങളിൽ നിന്നും ക്രൂരമായ വിവേചനങ്ങളിൽനി ന്നും ആ കുരുന്നുകൾ യാത്രയാവുകയാണെന്ന് പറയാം. മുട്ടുകുത്തിയിഴയു കയും പിച്ചവെച്ച് നടക്കുകയും മണ്ണപ്പം ചുട്ടുകളിക്കുകയും ചെയ്ത സ്വന്തം മണ്ണിൽനിന്നു താൽക്കാലികമായെങ്കിലും പടിയിറങ്ങുകയാണെന്ന് പറയാം. ഭാവി കരുപ്പിടിപ്പിക്കുക എന്ന സ്വപ്നസാക്ഷാൽക്കാരത്തിനാ യാണ് അവർ നാട്ട വിട്ടുള്ള വീട്ട തേട്ടന്നത് എന്നറിയുക. ഗുജറാത്തിലെ ആ പാവം കുട്ടികൾക്കായി അഭയമൊരുക്കിയിരിക്കുന്നത് ഇങ്ങകലെ കേരളത്തിലാണ്. കാസർകോഡ് ജില്ലയിലെ മംഗലപാടി ശിഹാബുൽ ഉല്ലം റസിഡൻഷ്യൽ സ്കൂളിൽ ആ കുട്ടികളുടെ മുടങ്ങിപ്പോയ വിദ്യാ ഭ്യാസം തുടരാനുള്ള സംവിധാനങ്ങൾ ഏർപ്പെടുത്തിയിരിക്കുന്നത് ഷേഖ് അബ്ദുല്ലയുടെ നേതൃത്വത്തിലുള്ള സ്കൂൾ ട്രസ്റ്റാണ്. സ്കൂളിനെ സംബന്ധിച്ചുള്ള വിശദമായ അന്വേഷണങ്ങൾക്കുശേഷമാണ് ഗുജറാ ത്തിലെ സാർവജനിക് റിഹാബിലിറ്റേഷൻ കമ്മറ്റി കുട്ടികളെ ഇവിടേക്ക് അയക്കാൻ തയ്യാറായത്.

അങ്ങനെ ഗുജറാത്ത് കൂട്ടക്കൊലയുടെ പാർശ്വഫലമെന്നോണം അവിടത്തെ പരിത്യക്തരായ മുസ്ലിംകുട്ടികൾ വിദ്യാഭ്യാസത്തിനായി വിദൂ രകേരളത്തിൽ എത്തിപ്പെട്ടിരിക്കയാണ്. ഹിന്ദു മാനേജ്മെന്റ് സ്കൂളിൽ പഠിച്ചിരുന്ന ആ കുട്ടികൾ ഗുജറാത്തിലെ കൂട്ടക്കൊലക്കശേഷം അങ്ങേയറ്റം അവഹേളിതരായാണ് കഴിഞ്ഞുപോന്നത്. പേടിസ്വപ്നം

പോലെ, ആ നാളകൾ ഇപ്പോഴും കുട്ടികളെ വേട്ടയാട്ടുന്നുണ്ടെന്ന പറയാം. സഹപാഠികളും അധ്യാപകരും വർഗീയതയുടെ, വിഭാഗീയ തയുടെ കൊടുംവിഷം തങ്ങൾക്കുനേരെ ചീറ്റിയയും ശ്വാസം മുട്ടിച്ചതും ആ പിഞ്ചു മനസ്സുകളിൽ എക്കാലത്തേക്കുമുള്ള ഭീതിയായി, നോവായി തിണർത്തു കിടക്കുക തന്നെയാണ്. പൊട്ടന്നനെ ഒരു നാൾ തങ്ങ ൾക്ക് വീടില്ലാതായയും രക്ഷിതാക്കൾ ഇല്ലാതായയും വിദ്യാലയങ്ങൾ ഇല്ലാതായയും ഹൃദയഭേദകമായ അവരുടെ അനുഭവങ്ങൾ തന്നെയാ ണല്ലോ. ഗോംടിപൂർ അനുപം ഏരിയയിലെ പ്രഗതി ഇംഗ്ലീഷ് മീഡിയം പ്രൈമറി സ്കൂളിലെ ഏഴാം ക്ലാസ് വിദ്യാർത്ഥിയായിരുന്ന ദിവാൻ മുഹമ്മദ് സൽമാൻ. ഹിന്ദുക്കൾ മാത്രമുള്ള പ്രദേശത്തെ ആ സ്കൂളിൽ ഗണ്യമായ തോതിൽ മുസ്ലിം വിദ്യാർത്ഥികളും പഠിച്ചിരുന്നു. എന്നാൽ കൂട്ടക്കൊലയുടെ അനന്തരനാളുകളിൽ സ്കൂൾ അന്തരീക്ഷം ആകെ മാറുകയായിരുന്നു. സൽമാൻ അതേക്കുറിച്ച് പറഞ്ഞത് ഇങ്ങനെ; മുസ്ലിം വംശഹത്യയിൽ ഹിന്ദുകുട്ടികൾ ഊറ്റം കൊള്ളാനും അതിന്റേതായ പരുക്കൻ പെരുമാറ്റരീതികൾ കൈക്കൊള്ളാനും തുടങ്ങി. മുസ്ലിം കുട്ടിക ളാവട്ടെ ഒറ്റപ്പെട്ട നിലക്കുള്ള ഉപദ്രവങ്ങളിൽ നിന്നും രക്ഷപ്പെടാനായി സംഘം ചേരാനും തുടങ്ങി. ആ വിദ്യാലയത്തിൽ ആകെ എത്ര മുസ്ലിം കുട്ടികൾ ഉണ്ടെന്ന് തിട്ടപ്പെടുത്തേണ്ടി വന്നത് അങ്ങനെയാണ്. ഞങ്ങൾ നൂറ്റമ്പതു പേരുണ്ടായിരുന്നു. അപ്പറത്ത് മഹാഭൂരിപക്ഷം ഹിന്ദു കുട്ടികൾ. ഞങ്ങൾ പലപ്പോഴും ശാരീരികമായിത്തന്നെ ആക്രമിക്കപ്പെട്ടു. അധ്യാപ കരാവട്ടെ ഞങ്ങളെ സഹായിക്കുന്നതിൽ ഒട്ടും താൽപര്യം കാട്ടിയില്ല....

തയ്യൽക്കട നശിപ്പിക്കപ്പെട്ട ഒരാളുടെ മകനാണ് സൽമാൻ. കുടുംബം പക്ഷേ എങ്ങനെയോ രക്ഷപ്പെടുകയായിരുന്നു.

നവയുഗ് ശിശുനികേതനിലെ അഞ്ചാം ക്ലാസ് വിദ്യാർത്ഥിയായിരു ന്ന കൊച്ചുമാസിന്റെ മനസ്സിലെ മായാത്ത കറ മറ്റൊന്നാണ്. സഹപാ ഠികൾ മാത്രമല്ല ഗുരുനാഥന്മാർക്കൂടി അപമാനകരമായ ചോദ്യങ്ങളും ആംഗ്യവിക്ഷേപങ്ങളുമായി നിരന്തരം നോവിപ്പിച്ചു.

സ്കൂൾ ബാഗിനുള്ളിലും യൂനിഫോമിനുള്ളിലും ആയുധങ്ങൾ ഒളി പ്പിച്ചവച്ചിട്ടുണ്ടോടാ, ഇതൊക്കെ നിങ്ങളുടെ കൂട്ടക്കാർ അനുഭവിക്കേ ണ്ടതുതന്നെയാണ് തുടങ്ങിയ ശാപോക്തികൾ ആ പിഞ്ചു മനസ്സിൽ കൊള്ളാവുന്നതിനപ്പുറമായിരുന്നുവല്ലോ.

അഹമ്മദാബാദിൽനിന്ന് 80 കി.മീറ്റർ അകലെയുള്ള നൂതൻ ഹൈസ്കൂളിലെ ഉബൈദുള്ളയും മറ്റ നാലു മുസ്ലിം കുട്ടികളും തങ്ങളുടെ എല്ലാ ആഘാതങ്ങളും മറന്ന് പരീക്ഷയെഴുതാൻ തീരുമാനിച്ചതാണ്

പ്രശ്നമായത്. യാതൊരു കാരണവശാലും അവരെ പരീക്ഷയെഴുതാൻ അനുവദിച്ചുകൂടെന്ന വാശിയായിരുന്നു സീനിയർ ഹിന്ദുവിദ്യാർത്ഥിക ൾക്ക്. വാക്കേറ്റവും അടികലശലുമായി. അടിയേറ്റ് ഒരു മുസ്ലിം വിദ്യാ ർത്ഥി ബോധരഹിതനായി. പ്രതികാരമായി പിറ്റേദിവസം, ഉബൈദ ള്ളയുടെ സഹപാഠി, അഖിബ് ഒരു കത്തിയുമായി സ്കൂളിൽ വരികയും ഒരു ഹിന്ദുവിദ്യാർത്ഥിയുടെ കൈക്ക് കത്തി മുറിവേൽപ്പിക്കുകയും ചെയ്തു. ഹിന്ദു വിദ്യാർത്ഥിയുടെ മാതാപിതാക്കൾ സ്കൂളിൽ പറന്നെത്തി മുസ്ലിം വിദ്യാർത്ഥികളാകെ കഴപ്പക്കാരാണെന്ന് ആരോപിക്കാനും ബഹളം വയ്ക്കാനും തുടങ്ങി. അവർ അവസരം ശരിക്ക് വിനിയോഗിച്ചു എന്നാണ് പറയേണ്ടത്.

ഉബൈദുള്ളയുടെ സുഹൃത്ത് അഖിബിന് പക്ഷേ മറ്റാരെയും കുത്തിമു റിവേൽപിക്കാൻ കഴിയുമായിരുന്നില്ല. അഖിബിനെ പ്രതികാരത്തിലേ ക്ക് നയിച്ചത് തിക്താനുഭവം തന്നെയായിരുന്നു. അതുകൊണ്ടുതന്നെ ഒന്നിച്ചുനിന്ന് എല്ലാ ആരോപണങ്ങളെയും നിരസിക്കാൻ അവർക്ക് പ്രയാസമേതുമുണ്ടായില്ല.

ക്രൂരതയുടെ ഭീകരചിത്രങ്ങൾ കൊച്ചുമനസ്സിൽ കൊണ്ടുനടക്കുന്ന വേറെയും കുട്ടികളുണ്ട് ഇവരുടെ കൂട്ടത്തിൽ. കാരണമേതുമില്ലാതെ സ്കൂ ളുകളിൽനിന്ന് ഇറക്കിവിട്ട സങ്കടവുമായി കഴിയുന്നവർ. എല്ലാ വിഷമങ്ങ ളും മുറിച്ചുകടന്ന് നന്നായി പഠിച്ച് ഡോക്ടറാവാൻ അഭിലഷിക്കുന്നവർ. കലാപത്തിന്റെ മൂർദ്ധന്യത്തിൽ ഹിന്ദുഡോക്ടർമാർ മുസ്ലിങ്ങളോട്ട കാട്ടിയ അവഗണന എടുത്തുപറഞ്ഞുകൊണ്ടാണ് നാലാം ക്ലാസ്സിൽ പഠിക്കുന്ന ഒരു കുട്ടി 'ഡോക്ടർ സ്വപ്നം' കാണാൻ തുടങ്ങുന്നത് എന്ന് അറിയുക.

മൻസൂരി എന്ന ഒരു പിതാവ് അതു ശരിവെച്ചുകൊണ്ട് പറഞ്ഞത് ഇങ്ങനെയാണ്: ഹിന്ദുഡോക്ടർമാർ മുസ്ലിംകളെ സഹായിച്ചില്ല. ആ അനുഭവം വെച്ചുകൊണ്ട് ഞങ്ങൾ കുട്ടികളെ നന്നായി പഠിപ്പിക്കാൻ നോക്കുകയാണ്. ഭാവിയിൽ ഞങ്ങൾക്കതൊരു രക്ഷയാവട്ടെ...

അദ്ദേഹത്തിന്റെ ഭാര്യ സൽമ മൻസൂരിയുടെ പ്രതികരണം ഗുജ റാത്തിലെ വർഗീയവിപത്തിന്റെ ആഴത്തിൽ മിഴിനട്ടുകൊണ്ടുള്ള അനുഭവപാഠം തന്നെയായിരുന്നു: ഇപ്പോൾ മനുഷ്യ സഹായം ഏതു ജനത്തിനാണ് വേണ്ടത്? ഹിന്ദു ഹിന്ദുവിനെയും മുസ്ലിം മുസ്ലിമിനെയുമ ല്ലേ ആശ്രയിക്കുന്നത്...

അങ്ങനെ ഗുജറാത്തിൽ നിന്ന് അറിവുതേടി കേരളത്തിൽവന്ന കൊച്ചുകുട്ടികൾ നമ്മുടെ വിശിഷ്ടാതിഥികളാവുകയാണ്. ഗുജറാത്തിന്റെ

ഈ ഭാവിവാഗ്ദാനങ്ങളെ പേടിസ്വപ്നങ്ങളിൽനിന്ന് മോചിപ്പിക്കേണ്ടതു
ണ്ട്. അറിവിന്റെ വാതായനങ്ങൾ അവർക്കായി തുറന്നു കൊടുക്കേണ്ട
തുണ്ട്. ചരിത്രത്തിന്റെ സെക്കുലർ അധ്യായങ്ങൾ കൊച്ചുമിഴികൾക്കു
മുന്നിൽ പകുത്തുകൊടുക്കേണ്ടതുണ്ട്. അവരുടെ ഇരുട്ട് നിറഞ്ഞ കൊച്ചു
മനസ്സുകളിൽ വെളിച്ചം നിറയ്ക്കേണ്ടതുണ്ട്. ഈ ബാല്യകൗമാരങ്ങളുടെ
യാത്ര തെളിഞ്ഞ വഴിയിലൂടെ ആവുമ്പോഴേ നമുക്കു സ്വാസ്ഥ്യം കൈവ
രിക്കാനാവൂ.

-2003 മാർച്ച് 16

മുത്തങ്ങയിലെ കൂട്ടായ്മ

ആദിവാസികൾക്ക് ആത്മമില്ല എന്ന് സ്വാസ്ഥ്യത്തിന്റെ ഏതോ പച്ചത്തുരുത്തിലിരുന്ന് മുതലക്കണ്ണീർ പൊഴിക്കുന്നവർ, സമീപഭൂതകാലത്ത് തലസ്ഥാനനഗരിയിൽ ആദിവാസികളോടൊപ്പം ആനന്ദനൃത്തം ചവിട്ടിയവരെക്കുറിച്ച് പരിഹസിക്കുന്നതിൽ വലിയ അർത്ഥമൊന്നും കാണാനാവില്ല. സാഹിത്യകാരന്മാരുടെയും സാംസ്കാരികനായകരുടെയും ആദിവാസിപ്രേമം വെറും കപടനാട്യമാണെന്ന് ഏതു മഹാസാഹിത്യകാരൻ വിളിച്ചുകൂവിയാലും അതുകൊണ്ടുതന്നെ അവഗണിക്കാവുന്നതേയുള്ളൂ. ആർദ്രത നഷ്ടപ്പെട്ടിട്ടില്ലാത്ത മുഴുവൻ ആളുകളുടെയും മനസ്സ് മുത്തങ്ങയിലെ അതിദാരുണമായ സംഭവത്തിൽ തേങ്ങുമ്പോൾ അരുന്ധതി റോയിയെ ആരെല്ലാമോ വിശ്വസാഹിത്യകാരി എന്നു വിളിക്കുന്നതിലെ അപ്രിയം പ്രകടിപ്പിക്കാൻ അവസരം കാണുകയാണ് ഈ സാഹിത്യശ്രേഷ്ഠൻ! മുത്തങ്ങ സംഭവത്തിൽ കേരളത്തിന്റെ മുഖ്യമന്ത്രി ആന്റണിയുടെ കൈകളിൽ ചോര പുരണ്ടിരിക്കുന്നു എന്ന് അരുന്ധതി റോയി കാര്യകാരണസഹിതം ഹിന്ദു ദിനപത്രത്തിലെഴുതിയ തുറന്ന കത്തും ഈ മഹാപ്രതിഭക്ക് പഥ്യമായിട്ടില്ല എന്ന് നാം മനസ്സിലാക്കുന്നുണ്ട്. വിയോജിപ്പുള്ളവർ വേറെയും ഉണ്ടാവാതെ വയ്യ. അത് രാഷ്ട്രീയമാണെന്ന് ആർക്കും മനസ്സിലാക്കാവുന്നതേയുള്ളതാനും. അത് അവരുടെ വിശ്വാസം. വഴി. അത്രതന്നെ.

ഈ സാഹിത്യശ്രേഷ്ഠനുള്ള ശക്തമായ മറുപടി കൂടിയായി ഈയിടെ ബത്തേരിയിൽ എഴുത്തുകാരും സാംസ്കാരിക പ്രവർത്തകരും ചിത്രകാരന്മാരും ശില്പികളും ചലച്ചിത്ര പ്രവർത്തകരും അഭിഭാഷകരും ഒരുക്കിയ കൂട്ടായ്മ എന്നു തീർച്ചയായും പറയാം. ആദിവാസി ഭൂസമരത്തിന് ഐക്യദാർഢ്യം പ്രഖ്യാപിക്കാൻ കേരളത്തിന്റെ വിവിധ ഭാഗങ്ങളിൽനിന്നു വന്നെത്തിയവർ ബത്തേരിയിൽ ഒത്തുകൂടുകയായിരുന്നു. എം.ടി.

വാസുദേവൻനായർ ചെയർമാനായ ആദിവാസി ഐക്യദാർഢ്യസമി തിയാണ് ഈ കൂട്ടായ്മ സംഘടിപ്പിച്ചത്. മുത്തങ്ങ വെടിവെപ്പ് സംബന്ധി ച്ച് ജുഡീഷ്യൽ അന്വേഷണം അനിവാര്യമാണെന്ന് കൺവെൻഷനിൽ അധ്യക്ഷനായിരുന്ന എം.ടി. പറഞ്ഞു. വെടിവെപ്പ് സംബന്ധിച്ച് പല കഥകളും പ്രചരിക്കുകയാണ്. സത്യാവസ്ഥ എന്തെന്ന് ജനങ്ങൾക്ക് അറിയാൻ അവകാശമുണ്ട്. ആരു തെറ്റ ചെയ്തു, ശരി ചെയ്തു എന്നതല്ല പ്രശ്നം. മുത്തങ്ങയിൽ എന്ത് നടന്നു എന്നതാണ്. സംഭവത്തിന് ഉത്ത രവാദികൾ ആര് എന്നറിയാൻ ജുഡീഷ്യൽ അന്വേഷണം ഉണ്ടായേ തീരൂ. ഗവർമെണ്ട് എന്തിനാണ് ജുഡീഷ്യൽ അന്വേഷണത്തെ പേടിക്കുന്നതെന്ന് മനസ്സിലാവുന്നില്ല. ആദിവാസികളെ ഭീകരരായും കുറ്റവാളികളായും ചിത്രീകരിക്കാൻ ശ്രദ്ധശ്രമം നടക്കുന്നുണ്ട്. മാധ്യമ പ്രവർത്തകർക്കെതിരെ പോലും കേസ് എടുത്തിരിക്കയാണ്.

ഡോ. കെ.എൻ. പണിക്കർ മുഖ്യപ്രഭാഷകനായിരുന്ന കൺവ ൻഷൻ ഉദ്ഘാടനം ചെയ്തത് ആദിവാസി പെൺകുട്ടി സീതയാണ്. മുത്തങ്ങയിൽ വെടിയേറ്റ മരിച്ച ജോഗിയുടെ മകൾ. രണ്ടാംവർഷ ഡിഗ്രി വിദ്യാർത്ഥിനിയായ സീത നിരുദ്ധകണ്ഠയായാണ് പലപ്പോഴും വാക്യങ്ങൾ പൂർത്തിയാക്കിയത്. ബത്തേരി കമ്യൂണിറ്റിഹാൾ നിറഞ്ഞു കവിഞ്ഞ സദസ്സ് ദുഃഖഭാരത്താൽ വീർപ്പുമുട്ടുകയായിരുന്നു. ആദിവാസി ഊരുകളിൽ നിന്നുവന്ന സ്ത്രീകൾക്ക് തേങ്ങലിനിടയിൽ സംസാരം അപൂ രണമായി നിറുത്തേണ്ടിവന്നു. എന്നാൽ പൂർത്തിയാക്കാൻ കഴിയാതെ പോയ വാക്കുകളിലെ വികാരം അവിടെ കൂടിയവർക്കാർക്കും അന്യമാ യിരുന്നില്ല എന്നു വേണം പറയാൻ. പുലിയൂക്കിക്കോളനിയിൽനിന്നുവ ന്ന ഒരമ്മയായ മാളുവിന്റെ തേങ്ങലിൽ കുതിർന്ന അനുഭവ വിവരണം ഇങ്ങനെയായിരുന്നു: ആറ്റനോറ്റുണ്ടായ കുഞ്ഞു മരിച്ച വിവരം ഭർത്താവ് അറിഞ്ഞിട്ടില്ല. എന്റെ പൊന്നുമോളുടെ ശവം മറവുചെയ്യാൻ പോലും ആളില്ലാത്ത സ്ഥിതിയായിരുന്നു. എട്ടുവർഷം മുൻപാണ് ഞങ്ങളുടെ കല്യാണം കഴിഞ്ഞത്. കടിഞ്ഞൂൽ കുഞ്ഞാണ് പോലീസ് നരനായാട്ടി നെഞ്ചടർന്ന് മരണപ്പെട്ടത്....

വെടിവെപ്പിന്റെ പിറ്റേ ദിവസമാണ് പുലിയൂക്കിക്കോളനിയിലെ ത്തിയ പോലീസ് സംഘം അതിക്രമങ്ങൾ അഴിച്ചുവിടാൻ തുടങ്ങിയത്. കോളനിയിൽ പോലീസ് അക്ഷരാർത്ഥത്തിൽ ഭീകരത സൃഷ്ടിക്കുക യായിരുന്നു. പുരുഷന്മാരെ തല്ലിച്ചതച്ച് പിടിച്ചുകൊണ്ടുപോയി. സ്ത്രീകളും കുട്ടികളും ജീവനുംകൊണ്ട് കാട്ടിലേക്ക് ഓടി. ഏഴുദിവസം പ്രായമായ ചോരക്കുഞ്ഞിനെയുംകൊണ്ടാണ് മാള കാട്ടിൽ അഭയം പ്രാപിച്ചത്. ആ അമ്മയും കുഞ്ഞും നാല്യദിവസമാണ് വെയിലും തണുപ്പും മഞ്ഞുമേറ്റ

കാട്ടിൽ അലഞ്ഞത്. അത്യന്തം അവശനിലയിലായ കുഞ്ഞിനെ മാന ന്തവാടി ജില്ലാ ആശുപത്രിയിൽ പ്രവേശിപ്പിച്ചെങ്കിലും ആ കുഞ്ഞുജീവൻ പൊലിഞ്ഞുപോവുകയാണുണ്ടായത്. ആണുങ്ങളുടെ അസാന്നിദ്ധ്യ ത്തിൽ കുഞ്ഞിന്റെ ശവം മറവു ചെയ്യാൻ ഏറെ വൈഷമ്യങ്ങൾ സഹി ക്കേണ്ടിവന്നു. ജയിലിൽ കഴിയുന്ന കുഞ്ഞിന്റെ ഹതഭാഗ്യനായ അച്ഛൻ, നാരായണൻ ഈ ദാരുണ വാർത്ത അറിഞ്ഞിട്ടുപോലുമില്ലത്രേ.

വെടിവെപ്പു നടക്കുമ്പോഴും പിന്നീടും മൃഗീയ പീഡനത്തിനിരയായ നിരവധി പേർ സ്വാനുഭവങ്ങൾ വിവരിച്ചു. ഫോറസ്റ്റുകാർ തങ്ങളുടെ കുടില കൾക്ക് തീയിട്ടുകയായിരുന്നെന്ന് കാട്ടിക്കുളം കോളനിയിൽ നിന്നുവന്ന അമ്മിണി പറഞ്ഞു. വെടിയേറ്റും ഭീകരമായ മർദ്ദനമേറ്റും നിരവധി പേർ വീണുകിടക്കുന്നത് കണ്ടിരുന്നെന്ന് ചാലിഗദ്ദ കോളനിയിലെ മല്ലിക പറഞ്ഞു. അനുഭവങ്ങൾ സദസ്സുമായി പങ്കിടുവാൻ ശാന്തയും കുറുക്കനും ഗംഗാധരനും ടി.ശിവരാജനും സുശീലയും രാജഗോപാലനുമുണ്ടായിരു ന്നു. പോലീസുകാർ ചെവിക്കുറ്റി പൊട്ടിച്ച ഡയറ്റ് അധ്യാപകൻ സുരേ ന്ദ്രന്റെ ഭാര്യ മകനോടൊപ്പം ഐക്യദാർഢ്യം പ്രകടിപ്പിക്കാനെത്തി യതും അവർ ഗദ്ഗദത്തിനിടയിൽ സംസാരിക്കാൻ പ്രയാസപ്പെട്ടതും വൈകാരിക മുഹൂർത്തം സൃഷ്ടിച്ചു. ബത്തേരിയിൽ സാംസ്കാരിക പ്രവ ർത്തകർ തീർത്ത മനുഷ്യച്ചങ്ങലയും ഏറെ ശ്രദ്ധേയമായി. എം.ടിയുടെ പ്രത്യക്ഷത്തിലുള്ള ഇത്തരം നേതൃത്വം നമ്മുടെ സാംസ്കാരികരംഗത്ത് പുത്തൻ ഉണർവ് പ്രദാനം ചെയ്യുമെന്നതിൽ സംശയമേതുമില്ല. ഇതിന്റെ ധീരവും സ്വാഭാവികവുമായ തുടർച്ചയായാണ് മുത്തങ്ങ പ്രശ്നത്തിൽ പുറംതിരിഞ്ഞുനിൽക്കുന്ന സർക്കാർ സമീപനത്തിൽ പ്രതിഷേധിച്ച്, രണ്ടാമത് അന്താരാഷ്ട്ര വീഡിയോ ഫെസ്റ്റിവൽ ജൂറി ചെയർമാൻ സ്ഥാനം എം.ടി. രാജിവെച്ചിരിക്കുന്നത്. അതുമാത്രമല്ല പോലീസ് വെടിവെപ്പിനെക്കുറിച്ചുള്ള ജുഡീഷ്യൽ അന്വേഷണമുൾപ്പെടെയുള്ള ആദിവാസികളുടെ ആവശ്യങ്ങളും അവകാശങ്ങളും അംഗീകരിക്കുന്ന തുവരെ സർക്കാരിന്റെ ഒരു പരിപാടിയിലും പങ്കെടുക്കില്ലെന്നും എം.ടി. പ്രഖ്യാപിച്ചിട്ടുണ്ട്. ബത്തേരിയിലെ കൂട്ടായ്മയിൽ എം.ടി. ചൊല്ലിത്തന്ന മുദ്രാവാക്യം ഏറ്റുചൊല്ലിയ ഒരുവനെന്ന നിലയിൽ എന്നെപ്പോലെ നിരവധിപേർ കേരളത്തിൽ അഭിമാനം കൊള്ളുന്നുണ്ടാവണം.

-2003 മാർച്ച് 30

ചരിത്രത്തെ വളച്ചൊടിക്കുമ്പോൾ

അങ്ങനെ വെളിച്ചത്തു വച്ചതും ഒളിപ്പിച്ചു വച്ചതുമായ രാഷ്ട്രീയ അജണ്ടകൾ ഓരോന്നായി പ്രവൃത്തിപഥത്തിൽ കൊണ്ടുവരികയാണ് വാജ്പേയി സർക്കാർ എന്നു പറയാം. ജനസംഘത്തിന്റെ സ്ഥാപകനേതാക്കളിലൊരാളായ ദീനദയാൽ ഉപാധ്യായയെയും രാഷ്ട്രപിതാവായ ഗാന്ധിജിയെയും സമസ്കന്ധരാക്കുന്ന കേന്ദ്രഗവൺമെന്റിന്റെ പരിഹാസ്യമായ നിലപാടിനെക്കുറിച്ച് മുൻപൊരിക്കൽ എഴുതിയതോർക്കുന്നു. ഇപ്പോഴിതാ ചരിത്രത്തെ വെല്ലുവിളിച്ചകൊണ്ട്, ജനതയെ അവഹേളിച്ചകൊണ്ട് മറ്റൊരു നാണക്കേടിന്റെ അനാവരണം...! പാർലമെന്റിന്റെ ചരിത്രപ്പറ്റുള്ള സെൻട്രൽഹാളിൽ വിനായക് ദാമോദർ സവർക്കറുടെ ചിത്രം അനാച്ഛാദനം ചെയ്തതിനെ മറ്റൊരു നിലക്കും വിലയിരുത്താനാവില്ലല്ലോ. ഗാന്ധിജിയുടെയും ജവാ ഹർലാൽ നെഹ്റുവിന്റെയും രവീന്ദ്രനാഥടാഗോറിന്റെയും അംബേദ്ക്കറുടെയും സരോജിനി നായിഡുവിന്റെയും ചിത്രങ്ങളോടൊപ്പം പാർല മെന്റ് സെൻട്രൽ ഹാളിൽ സവർക്കറുടെ ചിത്രം സ്ഥാപിക്കുന്നതിന്റെ പിന്നിൽ അമർത്തിവെച്ച ഒരു വിപൽസന്ദേശമുണ്ട്. നമ്മുടേതുപോലുള്ള ഒരു ബഹുസ്വര സമൂഹത്തിൽ വ്യവഹരിച്ചപോരുന്ന ദേശീയ സങ്കൽപ ങ്ങളും വിവക്ഷകളും പൊളിച്ചെഴുതുക എന്ന ആക്രമണത്വരയാർന്ന, കുടിലമായ ഒരു സന്ദേശം തന്നെയാണത്.

പാർലമെന്റിലെ ചിത്രശാലയിൽ എത്രയോ വർഷങ്ങളായി സ്ഥാപിക്കപ്പെട്ടിട്ടുള്ള ചിത്രങ്ങൾ വിശ്വപൗരത്വം ചാർത്താവുന്ന മഹാവ്യക്തികളുടേതാണ്. കടലിനപ്പുറവും പേരും പെരുമയുമുള്ളവരു ടേതാണ്. രാഷ്ട്രമീമാംസയിലും സാഹിത്യത്തിലും തത്വചിന്തയിലും മുദ്രകൾ തീർത്ത്, ലോകത്തിന്റെ സ്നേഹാദരങ്ങൾ കൈപ്പറ്റിയവരു ടേതാണ്. അവയോടൊപ്പം, ഹിന്ദുരാഷ്ട്ര പദ്ധതിയുടെ പൂജാവിഗ്രഹമായ

സവർക്കറുടെ ചിത്രം സ്ഥാപിച്ചിരിക്കുന്നത് സംഘപരിവാരത്തിന്റെ രാഷ്ട്രീയ അജണ്ടയുടെ ഭാഗമായിത്തന്നെയാണ്.

ഗാന്ധിജിയെ വെടിവെച്ചുകൊന്ന നാഥുറാം ഗോഡ്സെയോടൊപ്പം കുറ്റവാളിയായി രേഖപ്പെടുത്തപ്പെട്ട ആളാണ് വിനായക് ദാമോദർ സവർക്കർ എന്ന നമുക്കറിയാം. ദ്വിരാഷ്ട്രവാദത്തിന്റെ ശക്തനായ വക്താവ്. ജിന്നക്ക മുൻപേ വിഭജനത്തിനുവേണ്ടി വാദിച്ച വ്യക്തി, ദേശീയതയെക്കുറിച്ച്, സ്വാതന്ത്ര്യസമരത്തെക്കുറിച്ച്, രാഷ്ട്രപിതാവി നെക്കുറിച്ച് സവർക്കറിനുണ്ടായിരുന്ന കാഴ്ചപ്പാട് എന്തായിരുന്നുവെന്ന് ആ ജീവിതം തന്നെ അടയാളപ്പെടുത്തിയിട്ടുമുണ്ട്. ആ അടയാളങ്ങളുടെ പ്രതീകാത്മകമായ അനാച്ഛാദനമാണ് പാർലമെന്റിലെ സെൻട്രൽ ഹാളിൽ നടന്നതെന്ന് അപ്പോൾ നാം അറിയുന്നു. സവർക്കറിന്റെ സങ്കൽപത്തിലുള്ള ദേശീയ വിവക്ഷകളാണ് ഇനിമേൽ ഉയർത്തി പ്പിടിക്കേണ്ടത് എന്ന വിപൽക്കരമായ സന്ദേശം ആ നിർവഹണ ത്തിൽനിന്ന് നാം വായിച്ചെടുക്കേണ്ടതുണ്ട്. സംഘപരിവാരത്തിന്റെ ആദർശപുരുഷനായ സവർക്കറിന്റെ ചിത്രം അനാച്ഛാദനം ചെയ്യുക എന്നതിനർത്ഥം ഹിന്ദുത്വ വിവക്ഷ ഉയർത്തിപ്പിടിക്കുക എന്നുതന്നെ യാണ്. ഇത് ദേശീയാപമാനമാണെന്ന് ഏതു രാഷ്ട്രീയ വിദ്യാർത്ഥിക്കും മനസ്സിലാക്കാവുന്നതേയുള്ളതാനും.

ആ അർത്ഥത്തിൽ നമ്മുടെ ഭരണഘടനാതത്ത്വങ്ങൾക്ക് എതിരും ബഹുസ്വരസമൂഹത്തെ വ്രണപ്പെടുത്തുന്നതുമാണ് സവർക്കർ ചിത്ര സ്ഥാപനത്തിന്റെ അന്തഃസത്ത. ഇത്തരമൊരു സന്ദിഗ്ധതയിൽ, വ്യത്യസ്തമായ അഭിപ്രായങ്ങൾ ഉയർന്നു വന്ന നിലക്ക് പ്രത്യേകിച്ചും രാഷ്ട്രപതി എ.പി.ജെ അബ്ദുൽ കലാമിന് ഈ ചടങ്ങിൽനിന്ന് ഒഴി ഞ്ഞുനിൽക്കാമായിരുന്നു. രാഷ്ട്രപതി എന്ന നിലയിലല്ലാതെതന്നെ, അന്താരാഷ്ട്ര പ്രശസ്തനായ കലാമിന്റെ സാന്നിദ്ധ്യവും സഹകരണവും ഈ നടപടിയുടെ പിന്നിലെ ഉള്ളകള്ളികൾ അറിയാത്തവരെ തെറ്റി ദ്ധരിപ്പിക്കാനും ഇടയുണ്ട്. 'ഹിന്ദുത്വ' എന്ന ഗ്രന്ഥത്തിന്റെ കർത്താവും ഹിന്ദുമഹാസഭയുടെ അധ്യക്ഷനുമായിരുന്ന സവർക്കറുടെ ചിത്രത്തിന് വർത്തമാനകാലത്ത് പാർലമെന്റിൽ ഇടമൊരുക്കുമ്പോൾ തൊഗാഡി യമാർക്കേ ആഹ്ലാദിക്കാനാവൂ.

ഗാന്ധിജിയുടെ ചിത്രത്തിന് അഭിമുഖമായാണ് പാർലമെന്റിലെ ചിത്രശാലയിൽ സവർക്കർചിത്രത്തിന്ഇടമൊരുക്കിയതെന്നത്ഇന്ത്യ യിലെ മുഴുവൻ ജനങ്ങളെയും അപമാനിക്കലാണ്. ഗാന്ധിവധക്കേ സിലെ ഏഴാം പ്രതിയായിരുന്ന സവർക്കറുടെ തീരാക്കളങ്കം കഴുകിക്ക ളയുവാൻ ഈ മഹത്വപരിവേഷം ചാർത്തുകവഴി സംഘപരിവാരത്തിന

 അങ്ങനെത്തന്നെയാണ് ഇപ്പോഴും കാര്യങ്ങൾ

കഴിയില്ലെന്നത് ആർക്കാണറിയാത്തത്? ഹൈന്ദവവർഗീയ വികാരം ആളിക്കത്തിക്കുന്ന ബി.ജെ.പി. ഗവൺമെന്റിന്റെ ഇത്തരം അത്യാചാരങ്ങളിൽ ഘടകകക്ഷികൾ പുലർത്തുന്ന നിസ്സംഗതയോളമെത്തുന്ന മൗനം അപലപനീയവും ലജ്ജാകരവുമാണ്. ഭരണത്തിന്റെ കുളിർമയും സൗകര്യങ്ങളും മാത്രം കാംക്ഷിക്കുന്ന രാഷ്ട്രീയബോധമില്ലാത്ത രാഷ്ട്രീയ കക്ഷികളിൽനിന്ന് മറ്റെന്തെങ്കിലും പ്രതീക്ഷിക്കുന്നതിൽ അർത്ഥമില്ല താനും. ഈ ഹീനശ്രമത്തിന് അരങ്ങായത് പാർലമെന്റാണെന്നതും ചടങ്ങിന് നേതൃത്വം വഹിച്ചത് രാഷ്ട്രപതിയാണെന്നതും നമ്മുടെ ദുഃഖവും അമർഷവും തീർച്ചയായും വർദ്ധിപ്പിക്കുന്നുണ്ട്.

-2003 മാർച്ച് 9

രചനയുടെ പെരുമയിൽ ഒരു കഥാകാരൻ

തൃക്കോട്ടൂർ പെരുമക്കാരന്റെ രചനയുടെ അമ്പതാം വാർഷികാ ഘോഷത്തിൽ പങ്കുകൊള്ളവാൻ വേഷക്കാരനൊന്നുമല്ലെങ്കിലും ഞാനും കാത്തിരിക്കുകയായിരുന്നു. ആരുടെയോ മനസ്സിലിരിപ്പപോലെ, പക്ഷേ ആ സുദിനത്തിൽ ഞാൻ ആശുപത്രിക്കിടക്കയിലായിപ്പോയി. ഒരു രോഗി എന്ന നിലയിലുള്ള ആദ്യത്തെ ആശുപത്രിവാസം.

തൃക്കോട്ടൂർ കഥാകാരൻ തന്നെയാണ് ഇച്ഛാഭംഗം തെല്ലെങ്കിലും നേർപ്പിച്ചതെന്നും പറയേണ്ടതുണ്ട്. നഗരത്തിലെ ആശുപത്രിയിലെ ഏഴാം നിലയിൽ ഈ എളിയവന്റെ രോഗശയ്യ തേടി യു.എ. ഖാദർ വന്നത് ആഘോഷത്തലേന്നാളാണ്. രചനയുടെ അമ്പതു വർഷം പൂർത്തിയാക്കിയ, മലയാള കഥാസാഹിത്യത്തിൽ ഗ്രാമീണചാരുത യുടെ വേറിട്ടൊരു ശബ്ദം കേൾപ്പിച്ച, പേരും പെരുമയുമുള്ള കഥാകൃത്ത് എന്ന തലയെടുപ്പൊന്നുമില്ലാതെ, വർഷങ്ങളായി എനിക്കു പരിചയ മുള്ള ഒരു ജ്യേഷ്ഠസഹോദരന്റെ അഥവാ ഒരു പ്രേഷ്ഠസുഹൃത്തിന്റെ കാരുണ്യവായ്പോടെയാണ് അദ്ദേഹം കടന്നുവന്നത്.

അങ്ങനെ ഡോക്ടർമാരായ അലക്സാണ്ടറുടെയും ഗോപകുമാ റിന്റെയും അസംഖ്യം മാലാഖമാരുടെയും സാന്ത്വനത്തടവിൽ കിട ന്നുകൊണ്ടാണെങ്കിലും, മനസ്സുകൊണ്ട് ആ സർഗവ്യാപാരങ്ങളിൽ ഞാനും പങ്കുകൊള്ളുകയായിരുന്നുവല്ലോ. കറുപ്പിലും വെളുപ്പിലും മനോഹരമായി അച്ചടിച്ച ക്ഷണക്കത്തിൽ മുദ്രിതമായ കഥാകാരന്റെ ചിരി എന്നെ ദീർഘകാലസൗഹൃദത്തിന്റെ ഓർമ്മകളിലേക്ക് ആനയി ക്കുകയായിരുന്നുവല്ലോ.

യു.എ ഖാദറിനെ ആദ്യം കാണുന്നത് ഞാൻ ചാലിയം ഹൈസ്കൂളിൽ വിദ്യാർത്ഥിയായിരുന്നപ്പോഴാണ്. സത്യത്തിൽ

 അങ്ങനെത്തന്നെയാണ് ഇപ്പോഴും കാര്യങ്ങൾ

അതൊരു നൊടിയിടയിലെ ദർശനം മാത്രമായിരുന്നു. ഞങ്ങളുടെ വിദ്യാലയത്തിന്റെ എതിർദിശയില്ലുള്ള ലോഡ്ജിൽ അദ്ദേഹം താമസി ക്കുന്നുണ്ടെന്നോ, അവിടെ ആരെയോ കാണാൻ വന്നതാണെന്നോ കൂട്ടുകാരിലാരോ പറഞ്ഞുകേട്ടിരുന്നു. സാഹിത്യത്തോടും സാഹിത്യ കാരന്മാരോടും എന്നോളം ഭ്രമം കൂട്ടുകാർക്കൊന്നും ഉണ്ടായിരുന്നില്ല. അതുകൊണ്ടതന്നെയാവണം ആ മിന്നൽ ദർശനത്തിൽപോലും കഥാകാരന്റെ സവിശേഷതയുള്ള മുഖഛായ എനിക്ക് മനസ്സിൽ കോറിയിടാനായത്.

പിൽക്കാലത്ത് പലയിടങ്ങളിൽനിന്നും കാണുമ്പോൾ, തെല്ലൊരു ആരാധനയോടെ, കൗതുകത്തോടെ ഒളിഞ്ഞുനിന്ന് അദ്ദേഹത്തെ ശ്രദ്ധിച്ചിരുന്നത് കൃത്യമായി ഓർക്കുന്നുണ്ട്. യു.എ. ഖാദർ എന്ന എഴു ത്തുകാരനെ പരിചയപ്പെടുന്നത് പിന്നെയും വർഷങ്ങൾ കഴിഞ്ഞാണ്. അദ്ദേഹം നെടുവ ഹെൽത്ത് സെന്ററിൽ ജോലി ചെയ്യുന്ന കാലത്ത്. അപ്പോഴേക്കും ചില ആനുകാലികങ്ങളില്ലൂടെ ഞാൻ തിരനോട്ടം നടത്താൻ തുടങ്ങിയിരുന്നു. അതുകൊണ്ടതന്നെ എനിക്ക് സ്വയം പരി ചയപ്പെടുത്തി ഏറെ ക്ലേശിക്കേണ്ടിവന്നില്ല. പ്രതീക്ഷയിൽ കവിഞ്ഞ പരിഗണനയാണ് എനിക്ക് അദ്ദേഹത്തിൽനിന്നു ലഭിച്ചതെന്നും ശരിക്ക് ഓർക്കുന്നുണ്ട്. സാഹിത്യക്യാമ്പുകളിലെ സംഭാഷണങ്ങളും കൂടിക്കാഴ്ച കളും ബന്ധം ഊട്ടിയുറപ്പിച്ചുവെന്നും പറയാം.

ഞാനൊരു പത്രപ്രവർത്തകനും നഗരവാസിയുമായപ്പോൾ ഞങ്ങ ൾക്കിടയിൽ ഔപചാരികതയുടെ വേലിക്കെട്ടുകളും ഇല്ലാതാവുകയായി രുന്നു. സാഹിത്യ അക്കാദമി കമ്മറ്റികൾക്ക് ഞങ്ങൾ ഒന്നിച്ചുപോയിരു ന്നപ്പോഴുള്ള കൗതുകചിത്രങ്ങൾ ഓർമ്മയിൽ ചേർത്തുവയ്ക്കാനാവുന്നുണ്ട്. രക്തസമ്മർദ്ദത്തിന്റെയും മറ്റും ചില്ലറ അസുഖങ്ങൾ മൂർച്ഛിച്ചിരുന്നതും ആ അവസരങ്ങളിലെ യാത്രകളിൽ ഞാനൊരു 'ബോധിഗാഡ്ഢായി' ഉണ്ടാവുമ്പോൾ അദ്ദേഹത്തിന്റെ 'റൂക്കോട്ടൂർകാരി'ക്ക് വലിയ ആശ്വാ സമായിരുന്നതും ഓർമ്മയില്ലുണ്ട്. ആ കാലയളവിൽ കാക്കനാടന്റെ മകന്റെ വിവാഹം കഴിഞ്ഞ് കൊല്ലത്തുനിന്ന് മടങ്ങുമ്പോൾ രസകരമായ ഒരു സംഭവമുണ്ടായതും ഓർമ്മയില്ലുണ്ട്. ഏതോ ഒരു റെയിൽവേ ഗേറ്റിൽ ഞങ്ങളുടെ വാഹനത്തിന് സിഗ്നൽ തെളിയുന്നതും കാത്ത് ഏറെ നിൽക്കേണ്ടിവന്നു. ഞങ്ങൾ വൈരസ്യമകറ്റാൻ പുറത്തിറങ്ങി നിൽക്കുമ്പോൾ ഒരു ചെറുപ്പക്കാരൻ അരികിലേക്ക് വരുന്നതും ഭവ്യ തയോടെ യു.എ.ഖാദർ സാറല്ലേ എന്നു ചോദിക്കുന്നതും തെളിഞ്ഞ നിലാച്ചിരിയോടെ ഖാദർ തലയാട്ടുന്നതും കണ്ട് നിൽക്കവെ, ഞാൻ ശബ്ദം താഴ്ത്തി പറഞ്ഞു : നിങ്ങളുടെ മംഗോളിയൻ മുഖഛായയാണ് ഈ

സൗഭാഗ്യമുണ്ടാക്കുന്നത്. ...എന്റെ മനസ്സിലും ഈ മുഖം അടയാളപ്പെട്ടു കിടക്കുന്നതങ്ങനെയാണ്.....

അദ്ദേഹം ചിരിച്ചുകൊണ്ട് മൊഴിഞ്ഞത് ഇങ്ങനെയായിരുന്ന : മംഗോളിയൻ എന്ന തുലികാനാമത്തിലും ഞാൻ എഴുതിയിട്ടുണ്ട്. ഈ മുഖഛായായ ബർമ്മക്കാരിയായ എന്റെ മാതാവിൽനിന്നു പകർന്നു കിട്ടി യതാണ്.

ആ സ്റ്റെലൻ ചെറുപ്പക്കാരൻ എന്റെ വായനക്കാരനാണെന്ന താണ് ഇവിടെ പ്രസക്തമായിട്ടുള്ളത്...

അങ്ങനെയൊക്കെ തൃക്കോട്ടൂർ കഥാകാരന്റെ പെരുമയും അദ്ദേഹ ത്തിന്റെ കഥകളുടെ പൊലിമയും കണ്ടും കേട്ടും അനുഭവിച്ചും അറിഞ്ഞി ട്ടുള്ള ഞാൻ മനസ്സുകൊണ്ട് അഭിവാദനമർപ്പിക്കുമ്പോൾ, ഖാദറിന്റെ രചനകൾ ആഗോളവൽക്കരണത്തിന്റെ സാംസ്കാരിക അധിനിവേശ ത്തിനെതിരായ ശക്തമായ പ്രതിരോധമാണെന്ന, പ്രശസ്ത കഥാകാരി സാറാജോസഫിന്റെ സൂക്ഷ്മമായ വിശകലനവാക്യത്തെ ചേർത്തുപി ടിക്കുന്നു.

അതെ, നമ്മുടെ കഥാകാരൻ ഉറഞ്ഞു തുള്ളാതെയും പറയുകയാണ ല്ലോ: തൃക്കോട്ടുരുണ്ടായ കാലം മുതലേ ഈ ദൈവംതറയുണ്ട്, കാവുണ്ട്, കാവിനുള്ളിൽ നാഗത്താൻ കോട്ടയുണ്ട്. ഈ കാവും ചാത്തുക്കുട്ടി ദൈവംതറയുമുണ്ടെങ്കിൽ തൃക്കോട്ടൂരിന് പിന്നെ എന്തുണ്ട് പേടിക്കാൻ... ഈ തറയുണ്ടെങ്കിൽ ഒരിയ്ക്കലും തൃക്കോട്ടൂരിന് ദോഷം വരികയില്ല....

-2003 ജനുവരി 26

 അങ്ങനെത്തന്നെയാണ് ഇപ്പോഴും കാര്യങ്ങൾ

പശു ഒരു സാധു മൃഗമല്ല

കപ്പയും മത്തിയും പോലെ മാട്ടിറച്ചിയും പൊറോട്ടയും അല്ലെങ്കിൽ മാട്ടിറച്ചിയും വെള്ളപ്പവും കേരളത്തിലെ ബഹുഭൂരിപക്ഷം സാധാ രണക്കാരുടെ, പാവപ്പെട്ടവരുടെ ഇഷ്ടഭോജ്യങ്ങളാണ്. മാട്ടിറച്ചിയോ ടൊപ്പമുള്ള വിഭവവിശേഷ ശീലങ്ങൾ അങ്ങനെ തുടരേണ്ടതില്ല എന്ന് വാജ്പേയി ഗവൺമെന്റ് പറയാനൊരുങ്ങുമ്പോൾ കേരളീയരാവും വല്ലാതെ വിഷമിക്കുക. കേന്ദ്ര കാബിനറ്റ്, നടപ്പ പാർലമെന്റ് സമ്മേള നത്തിൽ കൊണ്ടുവരാൻ നിശ്ചയിച്ചിരിക്കുന്ന ദേശവ്യാപക ഗോവധനി രോധന നിയമം കേരളത്തെയാവും വല്ലാതെ ബാധിക്കുക. അതാവട്ടെ കേവലം ഭക്ഷണശീലത്തിന്റെയോ, രുചിബോധത്തിന്റെയോ പ്രശ്നങ്ങ ളിലൊതുങ്ങുമെന്നും പറയാനാവില്ല. ഭക്ഷണശീലം തന്നെയാവട്ടെ അത് ഒരു ഗവൺമെന്റിന്റെ ഹിതാനുസാരം രൂപപ്പെടുത്തേണ്ട ഒന്നല്ലല്ലോ.

നമ്മുടേതുപോലുള്ള ഒരു ബഹുസ്വരസമൂഹത്തിൽ ഭക്ഷണശീല ങ്ങളിൽ മാത്രമല്ല, ജീവിതശൈലിയിൽത്തന്നെ വ്യത്യസ്തതയുണ്ടാ വാമെന്നിരിക്കെ, സവിശേഷ ഭക്ഷണശീലം അടിച്ചേൽപ്പിക്കാൻ കേന്ദ്രഗവൺമെന്റ് നിയമനിർമ്മാണത്തിലൂടെ ഒരുമ്പെടുന്നത് അനു ചിതമാവുകയേയുള്ളൂ.

കറവയുള്ള പശുക്കളെയും പതിനാലു വയസ്സിൽ താഴെയുള്ളവയെ യും കൊല്ലരുതെന്ന നിയമം പല സംസ്ഥാനങ്ങളിലും ഇപ്പോൾത്ത ന്നെ നിലവിലുണ്ട്. ഗോവധ സംബന്ധിയായ ചട്ടങ്ങൾ സംസ്ഥാന ഗവൺമെന്റുകളുടെ അധികാരപരിധിയിൽ വരുന്നതുമാണ്. തന്നെയു മല്ല മാട്ടിറച്ചി ഭക്ഷണം നിരോധിക്കുന്ന നിയമം ഒരു ജനതയുടെ മേൽ അടിച്ചേൽപ്പിക്കുന്നത് ഒട്ടും ശരിയല്ലല്ലോ. ആഹാരമെന്നതിനപ്പുറം, മാട്ടിറച്ചിക്ക് മതപരമായ അനുഷ്ഠാനങ്ങളിലും വിശ്വാസങ്ങളിലും ഇടമുണ്ടെന്നിരിക്കെ, ഗോവധ നിരോധനനിയമം പ്രാബല്യത്തിൽ

വരുത്തുക പ്രയാസമായിരിക്കും. എന്നാൽ ജയിൽവാസവും വൻപിഴയും ജാമ്യമില്ലാവകുപ്പും ഉൾപ്പെടെയുള്ള കർക്കശമായ വ്യവസ്ഥകളാണ് നിയമലംഘകർക്കായി ഒരുക്കിവച്ചിരിക്കുന്നത്. കരട്ബില്ലിന്റെ ആമുഖത്തിൽ എഴുതിവച്ചിട്ടുള്ളത് പശു ഒരു സാധുമൃഗം എന്നല്ല. പിന്നെയോ? പശു അവതാരമാണെന്നാണ്; ദൈവികതയുടെ അംശമായ സ്നേഹത്തിന്റെ, അലിവിന്റെ, ഉദാരതയുടെ, സഹനത്തിന്റെ, അഹിംസയുടെ അവതാരം. കാലങ്ങളായി പശു മനുഷ്യത്വരഹിതമായ ക്രൂരതകളും അതിക്രമങ്ങളും അനുഭവിച്ച വരികയായിരുന്നു. ക്രമസമാധാന വ്യവസ്ഥകളെയും പശുക്കളുടെ വളർച്ചാനിരക്കിനെത്തന്നെയും ബാധിക്കുന്ന തരത്തിലുള്ള അത്യാചാരങ്ങൾ ഇപ്പോഴും അവസാനിച്ചിട്ടില്ല. നമ്മുടെ ആരോഗ്യം, സമൃദ്ധി, ഉന്നതനിലവാരം, പാരിസ്ഥിതിക പാരസ്പര്യം, തൊഴിൽ, ജൈവകൃഷി തുടങ്ങിയവക്ക് ആധാരമാവുന്ന ഗോവിന്റെ സന്തതിപരമ്പരകളെ, അധാർമ്മികമായി, സ്വാർത്ഥപ്രേരിതമായി വധിക്കുക എന്നത് രാഷ്ട്ര താൽപര്യത്തിന് ഒട്ടും യോജിക്കുന്നതല്ല.... വാജ്‌പേയി ഗവൺമെന്റ് കൊണ്ടുവരുന്ന ഇത്തരം ഒരു ബില്ലിന്റെ പ്രത്യാഘാതങ്ങൾ കേരളത്തെ സംബന്ധിച്ചിടത്തോളം പ്രവചനാതീതമായിരിക്കുമെന്നതിന് സംശയമേതുമില്ല. ഈ തീരുമാനം കേരളത്തിലെ സാമ്പത്തികരംഗത്തെ സാരമായി ബാധിക്കുമെന്നും മാട്ടിറച്ചിക്കച്ചവടക്കാർ മുന്നറിയിപ്പ് നൽകുന്നുണ്ട്. യുക്തിരഹിതവും അപഹാസ്യവുമായ ഈ തീരുമാനത്തിൽ നിന്നു പിന്തിരിയണമെന്നു തന്നെയാണ് കച്ചവടക്കാർ പറയുന്നത്. മാട്ടിറച്ചിയുടെ ഉപഭോഗവും വ്യാപാരവും കേരളത്തിൽ വർധമാനമായ തോതിലാണെന്നതന്നെ യാണ് കണക്കുകളും സൂചിപ്പിക്കുന്നത്. അങ്ങനെയിരിക്കെ, മാട്ടിറച്ചി വിരോധം അടിച്ചേൽപ്പിക്കുമ്പോൾ സമൂഹത്തിൽ സ്വാഭാവികമായും സംഘർഷവും വിഭജനവും ഉണ്ടാവുമെന്നു നിരൂപിക്കാൻ വലിയ പാണ്ഡിത്യമൊന്നും വേണ്ടതില്ലല്ലോ.

വർഷങ്ങളായി ഇന്ത്യയിൽ മാംസത്തിനുവേണ്ടി അറക്കുന്ന പശു ക്കളുടെയും പോത്തുകളുടെയും കണക്ക് ഏറെക്കുറെ മാറ്റമില്ലാതെ നിൽക്കുകയാണ്. ധൃതിപിടിച്ചുള്ള ദേശവ്യാപകമായ ഒരു ഗോവധ നിരോധന നിയമത്തിന് ഇപ്പോൾ എന്ത പ്രസക്തിയെന്നല്ലേ ആ കണക്കുകളും മൂകമായി ചോദിക്കുന്നത്. എന്നാൽ ഗോവധനിരോധനം പൊതുജനാരോഗ്യത്തിന് ഗുണകരമാണെന്ന് ചില ഡോക്ടർമാർക്ക് അഭിപ്രായമില്ലാതില്ല. മാട്ടിറച്ചിയിലെ കൂടിയ കൊഴുപ്പ് വലിയ തോതിൽ രോഗകാരണമാവുന്നുണ്ടെന്ന് അവർ ചൂണ്ടിക്കാട്ടുന്നു. മാട്ടിറച്ചിയിൽ നിന്നുമാത്രമുണ്ടാവുന്ന രോഗങ്ങളെക്കുറിച്ചുള്ള ചില പഠനങ്ങളും അവർ

 അങ്ങനെത്തന്നെയാണ് ഇപ്പോഴും കാര്യങ്ങൾ

സാക്ഷ്യപ്പെടുത്തുന്നുണ്ട്. മാട്ടിറച്ചിയുടെ അഭാവത്തിൽ ഉണ്ടാകാവുന്ന പോഷകക്കുറവ് മറ്റു പകര ഭക്ഷ്യവസ്തുക്കളിൽ നിന്നു തീർക്കാവുന്ന തേയുള്ളവെന്നു ഭിഷഗ്വരന്മാർ അഭിപ്രായപ്പെടുന്നു. ഇന്നു നമുക്ക് മാർക്കറ്റുകളിൽ നിന്നുകിട്ടുന്ന ഭക്ഷ്യവസ്തുക്കളിൽ മായം ചേർക്കാത്തവ എന്തൊക്കെയുണ്ടാവുമെന്നും, മായം ചേർത്ത ഓരോ ഇനവും നമ്മുടെ ആരോഗ്യത്തെ എങ്ങനെയൊക്കെയാണ്, ഏതേതു വിധത്തിലാണ് ബാധിക്കുന്നതെന്നും ഓർക്കുമ്പോൾ, ഒരു രസികൻ പറഞ്ഞതുപോലെ മാട്ടിറച്ചി തിന്നിട്ട് ചത്താലും തരക്കേടില്ല എന്നു ആരെങ്കിലും പറഞ്ഞു കൂടായ്ക്കയുമില്ല. ആരോഗ്യരംഗത്തെ മഹാമതികളെ അപഹസിക്കുകയല്ല. ഗോവധനിരോധനശ്രമത്തിനു പിന്നിലെ അനാരോഗ്യകരമായ ചില പ്രവണതകൾ, അഥവാ സംഘപരിവാരത്തിന്റെ മൂടിവച്ച രാഷ്ട്രീയം നാം കാണാതിരുന്നുകൂടാ എന്നേ വിവക്ഷയുള്ളൂ.

അശരണതയിലേക്കും അനാഥത്വത്തിലേക്കും നടതള്ളപ്പെടുന്ന വൃദ്ധഗോമാതാക്കളാവും ഇനി നമ്മുടെ ഗ്രാമങ്ങളിലും പട്ടണപ്രാന്ത ങ്ങളിലും കാഴ്ച്ചക്കൂട്ടങ്ങളാവുക. വൻതോതിൽ വിദേശനാണ്യം നേടി ത്തരുന്ന ഇകല് വ്യവസായകേന്ദ്രങ്ങളിൽ മൗനവും മ്ലാനതയുമാവും നിറയുക. തീർച്ചയായും കേരളത്തിലെ നഗരങ്ങളിലും പട്ടണങ്ങളിലും ഗ്രാമങ്ങളിലും നിഴൽ വീഴ്ത്തുന്ന ഒരു നിയമനിർമാണത്തിനാണ് സംഘ പരിവാരത്തിന്റെ അനുഗ്രഹാശിസ്സുകളോടെ വാജ്പേയി ഗവൺമെന്റ് കോപ്പുകൂട്ടുന്നത്.

ഈ കാര്യത്തിൽ കേരള ഗവൺമെന്റിന്റെ നിലപാട് വ്യക്തമാ ക്കേണ്ട മുഖ്യമന്ത്രി ആന്റണി, പതിവുപോലെ ഞാണിന്മേൽക്കളിക്ക് ഒരുങ്ങുകയാണ്, അതും ഒരു രാഷ്ട്രീയം തന്നെ...!

-2003 ആഗസ്റ്റ് 24

കണ്ണീരിനും ഗദ്ഗദങ്ങൾക്കുമപ്പുറം

ഇറാനിലെ ഒരു പാവം കൃഷിക്കാരന്റെ പെൺമക്കളായ ലാദൻ ബിജാനിയും ലാലേ ബിജാനിയും പൊട്ടന്നനെയെന്നോണമാണ് ലോകത്തെങ്ങുമുള്ളവരുടെ ഓമനകളായി മാറിയത്. ഒരു ശിരസ്സും രണ്ടു ഉടല്യകളുമായി ജീവിച്ച അപൂർവ സയാമീസ് ഇരട്ടകൾ. ഇരുപത്തിയൊമ്പതുവർഷം ജീവിതത്തെ സവിശേഷമായി മെരുക്കിയെടുത്തവർ. പിന്നെ ഒരു സാധാരണ ജീവിതം കൊതിച്ച്, സാഹസികമായിത്തന്നെ വൈദ്യശാസ്ത്രത്തിന്റെ സിദ്ധികളിൽ അഭയം തേടിയവർ, ലാദന്റെയും ലാലേയുടെയും വാഴ് വിന്റെ അപൂർവതകളെയും അവരുടെ നിശ്ചയദാ‍ർഢ്യത്തെയും മനസ്സിലേറ്റിയവർക്കൊക്കെയും കണ്ണീരും ഗദ്ഗദങ്ങളും ഈറൻ ഓർമകളും ശേഷിപ്പിച്ചുകൊണ്ട് ആ ഇരട്ട സഹോദരിമാർ ഇപ്പോൾ എന്നെന്നേക്കുമായി പടിയിറങ്ങുകയും ചെയ്തിരിക്കുന്നു.

സിംഗപ്പൂരിലെ റാശ്ഫ് ആശുപത്രിയിലെ വിദശ്ധ ഡോക്ടർമാ‍രുടെ അശ്രാന്തപരിശ്രമം വിഫലമാവുകയായിരുന്നു. അമ്പത്തൊന്നു മണിക്കൂർ നീണ്ടുനിന്ന ശസ്ത്രക്രിയയിൽ മസ്തിഷ്ക വിഭജനം സാധ്യമായെങ്കിലും അമിതമായ രക്തസ്രാവമാണ് ആ ഇരട്ട സഹോദരി മാരുടെ ജീവൻ പൊലിയാൻ ഇടയാക്കിയത്. മസ്തിഷ്ക വിഭജനം പൂർത്തിയായി അരമണിക്കൂറിനകം ലാദൻ ബിജാനി യാത്രയായി. ഒന്നരമണിക്കൂറിനുശേഷം ലാലേയും. മസ്തിഷ്ക വിഭജനം ഏറെ സങ്കീ‍ർണമായ ഒരു പ്രക്രിയ തന്നെയായിരുന്നു. ശസ്ത്രക്രിയ ഒരു ഘട്ടത്തിൽ നിറുത്തിവെക്കുവാൻ പോലും ഡോക്ടർമാർ ആലോചിക്കാതിരുന്നില്ല. അങ്ങേയറ്റം ആപല്ലരമാണെന്ന മനസ്സിലാക്കിക്കൊണ്ടുതന്നെയാണ് ഡോക്ടർമാർ ശസ്ത്രക്രിയ പൂർത്തിയാക്കിതെന്നുവേണം പറയാൻ. ആ അപൂർവ സഹോദരിമാരുടെ അടങ്ങാത്ത ജീവിതാഭിലാഷത്തിനുമേൽ പൂവിരിയിക്കാൻ പക്ഷേ വൈദ്യശാസ്ത്രത്തിനു കഴിയാതെ പോയി. ആ ഇരട്ടകളുടെ ജീവിതം അങ്ങനെ ചരിത്രമായി മാറുകയാണ്.

  അങ്ങനെത്തന്നെയാണ് ഇപ്പോഴും കാര്യങ്ങൾ

ലാദന്റെയ്യം ലാലേയുടെയും ഇരുപത്തിയൊമ്പത്ത വർഷത്തെ ജീവിതം വൈദ്യശാസ്ത്രത്തിനു മാത്രമല്ല മനഃശാസ്ത്രത്തിനും വിഷയമാ വുകയാണെന്നു പറയാം. ഇണയായി ജീവിച്ച അവരുടെ സ്വഭാവത്തിന് ഒരു കാര്യത്തിലും ഏകഭാവമില്ലായിരുന്നു എന്നത് ഒരു വിസ്മയം തന്നെയാവ്യം.

വ്യത്യസ്തമായ അഭിരുചികളും അഭിലാഷങ്ങളുമാണ് അവരെ നയിച്ചത്. ഒരേ ഉടലിൽ വ്യത്യസ്തത പുലർത്തുന്ന വ്യക്തികളെന്നോ സുഹൃത്തുക്കളെന്നോ അവരെ വിശേഷിപ്പിക്കാമായിരുന്നു. എപ്പോഴും ചുറുപിറുന്നനെ വർത്തമാനം പറഞ്ഞ് ബഹളം കൂട്ടുന്ന പ്രകൃതക്കാരി യായ ലാദന്റെ കുഞ്ഞുനാളിലേ ഉള്ള സ്വപ്നം ഒരു അഭിഭാഷയാവുക എന്നതായിരുന്നു. ഏതോ ആലോചനകളിൽ തല തിരുകി, സൗമ്യ ഭാവക്കാരിയായിരുന്ന ലാലേയുടെ മോഹം പത്രപ്രവർത്തകയാ വാനായിരുന്നു. എന്നാൽ ലാലേക്കും നിയമവിദ്യാർത്ഥിയാവേണ്ടി വന്നു. പരീക്ഷാഹാളിൽ ഉത്തരങ്ങൾ അന്യോന്യം പറഞ്ഞ് അധ്യാപ കരെ കബളിപ്പിക്കുക ഈ സഹോദരിമാരുടെ കുസൃതിയായിരുന്നു. രണ്ടുപേരും ഒരുപോലെ പരീക്ഷകളിൽ വിജയിക്കുകയും നിയമത്തിൽ ബിരുദമെടുക്കുകയും ചെയ്തു.

വൈദ്യശാസ്ത്രം ധൈര്യത്തോടെ വാതിൽ തുറന്നു കൊട്ടക്കാത്തു കൊണ്ടതന്നെയാണ് ഇരുപത്തിയൊമ്പത്തവർഷം ഒരേ ഉടലോടെ, ഭിന്ന പ്രകൃതികളായ ഈ സഹോദരിമാർ കഴിഞ്ഞുകൂടിയത് എന്നുവേണം പറയാൻ. 1974 ലാണ് ലാദനും ലാലേയും ടെഹ്റാനിൽ ജനിച്ചത്. കുഞ്ഞങ്ങളുടെ വിചിത്രജന്മം, അമേരിക്കൻ ഡോക്ടർമാർ പ്രാക്ടീസ് ചെയ്തിരുന്ന ഒരു പ്രാദേശിക ആശുപത്രിയിൽ എത്തിക്കുകയായിരുന്നു. അദ്ഭുത ശിശുക്കൾ ആ ആശുപത്രിയിൽത്തന്നെ വർഷങ്ങളോളം കഴിഞ്ഞു. 1979 ലെ ഇസ്ലാമിക വിപ്ലവത്തിന്റെ അവസരത്തിൽ ഇരട്ട സഹോദരിമാർ എങ്ങനെയോ അപ്രത്യക്ഷരാവുകയായിരുന്നു.

ഭാഗ്യമെന്നു പറയാം, ഈ കുഞ്ഞങ്ങൾ സ്നേഹസമ്പന്നനായ അലി റസാ സഫയാൻ എന്ന ഒരു ഡോക്ടറുടെ സംരക്ഷണയിലാണ് പിന്നീട് വളർന്നത്. കുഞ്ഞങ്ങളുടെ പിതാവ് നീണ്ട അന്വേഷണങ്ങ ൾക്കൊടുവിൽ ഡോക്ടർ അലി റസാ സഫയാന്റെ അടുത്തെത്തി തന്റെ മക്കളെ ആവശ്യപ്പെട്ടു. ഡോക്ടർ കുട്ടികളെ വിട്ടുകൊടുക്കാനോ, കുട്ടികൾ വളർത്തു പിതാവായ ഡോക്ടറെ വിട്ടുപോവാനോ പക്ഷേ കൂട്ടാക്കിയില്ല. കോടതിയെ സമീപിച്ച് അനുകൂലമായ വിധി സമ്പാദിച്ച പിതാവിന്റെ കൂടെ പോവാൻ ലാദനും ലാലേയും ഒരുക്കവുമായിരുന്നില്ല. വളർത്തു

പിതാവായ ഡോക്ടറുടെ സ്നേഹം അത്രമേൽ അവരെ സ്പർശിച്ച കഴിഞ്ഞിരുന്നു.

ഒരുമിച്ച ഉറങ്ങി ഒരുമിച്ച് ഉണർന്ന് എന്നാൽ, വിരുദ്ധ അഭിരുചിക ളുമായി കഴിഞ്ഞുകൂടിയ ബിജാനി സന്താനങ്ങൾക്ക് ജീവിതം ദുസ്സഹമാ യിത്തീർന്നതിൽ അസ്വാഭാവികതയേതുമില്ല. എത്രയും സഹിച്ചുള്ള ശസ്ത്ര ക്രിയ എന്ന വികാരത്തിലേക്ക് ഇരട്ടകളെ നയിച്ചത് സ്വാനുഭവങ്ങളുടെ സമ്മർദ്ദങ്ങൾ മൂലമാവാനേ തരമുള്ളൂ. 1996ൽ ലാദനും ലാലേയും ജർമ നിയിലെത്തി ശസ്ത്രക്രിയാ വിദഗ്ധരെ കാണുന്നത് അങ്ങനെയാവണം. വിശദമായ പരിശോധനകൾക്കൊടുവിൽ ശസ്ത്രക്രിയാ വിദശ്ധർ, ഇരട്ട സഹോദരിമാരെ തിരിച്ചയക്കുകയായിരുന്നു. വൈദ്യശാസ്ത്രത്തിന്റെ പരിമിതികൾ ഡോക്ടർമാരെ നിസ്സഹായരാക്കുകയായിരുന്നു. പിന്നീട് അവർ സമീപിച്ചത് സിംഗപ്പൂർക്കാരനായ ഒരു ഡോക്ടറെയായിരുന്നു. ഈ അപൂർവ സഹോദരിമാരെ വേർപ്പെടുത്തുക തികഞ്ഞ വെല്ലുവി ളിയായിരിക്കുമെന്ന് സിംഗപ്പൂർക്കാരനായ ഡോ. കെസ്റ്റ് ഗോയെക്ക് പ്രഥമ പരിശോധനയിൽത്തന്നെ മനസ്സിലായിരുന്നു. അങ്ങനെയാണ് ആ ഡോക്ടർ ശസ്ത്രക്രിയ എന്ന സാഹസത്തിൽ നിന്ന് ഇരട്ട സഹോ ദരിമാരെ പിന്തിരിപ്പിക്കാൻ കിണഞ്ഞു ശ്രമിച്ചത്. എന്നാൽ അവരെ പിന്തിരിപ്പിക്കുക സാധ്യമല്ലെന്നും ഡോക്ടർക്കു മനസ്സിലായി.

ശസ്ത്രക്രിയയുടെ പൂർവനാളുകളിൽ ലാദനും ലാലേയും ആഹ്ലാദചി ത്തരായിരുന്നു. പ്രാർത്ഥനയിൽ മുഴകിയും കൂട്ടുകാർക്ക് സന്ദേശങ്ങൾ അയച്ചും വ്യായാമം ചെയ്തും കഴിഞ്ഞുകൂടിയ സഹോദരിമാർ ഡോക്ട ർമാരെ അത്ഭുതപ്പെടുത്തുകയായിരുന്നു.

ലാദൻ ബിജാനിയും ലാലേ ബിജാനിയും ലോകത്തെങ്ങുമുള്ളവരുടെ കണ്ണീരും ഗദ്ഗദങ്ങളമായി ഒടുങ്ങുമ്പോൾ, വൈദ്യശാസ്ത്രം പരിമിതികൾ മുറിച്ച കടക്കുമെന്നും പുതിയ ചക്രവാളങ്ങൾ കണ്ടെത്തുമെന്നും നമുക്ക പ്രത്യാശിക്കുകയുമാവാം.

-2003 ജൂലൈ 20

 അങ്ങനെത്തന്നെയാണ് ഇപ്പോഴും കാര്യങ്ങൾ

ഒരേയൊരു വിനയ

വിനയ എന്ന വനിതാ പോലീസ് കോൺസ്റ്റബിളിന് ഒരു മുഖവുര വേണ്ടതില്ലല്ലോ. വിവാദനായികയോ, വ്യവഹാരകുതുകിയോ ആയി മാധ്യമങ്ങൾ വല്ലപ്പോഴുമൊക്കെ അവളുടെ കഥകൾ അവതരി പ്പിക്കുന്നതുകൊണ്ടല്ല. സവിശേഷമായ പോരാട്ടം കൊണ്ട് സ്ത്രീജീവിത ത്തിനുമേൽ സവിശേഷമായ അടയാളങ്ങൾ പതിക്കാൻ ശ്രമിക്കുന്ന വിനയ എന്നതുകൊണ്ടതന്നെയാണത്. ആ അർത്ഥത്തിൽ വിനയ വീരനായികയോ, വിശേഷ വനിതയോ ആവുന്നുമുണ്ടാവാം.

വിനയയുടെ വീറുറ്റ പോരാട്ടങ്ങളൊക്കെയും ലിംഗവിവേചനത്തിനെ തിരെയാണെന്നു കാണാം. സമൂഹത്തിൽ നിലനിൽക്കുന്ന കീഴ് വഴക്ക ങ്ങളും പൊരുത്തക്കേടുകളും പോലീസ് വകുപ്പിൽ സ്വാഭാവികമായും ഏറ്റുകയേയുള്ളൂ. പോലീസ് കോൺസ്റ്റബിളായി ജോലി ചെയ്യുമ്പോഴും ലിംഗവിവേചനത്തിനെതിരെ വിനയക്ക് പൊരുതേണ്ടി വരുന്നത് അതു കൊണ്ടാവാം. വ്യക്തിപരമായ അഭ്യുന്നതി കാംക്ഷിച്ചുകൊണ്ടല്ല, സ്ത്രീ പുരുഷ തുല്യാവകാശങ്ങൾക്കും സ്ത്രീകളുടെ സാമൂഹികപദവി ഉയർത്തു ന്നതിനും വേണ്ടിയാണ് ഈ ചെറുപ്പക്കാരി ഓരോരിക്കലും പ്രതിഷേധ ത്തിന്റെയും വ്യവഹാരത്തിന്റെയും വഴികളിലേക്കിറങ്ങുന്നതെന്ന് നാം കാണാതിരുന്നുകൂട. അതുകൊണ്ടതന്നെയാണ് പുരുഷാധിപത്യപര മായ കീഴ് വഴക്കങ്ങളിലും സങ്കല്പങ്ങളിലും അഭിരമിക്കുന്ന പോലീസ് മേധാവികൾക്ക് വിനയ ശല്യകാരിണിയും വെല്ലുവിളിയുമാവുന്നതെന്നും നാം കാണാതിരുന്നുകൂട.

ഒരു ഡി.ജി.പിക്കെതിരെ ഒരു പോലീസ് കോൺസ്റ്റബിൾ, അതും ഒരു വനിതാ കോൺസ്റ്റബിൾ കേസു കൊടുക്കുന്നതും പ്രത്യക്ഷത്തി ൽതന്നെ ന്യായമില്ലാത്ത വിവേചനങ്ങൾക്കെതിരെ കുസലെന്യേ പ്രതിഷേധിക്കുന്നതും സാഹസിക കൃത്യങ്ങളാണ് നമ്മുടെ പോലീസ്

സംവിധാനത്തിൽ എന്ന് ഊഹിക്കുവാൻ സാമാന്യ ബുദ്ധിയേ വേണ്ടൂ. അത്തരം സാഹസങ്ങൾക്ക് ഇനിയ്ക്കുന്നവരുടെ കഷ്ടനഷ്ടങ്ങൾ ചെറുതാ യിരിക്കുകയില്ലെന്നു കൂടിയാണ് വിനയയുടെ അനുഭവങ്ങൾ സാക്ഷ്യ പ്പെടുത്തുന്നത്.

അതെ, വിനയ ഇന്നു സർവീസിനു പുറത്താണ്. രണ്ടായിരത്തിര ണ്ടാമാണ്ടിൽ മൂന്നു ദിവസം കണ്ണൂർ ജവാഹർ സ്റ്റേഡിയത്തിൽ നടന്ന കേരള പോലീസിന്റെ അത്ലറ്റിക് മീറ്റിലാണ് വിനയയുടെ പിരിച്ചുവിടൽ നടപടിയുടെ വേരുകളെന്ന് കാണാൻ ഏറെ പ്രയാസപ്പെടേണ്ടതില്ല.

അത്ലറ്റിക് മീറ്റിലെ ഒട്ടുമിക്ക മത്സരങ്ങളിലും ഉത്സാഹത്തോടെ അന്ന് വിനയ പങ്കെടുത്തു. ആദ്യത്തെ രണ്ടുദിവസം വനിതാ പോലീ സുകാരുടെ സ്കോർ ജില്ലയുടെ സ്കോർനിലയിൽ ഉൾപ്പെടുത്തുക യുണ്ടായി. രണ്ടാം ദിവസം വൈകുന്നേരം പക്ഷേ വനിതാ പോലീസു കാരുടെ പോയിന്റുകൾ സ്കോർബോർഡിൽ നിന്നു നീക്കം ചെയ്ത നിലയിലായിരുന്നു. അതത് ജില്ലകളുടെ സ്കോർ നിലയിൽ അത് കാണിക്കാതെയുമായി. വിനയ ഉൾപ്പെടെയുള്ള വനിതാ പോലീസുകാർ അതിനെതിരെ പ്രതിഷേധിച്ചു. അത്ലറ്റിക് മീറ്റിന്റെ ചുമതലക്കാരനായ കാസർക്കോട് എസ്.പിക്ക് അതു സംബന്ധിച്ചുള്ള പരാതി രണ്ടാം ദിവസം തന്നെ വിനയ എഴുതിക്കൊടുക്കുകയും ചെയ്തു. എസ്.പി. പരാതി പരിഗണിക്കാമെന്നു പറഞ്ഞെങ്കിലും അതുണ്ടായില്ല. മീറ്റ് തുടർന്നത് സ്കോർബോർഡിൽ പെൺപോലീസുകാരുടെ സാന്നിധ്യം അപ്രസ ക്തമാക്കിക്കൊണ്ടായിരുന്നു. അങ്ങനെയാണ് മൂന്നാം ദിവസം രാവിലെ വിനയ ട്രാക്കിൽ കിടന്നുകൊണ്ട് പ്രതിഷേധിച്ചത്. ഒരുപക്ഷേ കേരള പോലീസിന്റെ ചരിത്രത്തിൽ ആദ്യമായിരിക്കാം ഇത്തരത്തിലൊരു പ്രതിഷേധം. അന്നു കാലത്തുതന്നെ വിനയയെ അറസ്റ്റു ചെയ്യുകയും ഉച്ചക്ക് കേസെടുക്കുകയും ചെയ്തു. ജാമ്യം കൊട്ടുത്തെങ്കിലും വളരെ വൈകുവോളം അന്യായമായി സ്റ്റേഷനിൽ പിടിച്ചുനിറുത്തുകയും വയനാട് എസ്.പി. വിനയയെ സസ്പെന്റ് ചെയ്യുകയുമുണ്ടായി.

അതിനുശേഷമാവണം ഡിപ്പാർട്ടുമെന്റിൽ വിനയ നോട്ടപ്പുള്ളി യാവാൻ തുടങ്ങിയത്. കണ്ണൂർ അത്ലറ്റിക് മീറ്റിലുണ്ടായ ക്രമക്കേട് വിനയയുടെ പ്രതിഷേധത്തെത്തുടർന്ന് അടുത്ത മീററിൽ പരിഹ രിക്കുകയും ഇതിനിടയിൽ വിനയയെ സസ്പെന്റ് ചെയ്ത നടപടി ഹൈക്കോടതി റദ്ദാക്കുകയുമുണ്ടായി. വീണ്ടും സർവീസിൽ പ്രവേശിച്ച വിനയയെ വയനാട് എസ്.പി. പിരിച്ചുവിടുകയായിരുന്നു.

വിനയയുടെ പിരിച്ചുവിടൽ നടപടിയിൽ നിയമസഭയിൽ മാത്രമല്ല

പ്രതിഷേധമുണ്ടായത്. നിരവധിയായ പുരോഗമനസംഘടനകളുടെ വേദികളിലും പ്രതിഷേധമുയരുകതന്നെയാണ്.

കേരള പോലീസ് വളയിട്ട പോലീസ് അല്ല, ആണത്തമുള്ളതാണെന്ന ഒരു പോലീസ് മേധാവിയുടെ കുപ്രസിദ്ധമായ വാഴ്ത്താരിക്കെതിരെ മാനനഷ്ടക്കേസ് കൊട്ടക്കാനും വിനയ നിർബദ്ധയായി. പോലീസ് സൈന്യത്തിൽ പ്രവർത്തിക്കുന്ന മുഴുവൻ സ്ത്രീകൾക്കും അപമാനകര മായ ആ പ്രസ്താവന അന്നത്തെ ഡി.ജി.പി. പിൻവലിക്കണമെന്നായി രുന്നു ആ കൃത്യത്തിലൂടെ വിനയ ശക്തിയായി ആവശ്യപ്പെട്ടത്.

അശാസ്ത്രീയവും ജനവിരുദ്ധവും ജനാധിപത്യം തൊട്ടുതീണ്ടിയി ട്ടില്ലാത്തതുമായ നമ്മുടെ പോലീസ് സേനയുടെ പരിശീലന സമ്പ്ര ദായത്തിലേക്കുകൂടി വിരൽ ചൂണ്ടുന്നുണ്ട് വിനയയുടെ വീറും വാശിയും എന്ന ഓർക്കാവുന്നതാണ്. ഏമാന്മാർക്ക് വിനയയെ ഉൾക്കൊള്ളാൻ എത്രകാലം വേണ്ടിവരുമെന്നറിയില്ല. കുറ്റം പറയാനില്ല. അവർ പഠിച്ചതു പാട്ടുന്നു; ശീലിച്ചതു ചെയ്യുന്നു...!

സർവീസിൽ നിന്നു പിരിച്ചുവിടപ്പെട്ട പോലീസ് കോൺസ്റ്റബിൾ വിനയ സർക്കാരിന് പരാതി നൽകിയാൽ നടപടി പുനഃപരിശോധി ക്കുന്ന കാര്യം പരിഗണിക്കാമെന്നാണ് പ്രതിപക്ഷ പ്രതിഷേധത്തിന്റെ പ്രതികരണമെന്ന നിലക്ക് മുഖ്യമന്ത്രി നിയമസഭയിൽ പ്രസ്താവിച്ചത്.

വിനയ മുഖ്യമന്ത്രിക്ക് നിവേദനം നൽകി കാത്തിരിക്കുകയാണ്.....

-2003 ജൂൺ 29

വെല്ലുവിളികൾക്കു പിന്നിൽ

വിശ്വഹിന്ദു പരിഷത്തിന്റെ ത്രിശൂല ദീക്ഷയെ, ബി.ജെ.പി. പ്രസി ഡണ്ട് വെങ്കയ്യ നായിഡുവും പാർടി വക്താവ് വിജയകുമാർ മൽഹോത്രയും വലിയ വായിൽ പിന്തുണക്കുമ്പോൾ, ന്യായവാദങ്ങൾ രൂപപ്പെടുത്തുമ്പോൾ അതിനപ്പുറത്തെ കുരിരുട്ടിൽ നാക്കുനീട്ടി ഇളകി യാട്ടുന്ന ഭീകരരൂപങ്ങളെ നമുക്കു സങ്കൽപിക്കാതെ വയ്യ. നായിഡുവി ന്റെയും മൽഹോത്രയുടെയും പൊള്ളവചനങ്ങളിൽ ഒളിഞ്ഞിരിക്കുന്ന വിപത്തുകളെ നമുക്ക് കാണാതെ വയ്യ. പ്രവീൺ തൊഗാഡിയ എന്ന അപക്വനായ വിശ്വഹിന്ദു പരിഷത്തുകാരനെ ദേശാഭിമാന പ്രചോദി തനായ മതനേതാവായി വെങ്കയ്യ നായിഡു വിശേഷിപ്പിക്കുമ്പോൾ നമ്മുടെ ചുണ്ടിൽ പുച്ഛം പുരളാതെ വയ്യ.

രാജസ്ഥാൻ ഗവൺമെന്റ് ചെയ്തത് തികഞ്ഞ വിഡ്ഢിത്തമാണെ ന്നതിൽ മൽഹോത്രയ്ക്കു സംശയമേതുമില്ല. തൊഗാഡിയ വിതരണം ചെയ്ത ത്രിശൂലങ്ങളെക്കാൾ മാരകശേഷിയുള്ളതാണ് തീൻമേശകളിൽ ഉപയോഗിക്കുന്ന മുപ്പല്ലി (Table forks)കൾ എന്നിരിക്കെ ത്രിശൂല വിത രണങ്ങളുടെ പേരിൽ തികഞ്ഞ ദേശാഭിമാനിയായ തൊഗാഡിയയെ ദേശദ്രോഹി (Anti-national)യാക്കി ജയിലിലടച്ചവർ അനുഭവിക്കേ ണ്ടി വരുമെന്നാണ് ബി.ജെ.പി. നേതാക്കൾ ഒട്ടാക്കെ ഭീഷണിയുടെ സ്വരത്തിൽ പറഞ്ഞുവെച്ചത്. മുപ്പല്ലിയുമായി താരതമ്യം ചെയ്യുമ്പോൾ ത്രിശൂലം ഒരു ഹൈന്ദവ മുദ്രയായല്ല ഭീകരപ്രവർത്തനത്തിനുള്ള ഒരു ആയുധമായിത്തന്നെയാണ് കാണുന്നതെന്ന് ഈ നേതാക്കൾ പറയാതെ പറയുന്നുണ്ട്. അതുതന്നെയാണ് രാജസ്ഥാൻ ഗവൺമെ ന്റിനെ ത്രിശൂല വിതരണം നിരോധിക്കാൻ പ്രേരിപ്പിച്ചതും കാര്യങ്ങൾ തൊഗാഡിയയുടെ അറസ്റ്റിലേക്ക് നയിച്ചതും എന്ന് ആർക്കും ഊഹി ക്കുകയുമാവാം.

     അങ്ങനെത്തന്നെയാണ് ഇപ്പോഴും കാര്യങ്ങൾ

രാജസ്ഥാനിൽ മാത്രമല്ല, ചില ഉത്തരേന്ത്യൻ സംസ്ഥാനങ്ങളിൽ വിശ്വഹിന്ദു പരിഷത്ത് പ്രവർത്തകർ ത്രിശൂല വിതരണം ഒരു അജണ്ട യായി നടത്തിവരികയാണെന്ന് നമുക്കറിയാം. അതു മതാചാരമാണെ ന്നു പറയുന്ന ശ്വാസത്തിൽത്തന്നെ ആത്മരക്ഷക്കാണെന്നും പറയു ന്നതിന്റെ അർത്ഥമെന്താണ്? ആത്മരക്ഷക്കാണെന്ന പറയുമ്പോൾ ത്രിശൂലം ഒരു ആയുധമായി മാറുന്നുണ്ട് എന്ന് ഏതു മന്ദബുദ്ധിക്കും നിരൂപിക്കാവുന്നതേയുള്ളതാനും.

ത്രിശൂലം ശിവന്റെ അടയാളമാണെന്നും അതു കൊണ്ടുനടക്കുന്നത് ഏതു ഹിന്ദുവിന്റെയും ജന്മാവകാശമാണെന്നും അതിനെ നിരോധിക്ക ന്നത് ഭരണഘടന പ്രകാരമുള്ള മൗലികാവകാശങ്ങൾക്ക് എതിരാണെ ന്നും അതിനാൽ തന്റെ സംഘടനയുടെ അന്താരാഷ്ട്ര സെക്രട്ടറിയായ പ്രവീൺ തൊഗാഡിയയെ അറസ്റ്റ് ചെയ്തതിന് രാജസ്ഥാൻ മുഖ്യമന്ത്രി അശോക് ഗെഹ് ലാട്ട് വലിയ വില നൽകേണ്ടിവരുമെന്നുമുള്ള വിശ്വ ഹിന്ദു പരിഷത്ത് അന്താരാഷ്ട്ര പ്രസിഡണ്ട് അശോക് സിംഗാളിന്റെ വെല്ലുവിളിയും ഉയർന്ന വരികയുണ്ടായി. ഭാഗ്യം; ഹിന്ദുക്കളുടെ മുപ്പത്തി മുക്കോടി ദൈവങ്ങളെ മൊത്തമായും ചില്ലറയായും തങ്ങൾ ഏറ്റെടുത്തി രിക്കുന്ന എന്ന് സിംഗാൾ അവർകൾ പ്രഖ്യാപിച്ചിട്ടില്ല!

ജാമ്യം ലഭിച്ചശേഷം അജ്മീർ സെൻട്രൽ ജയിലിൽ നിന്നു പുറത്തി റങ്ങിയ തൊഗാഡിയയെ സംബന്ധിച്ചുള്ള തിരക്കഥയും സംഭാഷണവും ചില പത്രങ്ങൾ വിശദമായിത്തന്നെ വെളിപ്പെടുത്തുകയുണ്ടായി.

ജയിലിലടക്കാൻ കാരണമായ കുറ്റകൃത്യങ്ങൾ യാതൊരു കാരണവ ശാലും ആവർത്തിക്കരുതെന്ന കരാറിലാണ് സെഷൻസ് കോടതിയിൽ നിന്ന് തൊഗാഡിയക്ക് ജാമ്യമനുവദിച്ചത്. ത്രിശൂല ചിത്രാങ്കിതമായ ടീ ഷർട്ടുകൾ ധരിച്ച് പ്രകീർത്തനങ്ങളോടെ, ആഹ്ലാദാരവങ്ങളോടെ സ്വീകരിക്കാനെത്തിയ അനുയായികളെ കാൺകെ പരിക്ഷീണനായ തൊഗാഡിയ മുഖത്ത് ധീരതയുടെ ഇടുപ്പ വരുത്തുവാൻ ആവത് ശ്രമിച്ച കൊണ്ടിരുന്നു. സെൻട്രൽ ജയിലിന് പുറത്ത് തമ്പടിച്ച സംഘ പരിവാര പ്രവർത്തകരിൽ ബഹുഭൂരിപക്ഷവും ഗുജറാത്തിൽ നിന്നുള്ളവരായിരു ന്നു, തൊഗാഡിയയുടെ ഉറ്റ അനുയായികളും ഗുജറാത്ത് കലാപത്തിലെ മുഖ്യ കുറ്റവാളികളുമായിരുന്നു എന്നത് തിരനാടകത്തിൽ സവിശേഷം രേഖപ്പെടുത്തുന്നുണ്ട്. ബി.ജെ.പി സംസ്ഥാന പ്രസിഡണ്ട് വസുന്ധര രാജെ സിന്ധ്യയുടെയും വിശ്വഹിന്ദുപരിഷത്ത് വൈസ് പ്രസിഡണ്ട് ആചാര്യ ഗിരിരാജ കിഷോറിന്റെയും സാന്നിധ്യം അറിയിക്കുന്നത് തൊഗാഡിയയുടെ ഭാര്യയുടെയും മകളുടെയും കൂട്ടത്തിലാണെന്ന

വാർത്ത, വരികൾക്കിടയില്ലും വായിക്കേണ്ടതിന്റെ അനിവാര്യത ബോധ്യ
പ്പെട്ടുത്തുന്നുണ്ട്.

സംസ്ഥാന സർക്കാർ നിരോധിച്ച ത്രിശൂലവിതരണത്തോടൊപ്പം
വികാരം ആളിക്കത്തിക്കുന്ന തരത്തിൽ പ്രസംഗിക്കുകയും അങ്ങനെ
മതസ്പർദ്ധക്ക് വഴിയൊരുക്കുകയുമായിരുന്നു തൊഗാഡിയ.

ജാമ്യം നേടി അജ്മീർ സെൻട്രൽ ജയിലിൽ നിന്നിറങ്ങിയ
തൊഗാഡിയ അഹമ്മദാബാദിലേക്ക് തിരിക്കുംമുമ്പ് കൂട്ടാളികളെ കണ്ട
വർധിതവീര്യത്തിൽ പറഞ്ഞത് ത്രിശൂലദീക്ഷ വീണ്ടും തുടങ്ങുമെന്നാണ്!
അതിന്റെ മിതമായ അർഥം പോലീസും പട്ടാളവും നീതിന്യായവ്യവസ്ഥയും
തങ്ങൾക്ക് പുല്ലാണ് എന്നതന്നെയാണ്.

പുരോഗമന മതനിരപേക്ഷ പ്രസ്ഥാനങ്ങളുടെയും നേതൃശേഷിയു
ള്ള വ്യക്തികളുടെതന്നെയും ജോലി വർധിക്കുന്നു എന്നതന്നെയാണ്
തൊഗാഡിയമാരും സിംഗാളമാരും വെളിപ്പെടുത്തുന്നത് എന്ന്
പറയാതെ വയ്യ.

-2003 മെയ് 4

 അങ്ങനെത്തന്നെയാണ് ഇപ്പോഴും കാര്യങ്ങൾ

അല്പം കരുണ

കൽപകഞ്ചേരി ഗ്രാമത്തിലെ എഴുപത്തഞ്ചുകാരനായ ആലിമമ്മു ഹാജിക്ക് ഇപ്പോൾ ഒരേയൊരു മോഹമേയുള്ളൂ. കണ്ണീരോടെ, ഗദ്ഗദങ്ങളോടെ അദ്ദേഹം മനസ്സ് തുറന്നതിങ്ങനെയാണ്: ജനിച്ചവീണ ഈ മണ്ണിൽത്തന്നെ എന്ന ഖബറടക്കാനുള്ള സാഹചര്യം എല്ലാവരും കൂടി ഉണ്ടാക്കിത്തരണം. ഇതല്ലാതെ മറ്റൊരു മോഹമോ ആവശ്യമോ എനിക്ക് ഈ ദുനിയാവിലില്ല...

ഇങ്ങനെ ഈർപ്പം പൊടിയുന്ന ഒരേയൊരു പ്രാർത്ഥനയുമായി കഴിഞ്ഞു കൂട്ടുന്നത് ഒരേയൊരു ആലിമമ്മുഹാജിയല്ല. എഴുപതുകളും എൺപതുകളും പിന്നിട്ട സമാന ദുഃഖിതർ മലപ്പുറം ജില്ലയിൽത്തന്നെ നിരവധിയാണ്. വാർധക്യത്തിന്റെ സ്വതേയുള്ള അവശതകൾക്കു പുറമെ ഇത്തരം നെഞ്ചുരുക്കവുമായി നാളുകളെണ്ണുന്നവർ. നമ്മുടെ രാജ്യം രണ്ടായി വിഭജിക്കപ്പെട്ടതിന്റെ ഉണങ്ങാത്ത മുറിവുകളുമായി കഴിയുന്നവർ. ഏതു നിമിഷവും നാടു കടത്തപ്പെട്ടുമെന്ന ആശങ്കകളുടെ ഭാണ്ഡം മുറുക്കിയിരിക്കുന്നവർ....

പാക്ക് പൗരത്വത്തിന്റെ പേരിൽ വീട്ടിൽപോലും പതുങ്ങിക്കഴിയുന്ന എൺപത്തിമൂന്നുകാരൻ കുണ്ടൂരിലെ മുഹമ്മദിന്റെ കണ്ണീരു തുടക്കാൻ ഏതു നിയമമാണ് പാകമാവുക എന്ന് എനിക്കറിയില്ല. അദ്ദേഹത്തിന്റെ അഭ്യർത്ഥന ഇങ്ങനെയായിരുന്നല്ലോ: ഈ മണ്ണിൽത്തന്നെ കിടന്ന് ഞങ്ങൾക്ക് മരിക്കണം. അതിനായി പെരുനാളിനു നിങ്ങളൊക്കെ പ്രാർത്ഥിക്കണം....

പാകിസ്ഥാൻ പൗരന്മാർ എന്ന് നിയമം അനുശാസിക്കുകവഴി പിറന്ന മണ്ണിൽ അന്യരാവുന്ന ഇത്തരം ഹതഭാഗ്യർക്കുവേണ്ടി ബലിപെ രുനാളിൽ തീർച്ചയായും നിരവധി പേരുടെ കണ്ണീരണിഞ്ഞ പ്രാർത്ഥന കൾ ഉയർന്നിട്ടുണ്ടാവും. ആഘോഷങ്ങൾക്കും തക്ബീറുകൾക്കുമൊപ്പം

സഹജീവികളെയോർത്ത് തീർച്ചയായും നെടുവീർപ്പുകളുമുയർന്നിട്ടുണ്ടാ
വ്യം.

ആലിമ്മുഹാജിയെപ്പോലുള്ളവർ, കുണ്ടൂർ മുഹമ്മദിനെപ്പോലുള്ള
വർ ജീവിക്കാൻ വേണ്ടിയുള്ള എരിപൊരി സഞ്ചാരത്തിനിടയിൽ പാകി
സ്ഥാനിൽ കാല്യ കുത്തിപ്പോയവരാണ്. ജീവിതസമരം എങ്ങനെയാണ്
പാതകമാവുക എന്ന് എനിക്ക് നിരൂപിക്കാനാവുന്നില്ല.

കേരളത്തിൽ ഇരുന്നൂറ്റി എൺപത്തി മൂന്ന് പാക് പൗരന്മാരുണ്ടെ
ന്നാണ് കണക്ക് വെളിപ്പെടുത്തുന്നത്. മലപ്പുറം ജില്ലയിൽ മാത്രം നൂറ്റി
മുപ്പത്തിയേഴുപേർ. എഴുപതും എൺപതും വയസ്സുകഴിഞ്ഞ ഇവരിൽ
പലരും പ്രാഥമികാവശ്യങ്ങൾക്കു പോലും പരസഹായം ആവശ്യമുള്ള
വരാണ്.

ഇവരൊക്കെ തൊഴിൽതേടി പാകിസ്ഥാനിൽ പോയത് വിഭജ
നത്തിനു മുൻപായിരുന്നു. നാട് രണ്ടായി മാറിയപ്പോൾ പലർക്കും
തിരിച്ചവരിക അസാധ്യമായി. മറ്റൊരു രാജ്യത്തിന്റെ പാസ്പോ
ർട്ടില്ലാതെ നാട്ടിലേക്ക് മടങ്ങാൻ വഴിയേതുമില്ലായിരുന്നു. പിറന്ന
നാടിനെ കിനാവുകണ്ട്, പ്രിയപ്പെട്ടവരെ സ്വപ്നത്തിൽ താലോലിച്ച്
പലരും പാകിസ്ഥാനിൽത്തന്നെ ജീവിതമൊടുക്കി. എന്നാൽ പാക്
പാസ്പോർട്ട് സംഘടിപ്പിച്ച് നാട്ടിലേക്ക് മടങ്ങിയെത്താൻ കുറേ
പേർക്കെങ്കിലും കഴിഞ്ഞു. അത്തരത്തിൽപെട്ട ഹതഭാഗ്യരെയാണ്
നിയമം വേട്ടയാടുന്നത്. പിറന്ന നാട്ടിൽ പാത്തും പതുങ്ങിയും കഴിയേ
ണ്ടിവരുന്നവരുടെ ദുരവസ്ഥ ഊഹിക്കാൻ കഴിയാത്തവരുണ്ടാവാം.
നമ്മുടെ ഈ സഹജീവികളുടെ ജീവിതദുരന്തത്തിന്റെ ആഴം തിട്ടപ്പെ
ടുത്താൻ കഴിയാത്തവരുണ്ടാവാം. ചീഫ് സെക്രട്ടറിമാരുടെയും ഡി.ജി.
പിമാരുടെയും യോഗത്തിൽ ആഭ്യന്തരമന്ത്രി എൽ.കെ അദ്വാനിയുടെ,
അനധികൃതമായി ഇവിടെ കഴിയുന്ന വിദേശികളെ കർശനമായി പുറ
ത്താക്കണമെന്ന നിർദേശം വന്നതോടെ ഉശിരുകൂടിയ ഉദ്യോഗസ്ഥ
പ്രവരന്മാരുമുണ്ടാവാം.

പ്രായാധിക്യവും വ്യാകുലതകളും നൈരാശ്യബോധവും തകർത്തി
ക്കളഞ്ഞിട്ടുള്ള ഈ കാരണവന്മാർ പാകിസ്ഥാൻ അധികൃതരിൽ നിന്നും
പീഡനങ്ങൾ ഏറ്റുവാങ്ങിയിട്ടുണ്ട്. നമ്മുടെ നാട്ടിലെ നിയമപാലകർ
ഇവരിൽ പലരെയും അതിർത്തിയിൽ നടതള്ളിയിട്ടുണ്ട്. ഇന്ത്യൻ ചാര
ന്മാരാണെന്ന് മുദ്ര കുത്തപ്പെട്ട് പാകിസ്ഥാൻ പട്ടാളത്തിന്റെ പാരിതോ
ഷികങ്ങൾ ഏറ്റുവാങ്ങിയിട്ടുമുണ്ട്! പാക് പട്ടാളത്തിന്റെ വെടിയുണ്ടയേറ്റ
ചിലരുടെയെങ്കിലും സമസ്ത വ്യാകുലതകളും ഒടുങ്ങിയിട്ടുമുണ്ട്!

മലപ്പറം ജില്ലയിലെ കാരണവന്മാരെ മറ്റൊരു വല്ലാത്ത ഓർമയും വേട്ടയാട്ടുന്നുണ്ടാവാം. രണ്ടുവർഷം മുൻപ് നിയമത്തിന്റെ കാർക്കശ്യ ത്തിൽ സംഭവിച്ച എൺപതുകാരനും രോഗിയുമായ അബ്ദുല്ല എന്ന ഒരു വൃദ്ധന്റെ ദുരന്താനുഭവം. നമ്മുടെ പോലീസ് കൃത്യനിഷ്ഠയോടെ അബ്ദുല്ലയെ അറസ്റ്റ് ചെയ്തുകൊണ്ടുപോയി. അദ്ദേഹത്തെ വിട്ടുകിട്ടാനുള്ള ബന്ധുക്കളുടെ അപേക്ഷ തിരസ്കരിച്ച് പാകിസ്ഥാനിലേക്ക് നാട്ടുകട ത്തുകയും ചെയ്തു. പാകിസ്ഥാൻ അധികൃതരാവട്ടെ അബ്ദുല്ലയെ ഇന്ത്യൻ ചാരനായാണ് സഹർഷം സ്വാഗതം ചെയ്തത്! ഇരുരാജ്യങ്ങളിലെയും മനുഷ്യസ്നേഹികളുടെ വിളയാട്ടം ഏറെ വേണ്ടിവന്നില്ല... മൂന്നു മാസ ത്തിനുള്ളിൽ ഒരു നാടിനും വേണ്ടാത്ത മൃതശരീരമായി, മലപ്പറത്തെ ജനിച്ചവളർന്ന മണ്ണിലേക്ക് അബ്ദുല്ല ദീർഘനിദ്രക്കായി എത്തി.

അതിനുശേഷം വേവലാതി പൂണ്ട പലരും ഒളിവിൽ കഴിയുകയാണ്. കോടതിയും പോലീസ് സ്റ്റേഷനുമായി കഴിയുന്നവർ വേറെയും.

ഉപജീവനം തേടി ഒരിക്കൽ പാകിസ്ഥാനിൽ കഴിഞ്ഞു എന്നതുകൊ ണ്ട്, പിറന്ന മണ്ണിൽ ജീവിക്കാൻ അവസരം നിഷേധിക്കുന്നത് തികഞ്ഞ മനുഷ്യാവകാശ ലംഘനമാണ്. നിയമത്തിന്റെ നൂലാമാലകൾ അഴിച്ചെ ടുത്തുകൊണ്ട്, പരിഷ്കൃത നാഗരികതക്ക ചേർന്ന വിധത്തിൽ ഇന്ത്യാ ഗവൺമെന്റ് കൈകാര്യം ചെയ്യേണ്ട വിഷയമാണിത്. ഈ സഹജീവി കളോട്ടുള്ള സമൂഹത്തിന്റെ സമീപനവും ഏറെ മാനുഷികമാവേണ്ടതുണ്ട്.

-2003 മാർച്ച് 2

മുളയിലേ നുള്ളിക്കളഞ്ഞില്ലെങ്കിൽ

ഗുജറാത്തിലെ ന്യൂനപക്ഷങ്ങളുടെ വിശിഷ്യ, മുസ്ലിംകളുടെ ശിഥിലമാക്കപ്പെട്ട ജീവിതം പടിപടിയായി താരം തളിരുമണിയുകയാണെന്നും മുണ്ഡനം ചെയ്യപ്പെട്ട ശാഖികളിൽ സ്വാസ്ഥ്യത്തിന്റെ പച്ചപ്പുകൾ പൊട്ടിച്ചിനക്കുകയാണെന്നുമുള്ള നമ്മുടെ സമാശ്വാസ സങ്കല്പങ്ങൾ യാഥാർത്ഥ്യത്തിൽ നിന്ന് എത്രയോ അകലെയാണ്.നമ്മൾ ഏതോ വിദൂരവിമൂഢസങ്കല്പ സാമ്രാജ്യത്തിലാണെന്നതന്നെയാണ് ഗുജറാത്തിലെ ന്യൂനപക്ഷജീവിതം അടയാളപ്പെടുത്തുന്നത്.

നരേന്ദ്രമോദി സർക്കാർ മുസ്ലിംകൾക്കെതിരെ അതീവ സമർത്ഥമായാണ് പീഡനപരമ്പരകൾ അഴിച്ചുവിടുന്നത്. അവിടത്തെ പ്രതിപക്ഷ രാഷ്ട്രീയ നിഷ്ക്രിയത്വം മോദിസർക്കാറിന്റെ അത്യാചാരങ്ങൾക്ക് അനുഗ്രഹമാവുന്നുണ്ട് എന്ന് പറയാതെ വയ്യ. മാധ്യമ ശ്രദ്ധ മറ്റിടങ്ങളിലേക്ക് തെന്നുന്ന അവസരങ്ങൾ നോക്കിയാണ് മുസിംകൾക്കെതിരെയുള്ള വിവേചനപരമ്പരകൾ മോദി സർക്കാർ അതീവ നൈപുണിയോടെ ആസൂത്രണം ചെയ്യുന്നത്. മുളയിലേ നുള്ളിക്കളയേണ്ട ഇത്തരം ഭീഷണികളുടെ ഭവിഷ്യത്ത് ഗുജറാത്തിൽ മാത്രം ഒതുങ്ങുന്നതാണെന്നു പറയുക വയ്യ. ഫാസിസത്തിന്റെ പൂർണവളർച്ചയിൽ നമ്മുടെ രാഷ്ട്രത്തെത്തന്നെ വിഴുങ്ങാൻ ഇത്തരം ഭീഷണികൾക്ക് കഴിയുമെന്ന് അറിഞ്ഞിരിക്കേണ്ടതുണ്ട്.

ഗുജറാത്തിലെ സംഭവങ്ങളിൽ ധീരമായ നിലപാടുകൾ കൈക്കൊണ്ട എന്നതിന്റെ പേരിൽ നിരവധി ആളകളുടെ പിന്നാലെ മോദിയുടെ കിങ്കരന്മാർ ഇറ്റുകണ്ണകളും നീട്ടിയ നാക്കുമായി നടക്കുകയാണ്.മനുഷ്യാവകാശ പ്രവർത്തകരും റിലീഫ്ക്യാമ്പ് നടത്തിപ്പുകാരും കൊലയാളികൾക്കെതിരെയുള്ള നിയമനടപടികളിൽ വ്യാപൃതരായ ന്യൂനപക്ഷങ്ങളിൽപ്പെട്ട അഭിഭാഷകരും മോദിയുടെ കിങ്കരന്മാർക്ക്

അപ്രിയരാവുന്നതിൽ അതിശയിക്കാനുമില്ല. ഗുജറാത്തിലെ വംശഹ ത്യയുടെ കാലത്തും ഇപ്പോഴും ഒരുപക്ഷേ എപ്പോഴും ഇവരൊക്കെ ഒരു നിലപാട്ട തറയിൽ ഉറച്ചനിൽക്കുന്ന എന്നത് സംഘപരിവാരങ്ങൾക്ക് സഹിക്കാനാവില്ലെന്ന് നാം അറിഞ്ഞിരിക്കേണ്ടതുണ്ട്. ഗുൽബർഗിലെ യും നരോദപാട്യയിലെയും കൂട്ടക്കൊലയോടനുബന്ധിച്ച് നടത്തിവരുന്ന റിലീഫ് പ്രവർത്തനങ്ങൾ സംഘപരിവാരങ്ങൾക്ക് ഒട്ടും സഹിക്കാനാവു ന്നില്ല എന്നു വേണം പറയാൻ. അവിടത്തെ ക്യാമ്പുകളിൽ സജീവമായി പ്രവർത്തിക്കുന്നത് പന്ത്രണ്ട് പേരാണ്. മോദി കിങ്കരന്മാർ മറയേതുമില്ലാ തെതന്നെയാണ് അവരെ വേട്ടയാട്ടുന്നത്. ഏതു നിമിഷത്തിലും ജീവൻ അപകടപ്പെടാവുന്ന സന്ദിഗ്ധതയിൽ കുസലേതുമില്ലാതെയാണ് അവർ പ്രവർത്തിക്കുന്നതെന്ന് പറയാതെ വയ്യ.

നമുക്ക് ഊഹിക്കാൻ കഴിയുന്നതിലേറെ ദുസ്സഹമാണ് ഗുജറാ ത്തിലെ ന്യൂനപക്ഷങ്ങളുടെ ജീവിതാവസ്ഥ. തികച്ചും വിവേചനപരമായി പോട്ട (Prevention of Terrorism Act)യടക്കമുള്ള കരിനിയമങ്ങൾ ഉപയോഗിച്ച് മുസ്ലിംകളെ അറസ്റ്റ് ചെയ്ത് ജയിലിലടക്കുകയാണ്. അത്തരത്തിലുള്ള പന്ത്രണ്ടോളം കേസുകളെക്കുറിച്ചുള്ള വിവരം പുറ ത്തുവന്നിട്ടുണ്ട്. ബി.ജെ.പി. ഗ്രൂപ്പവഴക്കിനോടനുബന്ധിച്ച് വധിക്കപ്പെട്ട ഹരേൻപാണ്ഡ്യയുടെ കേസുമായി ബന്ധിപ്പിച്ച് നിരവധി മുസ്ലിംകളെ അഹമ്മദാബാദ് പോലീസ് അതിക്രൂരമായി പീഡിപ്പിക്കുകയാണ്. നരേൻ പാണ്ഡ്യയുടേത് രാഷ്ട്രീയ കൊലപാതകമാണെന്നും ഭരണപക്ഷി ക്കുള്ളിലെ (ബി.ജെ.പി.) പാണ്ഡ്യയുടെ എതിർചേരിക്കാർക്ക് വധത്തിൽ പങ്കുണ്ടെന്നുമുള്ള പാണ്ഡ്യയുടെ പിതാവിന്റെ തന്നെ ആരോപണമുയ രുമ്പോൾ നിസ്സഹായരും നിരപരാധരുമായ മുസ്ലിം സഹോദരന്മാർ അതിന്റെ പേരിലും കണ്ണീർ കുടിക്കുകയാണ്.

മദ്രസ്സകളടക്കം മുന്നൂറ്റിരുപത്തഞ്ചിൽ ഏറെയുള്ള മുസ്ലിം സ്ഥാ പനങ്ങൾക്കു നേരെ മോദി സർക്കാർ വിദ്വേഷപരമായ ചോദ്യങ്ങൾ ഉയർത്തിയിരിക്കയാണ്. കുടിലമായ ഈ അന്വേഷണങ്ങൾ വിദ്യാഭ്യാ സവകുപ്പിന്റെയും ചാരിറ്റി കമ്മീഷണരുടെ ആപ്പീസിന്റെയും പോലീസ് വകുപ്പിന്റെയും വിലാസത്തിലാണ്. എന്നാൽ ഈ വക്രതയുടെ പിന്നിൽ സാക്ഷാൽ നരേന്ദ്രമോദി എന്ന താടിക്കാരനാണെന്നും മുസ്ലിം സ്ഥാ പനങ്ങളെ നാമാവശേഷമാക്കുകയാണ് ഉദ്ദേശ്യമെന്നും ആർക്കാണ് അറിഞ്ഞുകൂടാത്തത്! ഇതോടൊപ്പം ക്രൈസ്തവ സ്ഥാപനങ്ങൾക്കു നേരെ വിദ്യാഭ്യാസവകുപ്പിന്റെ ആക്ഷേപകരമായ അന്വേഷണങ്ങൾ ഉണ്ടായതായി പരാതി ഉയർന്നുവന്നിട്ടുണ്ട്.

ഇത്തരം നിരവധി വിവേചനങ്ങൾക്കിടയിൽ എല്ലാം മറക്കാനും പൊറുക്കാനും ആർക്കാണ കഴിയുക! ഇത്തരമൊരവസ്ഥയിൽ ഉമി ത്തീപോലെ നീറിനീറിപ്പുകയുന്ന ഗുജറാത്തിലെ ന്യൂനപക്ഷങ്ങളുടെ മനസ്സ് തൊട്ടറിയാൻ കഴിഞ്ഞിട്ടുള്ള വ്യക്തികളും പ്രസ്ഥാനങ്ങളും രംഗത്തിറങ്ങിയിട്ടുള്ളത് ആശ്വാസത്തിന് വഴിയൊരുക്കുന്നുണ്ട്. കമ്യൂണ ലിസം കോംപാറ്റിന്റെയും സഹ്മതി (Safdar Hashmi Memorial Trust)ന്റെയും ആഭിമുഖ്യത്തിൽ ഈയിടെ ദില്ലിയിൽ വിളിച്ചുകൂട്ടിയ പത്രസമ്മേളനം ഈ അർത്ഥത്തിൽ ഇന്ത്യയിലെ മുഴുവൻ ജനാ ധിപത്യ സെക്കുലർ വിശ്വാസികളുടെയും ശ്ലാഘയും കൃതജ്ഞതയും അർഹിക്കുന്നുണ്ട്. കമ്യൂണലിസം കോംപാറ്റ് പത്രാധിപയും പ്രമുഖ സെക്കുലർ പ്രവർത്തകയുമായ ടീസ്റ്റ സെറ്റൽവാഡ്, സഹ്മത് പ്രവ ർത്തകർ എന്നിവരോടൊപ്പം പത്രസമ്മേളനത്തിൽ സന്നിഹിതനായ സുപ്രീംകോടതിയിലെ സീനിയർ അഭിഭാഷകൻ പ്രശാന്ത് ഭ്രഷൺ വികാരനിർഭരമായ ഒരഭ്യർത്ഥനയാണ് രാജ്യത്തിലെ സെക്കുലർ പ്ര സ്ഥാനങ്ങളുടെ മുമ്പാകെ സമർപ്പിച്ചത്: ഗുജറാത്തിലെ ഈ ഭീഷണി മുളയിലേ നള്ളിക്കളയണം. ഗുജറാത്ത് കൂട്ടക്കൊലയിലെ കുറ്റവാളികൾ ഇവിടെ ചുറ്റിക്കറങ്ങുകയാണ്. പീഡനമേറ്റവർ പുറത്തേക്കിറങ്ങിയാൽ വേട്ടപ്പട്ടികളെ വിട്ട് നായാട്ടുന്ന അവസ്ഥയാണ്. ആരെങ്കിലും ഈ ഇരകൾക്കുവേണ്ടി ന്യൂനപക്ഷങ്ങൾക്കുവേണ്ടി ശബ്ദമുയർത്തിയാൽ, വിരൽ ചൂണ്ടിയാൽ ഭീഷണികളുടെ ഇറുകണ്ണുകൾ അവർക്കുനേരെയാ വും. ഫാഷിസത്തെ തീറ്റിപ്പോറ്റുന്നവർക്ക് ഈ മണ്ണിൽ വേരോട്ടമുണ്ട്. നാമതു ഗൗനിക്കേണ്ടതുണ്ട്. നാസി ജർമ്മനിയുടെ അനുഭവം നമ്മെ ത്തേടിയെത്താതിരിക്കട്ടെ....

-2003 ജൂൺ 1

 അങ്ങനെത്തന്നെയാണ് ഇപ്പോഴും കാര്യങ്ങൾ

രായഗഡയിലെ രജനി

ആജീവിതത്തിൽ ഇനി എന്താണ് പ്രതീക്ഷിക്കാനുള്ളത്. സ്നേഹംകൊണ്ടോ, ദയകൊണ്ടോ, വാത്സല്യംകൊണ്ടോ ഇനിയാർക്കും ആ ജീവിതത്തെ താരും തളിരുമണിയിക്കുവാനാവില്ല. സഹാനുഭൂതികൊണ്ടോ, സഹതാപംകൊണ്ടോ ഇനിയാർക്കും ആ പാവം ജീവിതത്തെ ഒന്ന സ്പർശിക്കാൻ കൂടിയാവില്ല. ഏതു നിമിഷവും അണയാവുന്ന, കാറ്റിൽ ഉലഞ്ഞുകൊണ്ടേയിരിക്കുന്ന ഒരു ചെറുദീപ നാളമാണ് ആ സ്ത്രീ ജീവിതം. കൊടുംക്രൂരതയിൽ കത്തിക്കരിഞ്ഞ ഒരു യൗവനം. വന്യമായ വഞ്ചനയിൽ പാഴായിപ്പോയ ഒരു മാതൃത്വം.

ദിനേനയെന്നോണം നാം കേട്ടുകൊണ്ടിരിക്കുന്നത്, സ്ത്രീ ജീവിത ങ്ങളെ വേട്ടയാടിക്കൊണ്ടിരിഡുന്ന വിചിത്രമായ കഥകളാണ്. സ്വന്തം വീട്ടും നാട്ടും നിയമപാലകരും അധികൃതർതന്നെയും ഏതോ ശത്രുനാട്ടം ശത്രുക്കളമാവുന്ന അവസ്ഥ സ്ത്രീകൾ വർധമാനമായ തോതിൽ അനുഭ വിക്കേണ്ടി വരുന്നുണ്ടെന്നു പറയാം. ഉയർന്ന വിദ്യാഭ്യാസവും സാമൂഹിക പദവിയുംപോലും ഇക്കാര്യത്തിൽ പലപ്പോഴും സ്ത്രീകൾക്ക് ഇണയാവു ന്നില്ലെന്നു പറയേണ്ടി വരുന്നു. രാഷ്ട്രീയമായ കൂട്ടായ്മയും ഇച്ഛാശക്തിയും മാത്രമാണ് വ്യത്യസ്തമായ അനുഭവങ്ങൾ സ്പഷ്ടമാക്കുന്നതെന്ന കാണാം. എറണാകുളം നഗരത്തിൽ ഈയിടെ മുഖം കാണിച്ചത് അത്തരത്തി ലൊരു സംഭവമാണ്. പുരോഗമന കേരളത്തിലെ ഒരു പരിഷ്കൃതനഗ രിയിൽ ഇങ്ങനെയൊക്കെ സംഭവിക്കുമോ എന്ന വിസ്മയം കൊള്ളാ നുള്ള ഒരവസരം കൂടിയാവുന്നു അത്. സംഗതി ഇതാണ്: എറണാകുളം നഗരത്തിലെ ക്രിമിനലുകളെക്കുറിച്ച് പോലീസ് തയ്യാറാക്കിയ പട്ടിക യിൽ ഒരു വനിതാ സംഘടനയുടെ സംസ്ഥാന സെക്രട്ടറി കൂടിയായ അഭിഭാഷകയെ ഉൾപ്പെടുത്തിയിരിക്കുന്നു! മന്ത്രിമാർ അടക്കമുള്ള അത്യുന്നതന്മാർ ഉൾപ്പെട്ട പെൺവാണിഭ റാക്കറ്റകൾക്കെതിരെയും

നിരവധി മനുഷ്യാവകാശ ലംഘനങ്ങൾക്കെതിരെയും അഭിഭാഷക എന്ന നിലയിലും സംഘടനാനേതാവെന്ന നിലയിലും നിരന്തരം ഇടപെടുന്നതിനാലാണ് അഡ്വ.ടി.ബി.മിനിയെ ക്രിമിനൽ പട്ടികയി ൽപ്പെടുത്തിയതെന്ന്, സന്ദർഭോചിതമായി അഞ്ച് വനിതാനേതാക്കൾ കണ്ടെത്തുകയും പ്രതിഷേധിക്കുകയും ചെയ്തിട്ടുണ്ട്. സാറാജോസഫും എം.സി.ജോസഫൈനും മീനാക്ഷി തമ്പാനും അജിതയും സുഹറയും ഒന്നിച്ച് ശബ്ദമുയർത്തുമ്പോൾ പോലീസ് അധികൃതരുടെ പേനകൾ ശരിയാംവണ്ണം ചലിക്കുമെന്ന് നമുക്ക് പ്രതീക്ഷിക്കുകയുമാവാം.

എന്നാൽ ഇവിടെ പറഞ്ഞുതുടങ്ങിയ ഒറീസയിലെ രായഗഡ ജില്ല ക്കാരിയായ രജനികുമാരിയുടെ കഥ തീർത്തും വ്യത്യസ്തമാണല്ലോ. നമ്മെ നടുക്കുകയും സങ്കടപ്പെടുത്തുകയും അമർഷം കൊള്ളിക്കുകയും ലജ്ജിപ്പിക്കുകയുമാണോ രജനികുമാരിയുടെ ഭർത്താവ്? അധ്യാപക നായ അയാൾ രജനിക്ക് ഒരു കുഞ്ഞിനെ സമ്മാനിച്ചിട്ടുണ്ട്. ആൺകു ഞ്ഞുതന്നെ. ആഹ്ലാദിക്കാൻ അവർക്ക് മറ്റെന്തുവേണം! ആ കുടുംബ ത്തിന്റെ ബൗദ്ധികനിലവാരം അത്രയൊക്കെയേ കാണൂ. അനന്തര സംഭവങ്ങളും ആ അധ്യാപകനും വ്യക്തമാക്കുന്നത് മറ്റൊന്നല്ലല്ലോ.

വേറിട്ടൊരു ചിന്തയിലേക്ക് ഈ പത്രവാർത്ത നിങ്ങളെ നയിക്കുമോ? നോക്കുക: കൂടുതൽ സ്ത്രീധനം ആവശ്യപ്പെട്ട് ഭാര്യയെ പീഡിപ്പിച്ചവന്ന സ്കൂൾ അധ്യാപകൻ ഭാര്യക്ക് എയ്ഡ്സ് വൈറസ് കുത്തിവച്ചു! പിന്നീട് ഭാര്യയെയും ഏകമകനെയും ഉപേക്ഷിക്കുകയും ചെയ്തു. ഒറീസയിലെ രായഗഡ ജില്ലയിലാണ് ആരെയും നടുക്കുന്ന ഈ സംഭവം. രണ്ട് വർഷം മുമ്പാണ് ഭർത്താവിന്റെയും അയാളുടെ അച്ഛന്റെയും സഹോദരിയുടെയും സഹായത്തോടെ ഒരു കമ്പൗണ്ടർ ബലം പ്രയോഗിച്ച് തന്റെ മേൽ അഞ്ചോ ആറോ കുത്തിവെപ്പ നടത്തിയതെന്ന് രജനികുമാരി എന്ന യുവതി പറയുന്നു. രജനീ പരിക്ഷീണയായിവരുന്നതുകണ്ട് രണ്ട മാസം മുൻപ് സഹോദരൻ ആശുപത്രിയിൽ കൊണ്ടുപോയി പരിശോധന നടത്തിച്ചു. ഫലം വന്നപ്പോഴാണ് എയ്ഡ്സ് വൈറസ് ബാധിത യാണെന്ന് തിരിച്ചറിഞ്ഞത്. രജനിയെ കൂട്ടിക്കൊണ്ടുപോവുന്നതിന് അവരുടെ ബന്ധുക്കൾ രണ്ട വർഷത്തോളം ഭർത്താവിൽ സമ്മർദ്ദം ചെലുത്തി വന്നിരുന്നു. എന്നാൽ ഭർത്താവിന്റെ ചതി മനസ്സിലായ തോടെ അവർ, അയാൾക്കെതിരെ കേസ് കൊടുത്തിരിക്കുകയാണ്. നേരത്തെ കൂടുതൽ സ്ത്രീധനമാവശ്യപ്പെട്ട് ഭാര്യയെ ഉപേക്ഷിച്ച അധ്യാ പകൻ ജില്ലാ കോടതിയുടെ ഉത്തരവിനെത്തുടർന്ന് രജനിയെ വീണ്ടും സ്വീകരിക്കാൻ നിർബന്ധനാവുകയായിരുന്നു. പിന്നീടാണ് എയ്ഡ്സ് വൈറസ് കുത്തിവപ്പിച്ചത്. പോലീസ് അന്വേഷണം ആരംഭിച്ചതോടെ

    അങ്ങനെത്തന്നെയാണ് ഇപ്പോഴും കാര്യങ്ങൾ

അധ്യാപകൻ ഒളിവിലാണ്. അകാലമരണം ഉറപ്പായ രജനി തന്റെ മരണത്തോടെ അനാഥമാകുന്ന മകന് നഷ്ടപരിഹാരം ലഭിക്കുമെന്ന് ഉറപ്പുവരുത്താനുള്ള ശ്രമത്തിലാണ്....

എറണാകുളവും രായഗഡയും അടയാളപ്പെടുത്തുന്നത് സ്ത്രീകൾക്ക് നേരെയുള്ള നഗ്നമായ കൈയേറ്റമാണ്. മനുഷ്യാവകാശ ലംഘനമാണ്. എറണാകുളത്ത് പ്രകടമായ, പുരോഗമന പ്രസ്ഥാനങ്ങളുടെ കൂട്ടായ്മയും ജാഗ്രതയുമാണ് ഒറീസയിലും ഉണ്ടാവേണ്ടത്. ഒറീസയിലെന്നല്ല, ഇത്തരം അതിക്രമങ്ങളും ക്രൂരകൃത്യങ്ങളും അരങ്ങേറുന്ന ഏതു മൂക്കിലും മൂലയിലും, പുരോഗമന പ്രസ്ഥാനങ്ങളുടെ, എപ്പോഴും ഉറങ്ങപിടിക്കുന്ന കണ്ണുകളാവട്ടെ നമ്മുടെ വനിതാ സംഘടനകൾ എന്നും ആശിച്ചുപോ വുന്നു.

-2003 ഫെബ്രുവരി 9

മനസ്സിനൊത്ത വേഷങ്ങൾ

മുട്ടത്തു വർക്കിയുടെയോ കാനത്തിന്റെയോ സാഹിത്യപ്രപഞ്ചത്തിൽ നിന്ന് ഇറങ്ങിവന്ന അതിഭാവുകത്വസ്പർശമുള്ള കഥാപാത്ര മല്ല. നമ്മുടെ അകത്തളങ്ങളിലെ കൗതുകപ്പെട്ടിയിൽ നിറഞ്ഞുതുളുമ്പുന്ന സീരിയലുകളിലെ മൂക്ക പിഴിയുന്ന ഏതോ ദുഃഖപുത്രിയല്ല. അതിശയം തന്നെ, മയിലാട്ടംകുന്നിലെ പള്ളിമേടയിലോ കന്യാസ്ത്രീ മഠത്തിലോ വയലോരത്തോ ആറ്റവക്കിലോ വച്ച് നാം മുൻപ് പരിചയപ്പെട്ട മാലാ ഖയെപ്പോലെയുള്ള സഭാവസ്ഥധാരിണിയുമല്ല.

പുതുപ്പള്ളിയിലെ സ്വപ്ന എന്ന സിസ്റ്റർ ആൻജോ ഒരു കഥാപാത്ര മേയല്ല. പരിണാമഘട്ടങ്ങളില്ലൂടെ, വളഞ്ഞും പുളഞ്ഞും പോവുന്ന ഒരു കഥയുമില്ല സിസ്റ്റർ ആൻജോവിന്ന്. സ്വപ്ന എന്ന സിസ്റ്റർ ആൻജോവിന് ഇപ്പോൾ ജീവിതം തന്നെയും ഇല്ല. ഈ കഴിഞ്ഞ ആണ്ടറുതിയിൽ സിസ്റ്റർ ആൻജോ തന്റെ ഹ്രസ്വമായ ജീവിതത്തിന് അറുതിവരുത്തു കയായിരുന്നു.

ഇത്തരം ആത്മഹത്യകൾ തീർച്ചയായും നിരവധി ചോദ്യങ്ങൾ ഉയർത്തുന്നുണ്ട്. ഉത്തരങ്ങൾ പലപ്പോഴും നമ്മൾക്ക് കണ്ടെത്താനാവു ന്നില്ല. അഥവാ ഒഴുക്കൻമട്ടിൽ, യാഥാർത്ഥ്യങ്ങളെ നേരിടാനാവാതെ നമ്മൾ എന്തെങ്കിലുമുരിയാടി സൂത്രശാലികളായി ഒഴിഞ്ഞുമാറുകയാണ്. നമ്മുടേതുപോലെയുള്ള സമൂഹത്തിൽ നേരുകൾ വിളിച്ചുപറയുക എന്നാൽ പലയും നഷ്ടപ്പെടുത്തുക എന്നാണ് അർത്ഥം.

ജീവിതത്തിന്റെ ഹർഷാരവങ്ങളിലേക്ക് തല തിരുകിയെടുത്തുകൊ ണ്ടാണ് സിസ്റ്റർ ആൻജോവിന് ഇളംപ്രായത്തിൽ തന്നെ ജീവിതത്തി ന്റെ മറുകര തേടേണ്ടിവന്നത് എന്ന കാര്യം നമ്മുടെ തീരാത്ത നിസ്സഹാ യതയും നൊമ്പരവും അസ്വസ്ഥതയുമാവുന്നുണ്ടെന്ന് പറയാതെ വയ്യ.

കടുത്ത മാനസിക സംഘർഷമാവാം സിസ്റ്റർ ആൻജോവിന്റെ

ആത്മഹത്യക്ക് ഹേതു എന്ന് പോലീസ് അധികൃതരും അനുമാനിക്ക
ന്നുണ്ട്. സഭയുടെയും കുടുംബത്തിന്റെയും ശക്തിയായ എതിർപ്പിനെയും
ഭീഷണിയെത്തന്നെയും അവഗണിച്ചകൊണ്ടാണല്ലോ കന്യാസ്ത്രീജീ
വിതം കൈവിട്ടവാൻ സിസ്റ്റർ തീരുമാനമെടുക്കുന്നത്.

നഴ്സിങ് പഠനത്തിന ചേരാനും സിസ്റ്റർ ആൻജോ നിശ്ചയിച്ചി
രുന്നു. തിരുവനന്തപുരത്ത് വിഴിഞ്ഞത്തുള്ള ഒരു സ്വകാര്യ മാനേജ്മെ
ന്റീന കീഴിലുള്ള നഴ്സിങ് സ്ഥാപനത്തിൽ ചേർന്ന് പഠിക്കുന്നതിന്
പോകാനിരിക്കകയുമായിരുന്നു. പഠനത്തിനായി ഇരുപതിനായിരം
രൂപ നൽകിയിരുന്ന കാര്യം കോൺവെന്റ് അധികൃതർ തന്നെ വ്യക്ത
മാക്കുന്നുണ്ട്. നഴ്സിങ് പഠനത്തിന്റെ കൂടിക്കാഴ്ചക്ക് തന്റെ പിതാവി
നോടൊപ്പമാണ് സിസ്റ്റർ ആൻജോ ഈയിടെ തിരുവനന്തപുരത്ത്
പോയിരുന്നത്. ഇവിടെയെല്ലാം കാര്യനിർവഹണങ്ങൾ സാധാരണ
പോലെ എന്ന കാണാം. പിന്നെ എപ്പോഴാവാം, എന്തിനാവാം സിസ്റ്റർ
ആൻജോ, കോൺവെന്റിന്റെ രണ്ടാം നിലയിലെ ഡ്രസ്സിങ് റൂമിലേക്ക്
ആനയിക്കപ്പെട്ടുകയും സ്വയം ഒടുക്കകയും ചെയ്തത്....?

സ്വപ്നയുടെ സ്വപ്നത്തിലെ ജീവിതം കന്യാസ്ത്രീയുടേതായിരുന്നി
ല്ലല്ലോ. മകളെ കർത്താവിന്റെ മണവാട്ടിയാക്കിക്കൊള്ളാമെന്ന്
നേർച്ച നേർന്ന പിതാവിന്റെ അഭിലാഷമനുസരിച്ചാണ് പാവം സ്വപ്ന
മഠത്തിലെ മതിൽക്കെട്ടിനുള്ളിലെത്തുന്നത്. ആറുവർഷത്തെ പഠന
ത്തിനും രണ്ടുവർഷത്തെ വ്രതാനുഷ്ഠാനങ്ങൾക്കും ശേഷമേ കന്യാസ്ത്രീ
യാവാൻ കഴിയൂ. ഈ രണ്ട വർഷത്തിനിടയിൽ സഭാജീവിതം ഹിതക
രമല്ലാത്തവർക്ക് അതവസാനിപ്പിച്ച പോവാനും വ്യവസ്ഥയുണ്ട്. ഒരു
വർഷത്തെ, വ്രതാനുഷ്ഠാനത്തിനശേഷം സഭാവസ്ത്രം ഉപേക്ഷിക്കാൻ
തീരുമാനിക്കകയായിരുന്ന സിസ്റ്റർ ആൻജോ. സ്വപ്നയാവാനുള്ള
സിസ്റ്റർ ആൻജോവിന്റെ സ്വപ്നത്തെയാണ് പക്ഷേ സ്വന്തം വീട്ടുകാരും
സഭാ അധികൃതരും തകർക്കാൻ നോക്കിയത്. സഭാജീവിതം അവസാ
നിപ്പിക്കാൻ സഭയുടെ തന്നെ ഉദാരമായ വ്യവസ്ഥയുണ്ടായിരിക്കെ,
ചെറുപ്പക്കാരിയായ മകളടെ മനസ്സിന്റെ വേവും ചുട്ടം തൊട്ടറിയാൻ
സ്വന്തം വീട്ടുകാർക്കെങ്കിലും കഴിയാതെ പോയത് ഇപ്പോൾ നമ്മുടെ
ദുഃഖവും പാഠവുമാവുകയാണെന്ന് പറയാം. നമ്മൾ പഠിക്കുമോ എന്നത്
മറ്റൊരു കാര്യം.

സ്വപ്നം എന്ന സിസ്റ്റർ ആൻജോയുടെ ദുരന്തത്തോടൊപ്പം കൂട്ടിവായി
ക്കാവുന്നതാണോ പോലീസച്ചന്റെ കഥ എന്ന് എനിക്കറിയില്ല. രണ്ടിലും
പക്ഷേ മനസ്സ മാറ്റമുണ്ട്. വേഷപ്പകർച്ചയുണ്ട്. പോലീസച്ചൻ ആരെയും
നോവിക്കുന്നില്ല. ചിലരെയെങ്കിലും സന്തോഷിപ്പിക്കുന്നുമുണ്ടാവണം.

കാസർക്കോട് ജില്ലാ പോലീസ് സൂപ്രണ്ട് ആപ്പീസിലെ കോൺസ്റ്റ ബിളായിരുന്ന സെബാസ്റ്റ്യൻ 1990 ലാണ് പോലീസിൽ ചേരുന്നത്. ആറുവർഷം കാക്കി ധരിച്ച് നിയമപാലകന്റെ പണിയെടുത്തുകൊണ്ടി രിക്കെയാണ് മനസ്സിന്റെ ഏതോ ആഴങ്ങളിൽ നിന്ന് തന്റെ പണി ഇതല്ലെന്നുള്ള ഉൾക്കടമായ ഉൾവിളിയുണ്ടാവുന്നത്. ആ ഉൾവിളി അഥവാ ദൈവവിളിയാണ് സെബാസ്റ്റ്യനെ കാക്കിക്കുള്ളിൽ നിന്നു മോചനം തേടാനും തലശ്ശേരി സെമിനാരിയിൽ ചേരാനും ഇടയാക്കി യതെന്ന് പറയാം.

കാക്കിധാരിയായിരുന്ന സെബാസ്റ്റ്യൻ ഇപ്പോൾ ലോഹധാരിയായ ഫാദർ ജോയി ആയിരിക്കുന്നു. മനസ്സിനു പാകമായ വേഷം ധരിക്കാൻ ഏവരെയും അനുവദിക്കുക എന്നതാണ് ഇവിടെ സംഭവിക്കുന്നത്. അപ്പോൾ സഭക്കും അച്ചനും നമുക്കും സന്തോഷിക്കാനാവുന്നുമുണ്ട്.

2003 ജനുവരി 12

 അങ്ങനെത്തന്നെയാണ് ഇപ്പോഴും കാര്യങ്ങൾ

തീനാമ്പുകളും തീക്ഷ്ണസ്വപ്നങ്ങളും

കാസർക്കോട് ജില്ലയിലെ മഞ്ചേശ്വരത്തെ മുംതാസ് എന്ന ഇരുപത്തിരണ്ടുകാരിയുടെ ജീവിതം കൗതുകം പകരുന്ന ഒരു വാർത്തക്കം പാകമായിരുന്നില്ല. അത്യുത്തര കേരളത്തിലെ നിറ പ്പകിട്ടൊന്നുമില്ലാത്ത ഒരു ഗ്രാമീണ യൗവനം. അടയാളപ്പെടുത്താൻ ഒന്നുമില്ലാത്ത ഒരു സാധാരണ വാഴ്‌വ്. പാഴായിപ്പോയ ഒരു കുഞ്ഞന്ന ജീവിതം എന്നും ഇപ്പോൾ നിരൂപിക്കാം.

ഭർത്തൃവീട്ടുകാരുടെ ആളിപ്പടർന്ന ക്രൂര്യം പക്ഷേ മുംതാസിനെ പത്രവാർത്തയും തലക്കെട്ടൊമാക്കുകയായിരുന്നു. പാവം മുംതാസ് തന്റെ ചെറിയ മരണം അറിയിച്ചുകൊണ്ട്, പത്രങ്ങളിൽ ചതഞ്ഞരഞ്ഞ അക്ഷരങ്ങളായി കതവാളിച്ച കിടന്നു. ദേഹമാസകലം ഗുരുതരമായി പൊള്ളലേറ്റ് മംഗലാപുരത്തെ ഒരു സ്വകാര്യം ആശുപത്രിയിൽ തീവ്ര പരിചരണ വിഭാഗത്തിലെ ചികിത്സയിൽ കഴിയവെയാണ് ആ ഹ്രസ്വ ജീവിത്തിനു പൂർണവിരാമമായത്.

ഭർത്തുമാതാവും ഭർത്തൃസഹോദരിമാരും ചേർന്ന് മുംതാസിന്റെ ദേഹത്തിൽ മണ്ണെണ്ണയൊഴിച്ച് തീകൊളുത്തുകയായിരുന്നു. പ്രതീക്ഷ ക്കൊത്തവണ്ണം സ്ത്രീധനം ലഭിക്കാത്തതിന്റെ വൈരനിര്യാതനമായി രുന്നു. യുവതിയുടെ മരണമൊഴി പ്രകാരം ബന്ധപ്പെട്ടവർക്കെതിരെ വധശ്രമത്തിന് കേസും അറസ്റ്റുമുണ്ടായി. മുംതാസിന്റെ മരണത്തെ തുടർന്ന് കേസ് കൊലക്കുറ്റമായി മാറ്റിയെഴുതുമെന്ന് പോലീസ് ഭാഷ്യമു ണ്ടായി. അങ്ങനെ വ്യവഹാരാനുരൂപമായി സംഗതി കോടതിയിലെത്തി യാലും പൊട്ടന്നനെയുള്ള ശിക്ഷാനടപടികൾ പ്രതീക്ഷിച്ചുകൂട. സംഭവം നടന്നത് ഇക്കഴിഞ്ഞ മാസത്തിലാണെങ്കിലും ഔപചാരികതകൾ പാലിച്ചുകൊണ്ടുള്ള കോടതിയുടെ വിധിത്തീർപ്പിന് കാലമെടുക്കുമെ ന്ന് വരാം. നാസിക്കിലെ ഒരു വധൂദഹനക്കേസ് വ്യക്തമാക്കുന്നത്

അങ്ങനെയാണ്. നാസിക്കിലെ സ്ത്രീധനമരണക്കേസിൽ കോടതി വിധിയുണ്ടാവാൻ നീണ്ട പതിനാറ്റുവർഷമെടുത്തു എന്നത്, ഒരുപക്ഷേ കേസും കൂട്ടവുമായി കോടതി കയറിയിറങ്ങുന്നവരിൽ വിസ്മയം ജനിപ്പി ക്കുന്നുണ്ടാവില്ല.

നാസിക്കിലെ ഹതഭാഗ്യമായ വധു മീനയായിരുന്നു. 1982 ലാണ് മീന വധുവായി നാസിക്കിലെത്തുന്നത്. എല്ലാ മണവാട്ടികളെയുംപോലെ ഒരായിരം സ്വപ്നങ്ങളുമായാണ് മീനയും വരന്റെ വീട്ടിലേക്ക് വലതുകാ ൽവച്ച് കടന്നുചെന്നത്. മധുവിധുവിന്റെ സ്വപ്നസന്നിഭമായ ദിനങ്ങൾ പൊട്ടന്നനെ കടന്നുപോയി. പകരം ഭർത്തൃഗൃഹത്തിൽ വന്നെത്തിയത് കറുത്ത ദിനങ്ങളായിരുന്നു. കറുത്ത മുഖങ്ങളായിരുന്നു. ഭർത്താവിൽ നിന്നുപോലും സ്നേഹത്തിന്റെ ഒരു വാക്കോ, നോക്കോ ലഭിക്കാതായി. മറ്റുള്ളവരുടെ ഭേദ്യവും പീഡനങ്ങളും അവൾ ഒരളവോളം സഹിച്ചു. മിന്നു കെട്ടി കൊണ്ടുവന്ന ഭർത്താവിന്റെ അവഗണനയും ക്രൂരതകളും മീനക്ക് പക്ഷേ സഹിക്കാവുന്നതിലും ഏറെയായിരുന്നു. ഇവിടെയും പ്രശ്നം വേണ്ടുവോളം സ്ത്രീധനം കൊണ്ടുവരാത്തതു തന്നെയായിരുന്നു. അനുഭവ ങ്ങൾ അസഹ്യമായപ്പോൾ മീന ഭർത്താവിന്റെ പീഡനങ്ങൾക്കെതിരെ കേസു കൊടുക്കുകയും സ്വന്തം വീട്ടിലേക്ക് തിരിച്ചപോവുകയും ചെയ്തു. മീനയുടെ കഥ അവിടെ അവസാനിക്കുന്നില്ലല്ലോ. 1986ൽഒരു പൂജയുടെ പേരിൽ അവളെ പ്രലോഭിപ്പിച്ച് ഭർത്തൃഗൃഹത്തിലേക്ക് കൊണ്ടുവരിക യാണ്. ആ വരവിലാണ് അവൾ ചിമ്മിനി വിളക്കിൽ വീണ് ദുരൂഹമര ണത്തിന് ഇരയാവുന്നത്! തൊണ്ണൂറ്റിനാലു ശതമാനം പൊള്ളലേറ്റാണ് മീനയുടെ മരണം എന്ന് സ്ഥിരീകരിക്കുകയുണ്ടായി.

ഹൈക്കോടതിയിലെത്തിയ മീനയുടെ കേസിന്റെ വിധി പ്രസ്താവമു ണ്ടായത് ഈയിടെയാണ്. മീനയുടെ മരണമൊഴി വളച്ചൊടിക്കപ്പെട്ടത് ഹൈക്കോടതി കണ്ടെത്തുകയുണ്ടായി. അതുപോലെ മീനയുടെ മരണ ത്തിൽ അവളുടെ ഭർത്താവിനും ഭർത്താവിന്റെ മാതാപിതാക്കൾക്കും ഭർത്തൃസഹോദരിമാർക്കും പങ്കില്ലെന്ന പേരിൽ അവരെ കീഴ്ക്കോടതി വെറുതെ വിട്ടത് ഹൈക്കോടതി റദ്ദാക്കുകയും അഞ്ചു കുറ്റവാളികൾക്കും ശിക്ഷ വിധിക്കുകയുമായിരുന്നു. രണ്ടു വകുപ്പുകളിലായി മൂന്നു വർഷത്തെ തടവും പത്തു വർഷത്തെ കഠിനതടവുമാണ് വിധിച്ചിരിക്കുന്നത്. അങ്ങനെ പതിനാറു വർഷത്തിനു ശേഷമാണെങ്കിലും മീനയുടെ ജീവിതം കത്തിക്കരിയിച്ച കുറ്റവാളികൾ ശിക്ഷിക്കപ്പെടുകയാണെന്ന് പറയാം.

എല്ലായ്പ്പോഴും പക്ഷേ കുറ്റവാളികൾ ശിക്ഷിക്കപ്പെടുന്നുണ്ടെന്ന് പറയാനാവില്ല. നിയമത്തിന്റെ പഴുതുകൾ ഉപയോഗിച്ച് പലരും

രക്ഷപ്പെട്ടുന്നുണ്ടാവാം. മുംതാസിനെയും മീനയെയും പോലെ നിരവ ധിപേർ സ്ത്രീധനത്തിന്റെ പേരിൽ നമ്മുടെ നാട്ടിൽ അഗ്നിക്കിരയാവു ന്നുണ്ട്. കേരളത്തിൽ താരതമ്യേന കുറവായിരുന്ന. ഈയിടെയായി സ്ത്രീധനമരണങ്ങൾ കേരളത്തിലും പടർന്നുപിടിക്കുന്നുണ്ടെന്ന വേണം പറയാൻ. ഉത്തരേന്ത്യയിൽ വളരെക്കാലമായി ഈ സാമൂഹിക വിപത്ത് തഴച്ചവളരുകയാണ്. ദാരുണമായ സ്ത്രീധനമരണങ്ങൾ, അഥവാ വധൂദഹനങ്ങൾ പലപ്പോഴും ആരുമറിയാതെ പോവുകയാണ്. ഗ്യാസ്കുറ്റി പൊട്ടിത്തെറിച്ചും മണ്ണെണ്ണ സ്റ്റൗവിൽ വീണും ചിമ്മിനിവിള ക്ക് തട്ടിമറിഞ്ഞും നവവധുക്കൾ അപകടമരണത്തിൽപ്പെടുക എന്നത് സ്ത്രീധനമരണത്തിന്റെ പ്രച്ഛന്നഭാഷയായി പരിഷ്കൃതസമൂഹത്തിൽ വ്യവഹരിച്ച തുടങ്ങിയിട്ടുണ്ട്!

നമ്മുടെ രാജ്യത്ത് പടർന്ന് പിടിച്ചിട്ടുള്ള ഈ സാമൂഹിക വിപത്തി നെതിരെ വിവിധ സംഘടനകൾ, വിശിഷ്യ മഹിളാസംഘടനകൾ ജാഗ്രത പുലർത്തുന്നുണ്ടെന്നതാണ് ശ്രദ്ധേയമായ കാര്യം. അഖിലേ ന്ത്യാ ജനാധിപത്യ മഹിളാ അസോസിയേഷന്റെ ആഭിമുഖ്യത്തിൽ ഇതുസംബന്ധിച്ചുള്ള പതിനാറു സംസ്ഥാനങ്ങളിലെ സർവേ, സംഘടന അതീവഗൗരവമായി ഇത്തരം പ്രശ്നങ്ങളെ കാണുന്നു എന്നതിന്റെ ദൃഷ്ടാന്തം കൂടിയാണ്. ഒമ്പതിനായിരം ചോദ്യാവലികളാണ് ഈ സർവേക്കുവേണ്ടി തയ്യാറാക്കിയിരിക്കുന്നത്. കഴിഞ്ഞ ഒരു ദശകത്തി നുള്ളിൽ അത്യാചാരം സമൂഹത്തിൽ സൃഷ്ടിച്ചിട്ടുള്ള പ്രത്യാഘാതങ്ങളുടെ അടിവേരുകൾ തൊട്ടറിയാൻ പാകത്തിലാണ് ഈ ചോദ്യാവലികൾ തയ്യാറാക്കിയിട്ടുള്ളതെന്ന് പറയാം.

സ്ത്രീധനമരണങ്ങൾക്കെതിരെ എഴുപതുകളിലെ അന്ത്യത്തിലും എൺപതുകളിലെ ആരംഭത്തിലും എഴുതിയതുപോലെ പത്രമാധ്യ മങ്ങൾ ഇപ്പോൾ എഴുതുന്നില്ലെന്നാണ് വിവിധ വനിതാഗ്രൂപ്പുകളുടെ നിഗമനം. പ്രാകൃതമായ ഈ സാമൂഹിക അനാചാരം ഇപ്പോഴും ശക്തമായിത്തുടരവെ, മാധ്യമങ്ങൾ ഇങ്ങനെ ചെയ്യ കൂടാത്തതാണെ ന്ന് വനിതാ സംഘടനകൾ ഒട്ടൊക്കെ അമർഷത്തിന്റെ ഭാഷയിൽ പ്രതികരിക്കുന്നുണ്ട്. ഏതായാലും സ്ത്രീധനമരണങ്ങൾ തടയാൻ, നില വിലുള്ള നിയമങ്ങൾ അശക്തമാണെങ്കിൽ നിയമപരമായ പഴുതുകൾ അടച്ചുതന്നെ സർക്കാർ തലത്തിൽ അഴിച്ചപണികൾ നടത്തേണ്ടതുണ്ട്. അഗ്നിനാമ്പുകൾക്ക് പച്ചയോടെ വിഴുങ്ങാൻ കൊട്ടുക്കാനുള്ളതല്ലല്ലോ സ്ത്രീകളുടെ അമൂല്യജീവിതവും തീക്ഷ്ണസ്വപ്നങ്ങളും.

-2002 ഡിസംബർ 29

എയ്ഡ്സ് രോഗികളെ അറിയുക.

ഔദ്യോഗിക കൃത്യനിർവഹണങ്ങൾക്കപ്പുറം, ആചരണങ്ങ ൾക്കപ്പുറം, പതിവുശീലങ്ങളിലുള്ള പ്രബോധനങ്ങൾക്കും കെട്ടുകാഴ്ചകൾക്കുമപ്പുറം പ്രസക്തിയുണ്ട് ഈയിടെ കടന്നുപോയ ലോക എയ്ഡ്സ് ദിനത്തിന്. ചടങ്ങുകൾക്കുവേണ്ടിയുള്ള നിരർഥകമായ ഒരു ദിനമായി ആർക്കും അതിനെ കാണുക വയ്യ. ആ ദിനത്തിന്റെ സന്ദേശം ഏറെ മഹത്തും ദീർഘദൃഷ്ടിയോടെയുള്ളതുമാണ്. നമ്മുടെ ജീവിതശൈ ലിയെയും വീക്ഷണത്തെയും സദാചാരസങ്കല്പങ്ങളെത്തന്നെയും സ്പർശി ക്കുന്നുണ്ട് ആ ദിനത്തിന്റെ സന്ദേശം. അഥവാ വെടിപ്പും ഉടിപ്പുമുള്ള ജീവിതചര്യയെ ലാക്കാക്കുന്നുണ്ട് ആ ദിനത്തിന്റെ സന്ദേശം. മനുഷ്യരാ ശിക്ക് മുന്നിൽ ഭീഷണിയായി തുറുകണ്ണുകളോടെ നിൽക്കുന്ന മഹാവ്യാ ധിക്കെതിരെയുള്ള പ്രതിരോധവും ജാഗ്രതയും സർവപ്രധാനമാണല്ലോ. എയ്ഡ്സ് ബോധവൽക്കരണം ലക്ഷ്യമാക്കിയുള്ള ചെറുതും വലുതുമായ ഏതു പ്രവർത്തനവും അർഥവത്താകുന്നത് അങ്ങനെയാണ്.

ലോക എയ്ഡ്സ് ദിനത്തോടനുബന്ധിച്ച് ഒറീസ എയ്ഡ്സ് സെൽ ഒരുക്കിയ ഒരു കൂറ്റൻ ബാനർ, അതല്ലാദിപ്പിച്ച കൗതുകം കൊണ്ടു മാത്ര മല്ല ശ്രദ്ധേയമായത്. 4.6 കി.മീറ്റർ നീളമുള്ള ബാനറിൽ ലക്ഷം പേരുടെ ഒപ്പ് ശേഖരിക്കുക എന്നത് ശ്ലാഘനീയമായ ഒരു ബോധവൽക്കരണ യത്നം തന്നെയാണ്. ഇതുവരെ ലോകത്തുണ്ടായിട്ടുള്ളതിൽ ഏറ്റവും വലിയ ബാനറാണ് ഇതെന്ന കൂടി ഔദ്യോഗിക ഭാഷ്യമോ അവകാ ശവാദമോ ഉണ്ടായിട്ടുണ്ട്. ഇത്രയും വലിയ സന്നാഹങ്ങളില്ലാതെയും നമ്മുടെ ഓട്ടൻതുള്ളൽ, പാഠകം, കഥാപ്രസംഗം തുടങ്ങിയ കലാമാ ധ്യമങ്ങളിലൂടെ എയ്ഡ്സിനെതിരെയുള്ള ബോധവൽക്കരണം സാധി ക്കാവുന്നതേയുള്ളൂ. ഒറിസയിലെ കൂറ്റൻ ബാനറിന്റെ ആകർഷണവും അതിന്റെ പിന്നിലുള്ള പ്രയത്നവും ചെറുതായി കാണേണ്ടതുമില്ല.

 അങ്ങനെത്തന്നെയാണ് ഇപ്പോഴും കാര്യങ്ങൾ

ബോധവൽക്കരണ പരിപാടികൾ വൃഥാവിലാവുന്നില്ല എന്നതിന്റെ തെളിവ് സാമാന്യജനങ്ങൾ തന്നെയാണ്. ചികിത്സിച്ച ഭേദമാക്കാനാവാത്ത എയ്ഡ്സ് എന്ന രോഗത്തെക്കുറിച്ചുള്ള സാമാന്യജ്ഞാനമെങ്കിലും ജനങ്ങളിലെത്തിയിട്ടുണ്ടെന്ന് പറയേണ്ടതുണ്ട്. അതേസമയം ശാസ്ത്രീയമായ അറിവ് പകരേണ്ട ഡോക്ടർമാർ, എയ്ഡ്സ് രോഗികളോട് വിവേചനപരമായി പെരുമാറുന്ന എന്ന വൈരുദ്ധ്യവും നിലനിൽക്കുന്നുണ്ട്. സർക്കാർ ആശുപത്രികളിൽ എയ്ഡ്സ് രോഗികൾക്ക് ചികിത്സ നിഷേധിക്കുന്ന നിരവധി സംഭവങ്ങൾ നമ്മുടെ പുരോഗമന സാക്ഷര കേരളത്തിൽ സമീപകാലത്തായി ആവർത്തിക്കുന്നുണ്ട്. മെഡിക്കൽ സയൻസിനതന്നെ കളങ്കം ചാർത്തുന്ന ഒരു വാർത്ത നോക്കുക: ഒടുവിൽ ആശുപത്രി അധികൃതർ കരുണ കാട്ടി. രാമകൃഷ്ണന്റെ അഞ്ച് വയസ്സുകാരി മരുമകൾക്ക് വേദനയിൽ നിന്ന് താൽക്കാലിക ശാന്തി. എയ്ഡ്സ് വൈറസ് ബാധിച്ച കുഞ്ഞിന്റെ പല്ലെടുക്കുമ്പോൾ രോഗം പകരുമെന്ന ഭയം മൂലം ജില്ലയിലെ പല ആശുപത്രി അധികൃതരും പല്ലെടുക്കാൻ വിസമ്മതിക്കുകയായിരുന്നു. ജില്ലാ ഡെപ്യൂട്ടി ഡി.എം.ഒ.യുടെ കർശന നിർദ്ദേശത്തെത്തുടർന്ന് കുട്ടിയെ ചികിത്സിക്കാൻ ജനറൽ ആശുപത്രി അധികൃതർ തയ്യാറായി. എയ്ഡ്സ് ബാധിച്ച് മരിച്ച സഹോദരിയുടെ കുട്ടിയെയുമായി രാമകൃഷ്ണൻ ദിവസങ്ങളായി ആശുപത്രിയിൽ കയറിയിറങ്ങുകയായിരുന്നു. കുട്ടിക്ക് എയ്ഡ്സ് ഉണ്ടെന്ന സത്യം തുറന്നുപറയുന്നതിനാൽ ഡോക്ടർമാർ അറപ്പോടെ കൈകയൊഴിക്കുകയായിരുന്നു. മുംബൈയിൽ ജോലി ചെയ്തിരുന്ന മലയാളി യുവാവാണ് രാമകൃഷ്ണന്റെ സഹോദരിയെ വിവാഹം ചെയ്തത്. രണ്ടു വർഷത്തിനകം പെൺകുഞ്ഞ് ജനിച്ചു. താമസിയാതെ ഇയാളിൽ എയ്ഡ്സ് രോഗലക്ഷണങ്ങൾ കണ്ടുതുടങ്ങി. പരിശോധനയിൽ യുവാവിനും യുവതിക്കും എയ്ഡ്സ് ഉണ്ടെന്നു വ്യക്തമായി. ഇവർക്ക് ജനിച്ച കുഞ്ഞും രോഗിണിയായിരുന്നു. ചെന്നൈയിലെ ആശ്രമത്തിൽ കഴിഞ്ഞിരുന്ന കുഞ്ഞിനെ പല്ലുവേദനയെത്തുടർന്നാണ് രാമകൃഷ്ണൻ നാട്ടിൽ എത്തിച്ചത്. സമീപകാലത്ത് എറണാകുളം ജനറൽ ആശുപത്രിയിൽ എയ്ഡ്സ് രോഗിക്ക് ചികിത്സ നിഷേധിക്കുന്ന രണ്ടാമത്തെ സംഭവമാണിത്. രോഗിണിയായ യുവതിയുടെ ഗർഭഛിദ്രം നടത്താനും ആശുപത്രി അധികൃതർ ഈയിടെ വിസമ്മതിച്ച പരാതിയെത്തുടർന്ന് മേലധികാരികൾ ഇടപെട്ടാണ് ഇക്കാര്യം പരിഹരിച്ചത്.

പൂണെയിലെ ശിവാജിനഗർ റെയിൽവേ സ്റ്റേഷനിൽ അവശനായി കാണപ്പെട്ട എട്ടുവയസ്സുകാരൻ എയ്ഡ്സ് രോഗിയുടെ അവസ്ഥ ആരുടെയും കണ്ണുനിറക്കുന്നതാണ്. അവനെ തെരുവിൽ നട തള്ളിയത്

അവന്റെ അച്ഛൻ തന്നെയായിരുന്നു. പട്ടിണി കിടന്ന് പരവശനായ അവന് തന്റെ പേരോ വിലാസമോ നൽകാനായില്ല. അവനെ ഏതെങ്കിലും അഭയകേന്ദ്രത്തിൽ പ്രവേശിപ്പിക്കാൻ ശ്രമിച്ച ഒരു മഹതി അക്കാരണത്താൽ തന്നെ ഏറെ വിഷമിച്ചു. ഓരോ അഭയകേന്ദ്രത്തിൽ നിന്നും ഓരോ കാരണം പറഞ്ഞ് അവനെതിരെ വാതിൽ കൊട്ടിയ ടക്കുകയായിരുന്നു. ആ എട്ടുവയസ്സുകാരൻ എയ്ഡ്സ് രോഗിയാണ് എന്നതുതന്നെയായിരുന്നു കാരണം. ആ മഹതിയുടെ തീവ്രശ്രമത്തി ന്റെ ഫലമായി ഒടുവിൽ ആ ബാലന്, സർക്കാർ സഹായത്തോടെ പ്രവർത്തിക്കുന്ന എയ്ഡ്സ് ബാധിതരായ കുട്ടികളുടെ ഒരു അഭയ കേന്ദ്രത്തിൽ പ്രവേശനം ലഭിച്ചു. അത് മഹതിയുടെ മിടുക്കുകൊണ്ടും വാശികൊണ്ടുമായിരുന്നു എന്നു പറയാം.

മെഡിക്കൽ സയൻസിൽ ബിരുദവും ബിരുദാനന്തര ബിരുദവും എടുത്തവർ, ചുരുങ്ങിയ പക്ഷം കേരളത്തിൽ ജനിച്ചുവളർന്നവർ 'ശാസ്ത്ര ബോധമുള്ള അന്ധവിശ്വാസി'കളാവാമോ?

എയ്ഡ്സ് രോഗികളുടെ പ്രശ്നങ്ങൾ ജനമധ്യത്തിലെത്തിക്കാനും എയ്ഡ്സിനെപ്പറ്റി സമൂഹത്തിൽ നിലനിൽക്കുന്ന തെറ്റിദ്ധാരണകൾ അകറ്റാനും പരസ്യമായി രംഗത്തു വരാൻ എച്ച് ഐ വി വൈറസ് പേറുന്നവരുടെ സംഘടന തീരുമാനിച്ചത് ഉചിതമായിരിക്കുന്നു എന്നു പറയട്ടെ. ആശുപത്രികളിൽ എയ്ഡ്സ് ബാധിതരോട് കാണിക്കുന്ന വിവേചനം സ്നേഹരാഹിത്യത്തിൽ നിന്ന്, അന്ധവിശ്വാസത്തിൽ നിന്ന്, ശാസ്ത്രബോധമില്ലായ്മയിൽനിന്ന് പിറവ് കൊള്ളുന്നതാണ് എന്ന് പറയാൻ മെഡിക്കൽ കോളേജിന്റെ പടിവാതിൽ പോലും കടക്കേണ്ട തില്ലല്ലോ.

-2002ഡിസംബർ 15

ജീവിതം പെറുക്കിക്കൂട്ടുന്നവർ

ജീവിതത്തിന്റെ പുറമ്പോക്കുകളിൽ അലയുന്ന സ്ത്രീജന്മങ്ങളെക്കുറി
ച്ചാണ്. ചപ്പചവറുകൾ വിറ്റുപെറുക്കി ജീവിതത്തിന്റെ ഉപ്പും നീരും
കടഞ്ഞെടുക്കുന്ന സ്ത്രീകളെക്കുറിച്ചാണ്. നഗരസമൃദ്ധി പുറംതള്ളുന്ന
ഉച്ഛിഷ്ടങ്ങളിൽ നിന്ന് അന്നത്തിനുള്ള വക പരതിയെടുക്കുന്ന പാവം
പെണ്ണുങ്ങളെക്കുറിച്ചാണ്. കണ്ണഞ്ചിപ്പിക്കുന്ന നഗരക്കാഴ്ചക്കപ്പുറമുള്ള
ഉടുതുണിയില്ലാത്ത നേരുകൾ. ജീവിതാവസ്ഥയിലെ കറുത്ത സത്യങ്ങൾ.

അത്തരത്തിലുള്ള ആയിരക്കണക്കിൽ സ്ത്രീകൾ മുംബൈ നഗര
ത്തിലുണ്ട്. മറാത്ത് വാഡയിൽ നിന്നും തമിഴ്നാട്ടിൽ നിന്നും കർണാ
ടകത്തിൽ നിന്നുമുള്ള, കിടപ്പാടമില്ലാത്ത ദലിത് തൊഴിലാളി കുടുംബ
ത്തിലെ സ്ത്രീകളാണ് ഇവരിൽ ഏറെപ്പേരും. കുടുംബങ്ങളെ പോറ്റുന്ന
ഈ സ്ത്രീകൾ മിക്കവാറും വിധവകളോ, ആൺതുണ നഷ്ടപ്പെട്ടവരോ
ആണ്. അവർക്ക് മറ്റ വരുമാനങ്ങളൊന്നും പ്രതീക്ഷിക്കുക വയ്യ.

അമ്പതു വയസ്സുള്ള ഗംഗുബായിയെ നോക്കൂ. മൂന്നു മക്കളുള്ള ആ
വിധവയുടെ മാതാപിതാക്കൾ ജീവിച്ചിരിപ്പുണ്ട്. പ്രഭാതങ്ങളിൽ അവർ
തന്റെ രണ്ട് സഹോദരിമാരും അമ്മയുമൊത്ത് തെരുവുകളിലേക്ക് ചപ്പ
ചവറുകൾ അരിച്ചുപെറുക്കാനായി ഇറങ്ങും. ആ കുടുംബത്തിനു മുൻപിൽ
മറ്റൊരു വഴിയും നീണ്ടുകിടക്കുന്നില്ല.

ഇരുപത്തിയൊന്നു വയസ്സുള്ള ഛായ സ്വന്തം ഗ്രാമത്തിൽ നിന്ന്
മുംബൈയിലേക്ക് പ്രസവത്തിനു വന്നതായിരുന്നു. മുംബൈയിൽ വച്ച്
പൊട്ടുന്നനെ അവളുടെ ഭർത്താവ് മരിച്ചു. കുഞ്ഞിന്റെ പിറവിക്കശേഷം
ഛായയും അമ്മയോടൊപ്പം ചവറുപെറുക്കുവാൻ ഇറങ്ങിത്തുടങ്ങി.
അവളുടെയും കുഞ്ഞിന്റെയും ജീവിതം തള്ളിനീക്കാൻ മറ്റെന്തു നിവൃത്തി!

ഈ പാവം ഭാഗ്യാന്വേഷികൾ അതിരാവിലെ എഴുന്നേറ്റു നടക്കുന്നു.
നാഴികകൾ താണ്ടി നഗരത്തിലെ ചവറ്റുവീപ്പക്കരികിലെത്തുന്നു. പിന്നെ

ചവറ്റുവീപ്പയിലെ ഉച്ഛിഷ്ടങ്ങളുടെ തരംതിരിവ്. ഈ തരംതിരിക്കലിനിട
യിൽ, അവർക്ക് ആവശ്യമില്ലാത്ത നനഞ്ഞൊലിക്കുന്ന ഉച്ഛിഷ്ടങ്ങൾ
റോഡിലും ചവറ്റുവീപ്പക്കു പുറത്തുമായി വൃത്തികേടായി കിടക്കും.
ഇതാവട്ടെ പൊതുജനങ്ങളുടെയും മുനിസിപ്പാലിറ്റ് തൊഴിലാളികളുടെയും
ഉഗ്രകോപത്തിനിടയാക്കുകയും ചെയ്യും. ഇത്തരം ശുചിത്വബോധത്തി
ന്റെയും പൗരധർമ്മത്തിന്റെയും കാര്യങ്ങളൊക്കെ ആ പാവം സ്ത്രീകളെ
എങ്ങനെ അലട്ടാനാണ്! ചവറ്റുവീപ്പയിൽ നിന്നും കിട്ടുന്ന കൊള്ളാവുന്ന
ഉരുപ്പടികളുമായി കടക്കാരന്റെ സമക്ഷത്തിൽ എത്തുക എന്നതുമാത്ര
മാണ് അവരുടെ നേട്ടം. കടക്കാരൻ താല്പര്യമില്ലാത്ത മട്ടിൽ അയാൾ
നിശ്ചയിക്കുന്ന എന്തെങ്കിലും വില കൊടുത്തു സാധനങ്ങൾ സ്വന്തമാ
ക്കുന്നു. ചില നേരങ്ങളിൽ കടക്കാരൻ ആ ഹതഭാഗ്യരുടെ മുന്നിൽ
രക്ഷകന്റെ വേഷത്തിലും പ്രത്യക്ഷപ്പെടാം! അത്യാവശ്യഘട്ടങ്ങളിൽ
പണം കടം കൊടുത്തുവെന്നും വരും. അതുപക്ഷേ ആ സ്ത്രീകളെ കടക്കെ
ണിയിൽ കുടുക്കുകയും ചെയ്യും....

കാലങ്ങളായി മുംബൈ നഗരത്തിൽ അരങ്ങേറുന്ന ഈ ദൈന്യരംഗ
ങ്ങൾക്ക് വിരാമമാവുകയാണെന്നു പറയാം. സ്ത്രീമുക്തി സംഘടനയുടെ
പ്രത്യല്പന്നപരമായ പ്രവർത്തനങ്ങളാണ് അതിനു വഴിയൊരുക്കുന്നത്.
ഈ സന്നദ്ധസംഘടന ഇതിനകം ചവറു പെറുക്കി ജീവിക്കുന്ന രണ്ടാ
യിരത്തോളം സ്ത്രീകൾക്കിടയിൽ സർവേ നടത്തുകയും അവരുടെതന്നെ
ഒരു സംഘടന രൂപവത്ക്കരിക്കുകയും മറ്റുതരത്തിലുള്ള തൊഴിൽ
പരിശീലനങ്ങൾ അവർക്ക് നൽകുകയും ചെയ്തു. അതിന്റെ പ്രകടമായ
മാറ്റങ്ങൾ കാണാനുണ്ടെന്ന് സ്ത്രീമുക്തി സംഘടനയുടെ പ്രസിഡണ്ട്
ജ്യോതി അവകാശപ്പെടുന്നു. ഗംഗുബായിയും ഛായയും ഇപ്പോൾ
സ്ത്രീമുക്തി സംഘടനയുടെ ഭാഗം തന്നെയാണ്. ഗംഗുബായിയുടെ
നേതൃപാടവശേഷി കണ്ടെത്തിയ സ്ത്രീമുക്തി സംഘടന അവർക്ക് അത്ത
രത്തിലുള്ള പരിശീലനം തന്നെ നൽകിയിരിക്കയാണ്. ഛായയാവട്ടെ
ഇപ്പോൾ ഒരു മുഴുസമയ സൂപ്പർവൈസറാണ്. സ്ത്രീമുക്തി സംഘടനയിൽ
ഇത്തരത്തിലുള്ള ആയിരത്തിയഞ്ഞൂറ് സ്ത്രീകൾ അംഗങ്ങളാണിപ്പോൾ.
അവർക്ക് ഫോട്ടോ പതിച്ച പാസുകൾ നൽകിയിരിക്കുന്നു. ഇക്കൂട്ട
ത്തിലെ ആറിലേറെ സ്ത്രീകൾ മറ്റ തരത്തിലുള്ള വിവിധ ജോലികളിൽ
ഏർപ്പെട്ടിരിക്കുകയാണ്. അവരുടെ ജീവിതശൈലിയും ജീവിതാവസ്ഥ
യും അങ്ങനെ പടിപടിയായി മാറുകയും മെച്ചപ്പെട്ടുകയുമാണ്. ഈയിടെ
അവർക്ക് തോട്ടപ്പണിയുടെ മൂന്നമാസത്തെ പരിശീലനവും സ്ത്രീമുക്തി
സംഘടനയുടെ ആഭിമുഖ്യത്തിൽ നൽകപ്പെട്ടു.

ശുചീകരണ പ്രവർത്തനങ്ങളിൽ ഇവർക്ക നൽകിയ പരിശീലനം

 അങ്ങനെത്തന്നെയാണ് ഇപ്പോഴും കാര്യങ്ങൾ

ഏറെ സഫലമായിരിക്കുന്നു. ചെറിയ സംഘങ്ങളായി ഹൗസിങ്ങ് കോളനികളിൽ ചെല്ലുന്ന ഈ സ്ത്രീകൾ വർധിച്ച ആത്മവിശ്വാസത്തോ ടെയാണ് തൊഴിൽ ചെയ്യുന്നത്. മേൽക്കുപ്പായവും കൈയുറകളും ബക്കറ്റും ച്ൂലും ബാഗ്മായി ജോലി ചെയ്യാനിറങ്ങുന്ന ഈ സ്ത്രീകൾക്ക് ഇപ്പോൾ സ്വന്തം ശുചിത്വകാര്യങ്ങളെക്കുറിച്ചും നല്ല ബോധമുണ്ട്. റോഡും പരിസരങ്ങളും വൃത്തിഹീനമായി കിടക്കുന്നത് ഇപ്പോൾ ഇക്കൂട്ടർക്ക് സഹിക്കാനാവില്ല.

സ്ത്രീമുക്തി സംഘടന ഈ പാവം സ്ത്രീകളെ ആകെ പുതുക്കിപ്പണിതി രിക്കുന്നു എന്നാണ് പറയേണ്ടത്. തൊഴിലിനു പോവുമ്പോൾ അവരുടെ കുട്ടികളെ പരിചരിക്കാൻ ക്രഷുകൾ തുടങ്ങിയിരിക്കുന്നു. മാസത്തിൽ ഒരു നിശ്ചിത തുക പിരിച്ച് അവർക്കായി ഒരു സമ്പാദ്യപദ്ധതിയും ആരംഭിച്ചിരിക്കുന്നു.

നഗരങ്ങളിൽ കാക്കകളെപ്പോലെ കഴിഞ്ഞുകൂടിയിരുന്ന, ഈ മനുഷ്യജീവികൾ അങ്ങനെ ജീവിതത്തിന്റെ മുഖ്യധാരയിലേക്കു കടന്നു വരികയാണ്.

-2001 ആഗസ്റ്റ് 5

വിശ്വാസത്തിന്റെ ചങ്ങല

തമിഴ്നാട്ടിലെ ഏർവാടിയിൽ സംഭവിച്ചത് പ്രകൃതിദുരന്തമല്ല. പ്രാ കൃതമായ ചികിത്സാമുറകളും അബദ്ധജടിലമായ ധാരണകളും സൃഷ്ടിച്ച കൊടിയ ദുരന്തം. തലതിരിഞ്ഞ ധനാഗമചിന്തകളും ദയാര ഹിതമായ നിലപാടുകളും സൃഷ്ടിച്ച അസാധാരണമായ ദുരന്തം. ഈ കൂട്ടനരഹത്യക്ക് രോഗവും ചികിത്സയുമായി ബന്ധമുണ്ടാവുക വയ്യ. ജീവന്റെ അവസാനത്തെ തുള്ളിയും വറ്റിവരളുമ്പോൾ, ശരീരത്തിലെ അവസാനത്തെ ഇണ്ട് മാംസവും തീനാവുകൾ നക്കിയെടുക്കുമ്പോൾ ഒരു പാവം സ്ത്രീ പൊട്ടിച്ചിരിച്ചത് സമനില തെറ്റുന്ന സമൂഹത്തെക്കുറിച്ച് ഓർത്തുകൊണ്ടാവണം. ആർക്കാണ് കൂട്ടരേ ഭ്രാന്ത് എന്ന നിഷ്കളങ്കവും ലളിതവുമായ ചോദ്യമുയർത്തിക്കൊണ്ടാവണം!

പുറത്തുവന്നുകൊണ്ടിരിക്കുന്ന വാർത്തകൾ ശരിയാണെങ്കിൽ, ഏർവാടി ദർഗയുടെ പരിസരങ്ങളിൽ കൂണുപോലെ മുളച്ചുപൊന്തിയി ട്ടുള്ള സ്ഥാപനങ്ങൾ മറ്റെന്തായാലും മനോരോഗ ചികിത്സാലയങ്ങൾ എന്നു പറയുന്നത് അവിവേകമാവും.

മനോരോഗികളെ ഒരു കാരണവശാലും ചങ്ങലയിൽ ബന്ധിക്കര തെന്ന് നിയമം ഖണ്ഡിതമായി അനുശാസിക്കുന്നുണ്ട്. ഏർവാടി കേന്ദ്ര ങ്ങളിലാകട്ടെ ചങ്ങലയിൽ ബന്ധിക്കാത്ത ഒറ്റ രോഗിയുമില്ലത്രേ. ദർഗ ക്കുച്ചുറ്റുമുള്ള മരത്തിലും ഊണിലും കെട്ടിയിട്ട് രോഗികളെ പ്രഹരിക്കുന്ന ഒരു ചികിത്സാവിധിയും ഇവിടങ്ങളിൽ നിർബാധം നടന്നുവരുന്നുണ്ടത്രേ!

ദുരന്തങ്ങളും ദുരൂഹമരണങ്ങളും കൊലപാതകങ്ങൾ തന്നെയും പെറ്റിറങ്ങുന്ന ഏർവാടി കേന്ദ്രങ്ങളിൽ നടതള്ളപ്പെടുന്ന രോഗികൾ ഏറെയും സമൂഹത്തിന്റെ അടിത്തട്ടിൽ കഴിയുന്നവർ തന്നെയാണ്. അറിവും സമ്പത്തുമില്ലാത്തവർ. ജീവിതപ്രാരബ്ധങ്ങൾക്കിടയിൽ മനസ്സി ന്റെ താളം പിഴച്ചുപോയവർ. എന്നാൽ രോഗികളുടെ ബന്ധുക്കളിൽ

          അങ്ങനെത്തന്നെയാണ് ഇപ്പോഴും കാര്യങ്ങൾ

നിന്ന് വൻ ഇകകൾ വസ്ത്രലാക്കാൻ ഈ കേന്ദ്രങ്ങളുടെ നടത്തിപ്പുകാർ സദാ ജാഗരൂകരാണ്. ഇവിടെ തടസ്സമേതുമില്ലാതെ നടന്നുവരുന്ന പീഡനങ്ങളും ചൂഷണങ്ങളും മനുഷ്യാവകാശലംഘനങ്ങളും മതത്തി ന്റെയും വിശ്വാസങ്ങളുടെയും നിഴലിലായതിനാലാവണം അധികൃതർ മുഖം തിരിക്കുകയാണ്.

ഇത്തരം കേന്ദ്രങ്ങളുടെ നടത്തിപ്പുകാരുടെ വഴികൾ സുഗമമാവുന്ന തും അതുകൊണ്ടുതന്നെ.

വൃത്തിയും മെനയുമില്ലാത്ത ഓലമേഞ്ഞ ഷെഡ്ഡുകളാണ് മിക്കവാറും ഇവിടത്തെ മനോരോഗ ചികിത്സാകേന്ദ്രങ്ങൾ! ഏർവാടിയിലെ വിദ ശ്ശരുടെ പരീക്ഷായോഗ്യതയോ, അവരുടെ ചികിത്സാശാസ്ത്രരീതിയോ, ചികിത്സാ സംവിധാനങ്ങളോ ഇവിടത്തെ അന്തേവാസികളുടെ ബന്ധു ക്കളെ അലട്ടുന്ന വിഷയങ്ങളല്ല. രോഗികളെ ഏതെങ്കിലും വിധത്തിൽ ഏർവാടിയിലെത്തിക്കുന്നതോടെ പലരുടെയും ബാധ്യത അവസാനി ക്കുന്നു. മനോരോഗികൾ പല കുടുംബങ്ങൾക്കും ശാപവും ശല്യവും ഭാരവു മാണല്ലോ! മാസംതോറും നിശ്ചിത ഫീസ് ഒരുക്കിയെത്തിക്കുന്നതോടെ അവർക്ക് സമാശ്വാസം.

രാവിലെയും വൈകുന്നേരവും ചങ്ങലയിൽ ബന്ധിപ്പിച്ച രോഗികളെ പള്ളിയിൽകൊണ്ടുപോവുന്നതാണ് ചികിത്സയിലെ ഒരിനം. അവിടത്തെ മണ്ണിൽ തെല്ലുനേരം കുത്തിയിരുന്നാൽ തന്നെ ഏതു മനോരോഗവും പമ്പ കടക്കുമത്രേ! രോഗികളെ ഭിക്ഷാടനത്തിന് ഉപയോഗിച്ച് അതുവ ഴിയുള്ള നികൃഷ്ടമായ ധനാഗമമാർഗ്ഗവും ഈ കേന്ദ്രങ്ങളുടെ ഉടമസ്ഥർ സ്വീകരിക്കുന്നുവെന്ന കേൾക്കുമ്പോൾ നമ്മുടെ മനസ്സിന്റെ താളം പിഴക്കാതെ നോക്കുക. ഇത്തരം അന്തേവാസികൾക്ക് കക്കൂസും കുളിമുറിയും ഇല്ല. സ്ത്രീകളും പുരുഷന്മാരും ഒന്നിച്ച താമസിക്കുന്ന കേന്ദ്ര ങ്ങളുമുണ്ട്. സ്ത്രീകൾ ലൈംഗിക ചൂഷണത്തിന് ഇരയാകുന്നുണ്ടെന്ന വെളിപ്പെടലുകളും പൊളിയാവില്ല. സ്ത്രീകളെ ഉറക്കഗുളിക നൽകിയും ചങ്ങലയിൽനിന്നു മോചിപ്പിക്കാതെയും ബലാത്സംഗം ചെയ്യുന്നുണ്ടെന്ന് ഒരു പ്രമുഖ തമിഴ് പത്രം രണ്ടുവർഷം മുമ്പ് റിപ്പോർട്ട് ചെയ്തതും ഈ ദുരന്തത്തിന്റെ നടുക്കത്തിൽ കൂട്ടി വായിക്കാവുന്നതുതന്നെ. സ്ത്രീകളെ ചികിത്സാകേന്ദ്രങ്ങളിൽ താമസിപ്പിക്കരുതെന്ന് കോടതി ഉത്തരവു ണ്ടായിട്ടും അതു പാലിച്ചിട്ടില്ല. അനന്തര നടപടികൾ ഉണ്ടായിട്ടുമില്ല.

ഏർവാടിയിലെ ഈ ചികിത്സാ കേന്ദ്രങ്ങളിൽ ആശ്രയം തേടി യെത്തുന്നവരിൽ ഭൂരിഭാഗവും കേരളത്തിൽ നിന്നുള്ളവരാണെന്ന റിയുമ്പോൾ അത്ഭുതപ്പെടാതിരിക്കുക. ഓരോ കേന്ദ്രത്തിനുംവേണ്ടി

പ്രവർത്തിക്കുന്ന ദല്ലാൾമാരിൽ മലയാളികളുണ്ടോ എന്നത് അന്വേഷി ച്ചറിയേണ്ട കാര്യം.

ഏർവാടിയിൽ എത്തിപ്പെടുന്ന രോഗികളിൽ രോഗശമനം നേടിയവർ ആരുമില്ലെങ്കിലും രോഗം വർധിച്ചവർ നിരവധിയാണ്. എന്നിട്ടും കേരളത്തിൽ നിന്നും തമിഴ്നാട്ടിൽ നിന്നുമുള്ള രോഗികൾ ഇവിടെ വർധമാനമായ തോതിൽ എത്തിച്ചേരുന്നു. അങ്ങനെ ഏർവാ ടിയിലെ ദുരന്തമുളവാക്കിയ നടുക്കം നമുക്ക് നാണക്കേടുമാവുന്നുണ്ട്.

ആകാശത്തോളമുയർന്ന അഗ്നിജ്വാലകൾ എല്ലാം വിഴങ്ങുമ്പോ ഴും എന്താണ് സംഭവിക്കുന്നതെന്ന് മനസ്സിലാക്കാൻ കഴിയാതെ പോയ, മനസ്സിന്റെ താളംതെറ്റിയ ആ സഹോദരങ്ങളും മനുഷ്യമാം സവും ചങ്ങലയും ഉരുകിച്ചേർന്ന ദാരുണമായ ആ ദുരന്തദൃശ്യങ്ങളും എപ്പോഴാണ് നമ്മുടെ മനസ്സിൽ നിന്നു മാഞ്ഞുപോവുക....!

-2001 ആഗസ്റ്റ് 19

 അങ്ങനെത്തന്നെയാണ് ഇപ്പോഴും കാര്യങ്ങൾ

സ്റ്റെയിൻസും ശങ്കരാചാര്യയും

63 റീസ്സയിലെ മനോഹർപ്പൂർ എന്ന ആദിവാസി ഗ്രാമം ഒരു വിഷാദഛരവിയായി ഇപ്പോഴും ഓർമ്മയില്ലുണ്ട്. രണ്ടു വർഷം മുമ്പ് ജീവനോടെ ചുട്ടുകൊല്ലപ്പെട്ട ഗ്രഹാം സ്റ്റെയിൻസിന്റെയും അദ്ദേഹ ത്തിന്റെ അരുമക്കിടാങ്ങളായ ഫിലിപ്പിന്റെയും തിമോത്തിയുടെയും ദാരുണചിത്രങ്ങൾ ഇപ്പോഴും നമ്മെ വേട്ടയാട്ടുന്നുണ്ട്. ആ ഗ്രാമത്തിന്റെ വർത്തമാനത്തിലേക്ക് കാതു കൊട്ടുക്കുമ്പോഴും നമ്മുടെ വേവലാതികൾ പെരുകുന്നതേയുള്ളൂ. കൊടുംപാതകിയായ ദാരാസിങ്ങിനെ മതത്തി ന്റെ ധർമ്മരക്ഷകനായി വാഴ്ത്താനും അയാളുടെ ഇടുങ്ങിയ വഴിയിലൂടെ സഞ്ചരിക്കാനും ആ ഗ്രാമത്തിൽ ഇനിയും ആളുകളുണ്ടാവുക എന്നത് ഒരു വിപൽസൂചന തന്നെയാണല്ലോ.

വർഗീയതയുടെ ഫണമുയർത്തി കൂസലേതുമില്ലാതെ, ജനജീവിത ത്തെ കൊത്താനായുന്ന അക്കൂട്ടർ ഒരു സമാന്തര സംഘടന തന്നെയും രൂപവത്കരിച്ചിരിക്കുന്നു;ധർമ്മരക്ഷക ശ്രീ ദാരാസിങ് സമിതി. അതിന്റെ ദില്ലി കേന്ദ്രീകൃത പ്രസിഡണ്ട് മുകേഷ് ജെയിൻ ആവശ്യപ്പെട്ട ന്നത് ഗ്ലാഡിസ് സ്റ്റെയിൻസിനെ അറസ്റ്റ് ചെയ്ത് നാടുകടത്തണമെന്നാണ്. അവർ ഭർത്താവിന്റെ മിഷനറി പ്രവർത്തനങ്ങൾ തുടരുന്നു എന്നതാണ് അപരാധം. ക്രിസ്ത്യൻ മിഷണറി പ്രവർത്തകർ ദേശവിരുദ്ധരും ഉപദ്ര വകാരികളുമാണെന്ന് ദാരാസിങ്ങിന്റെ അനുയായികൾ ആണയിട്ടുറ പ്പിക്കുകയും ചെയ്യുന്നു.

കമൽ മഹന്ത എന്ന കള്ളപ്പേരുള്ള ദാരാസിങ്ങിന്റെ ഒരനുയായി യുടെ മൊഴി ശ്രദ്ധിക്കുക: ആ രണ്ടു പിഞ്ചു കുട്ടികൾ കൊല്ലപ്പെട്ടതിൽ ഖേദമുണ്ട്. എന്നാൽ മതപരിവർത്തന പ്രവർത്തനത്തിൽ വ്യാപൃതനാ യിരുന്ന ഗ്രഹാം സ്റ്റെയിൻസിനെ ചുട്ടുകൊന്നതിൽ കഴഞ്ചും കുണ്ഠിത മില്ല....!

കമൽ മഹന്തയുടെ സമീപമുണ്ടായിരുന്ന ദാരാസിങ്ങിന്റെ വക്കീൽ മുറുക്കിത്തുപ്പുന്നതിനിടയിൽ അയാളെ തിരുത്തിയത് ഇങ്ങനെ: ഒരു ഖേദത്തിന്റെയും ആവശ്യമില്ല. തന്ത ഇക്കാലത്തിനിടയ്ക്ക് ഒരുപാട് പേരെ മതപരിവർത്തനത്തിന് പ്രേരിപ്പിച്ചു. ആ പിള്ളേർ വളർന്ന വലുതാവുമ്പോൾ എത്ര പേരെ മതം മാറ്റമെന്ന് ഊഹിക്കാവുന്നതാണ്...!

മുറുക്കാൻ ചവച്ച് നീട്ടിത്തുപ്പി വളരെ ലാഘവത്തോടെ അങ്ങനെയൊക്കെ സംസാരിക്കാൻ നാക്ക വഴങ്ങിയ വക്കീൽ ദാരാസേനയുടെ പ്രമുഖ പ്രവർത്തകൻ തന്നെയാണ്. ഈ സംഘത്തിന്റെ ജീവാത്മാവും പരമാത്മാവുമായ ദാരാസിങ്ങ് പക്ഷേ ഒറീസ്സക്കാരനല്ല. അയാളുടെ യഥാർഥ പേര് ദാരാസിങ്ങ് എന്നുമല്ല. യു.പി.ക്കാരനായ രവീന്ദ്രകുമാർ പാൽ അവിടെ എത്തിച്ചേർന്നത് മറ്റൊരു വഴിക്കാണ്. അതു പത്തുവർഷം മുമ്പായിരുന്നു. ഗ്രാമത്തിൽ നിന്ന് ദില്ലിയിൽ ജോലിക്ക് പോയ ഒരു പയ്യൻ രവീന്ദ്രകുമാർപാല്യമായി പരിചയമാവുന്നു. അസാധാരണവും തീവ്രവ്വുമായ ആ സൗഹൃദം പാലിനെ ദില്ലിയിൽ നിന്ന് പയ്യന്റെ നാട്ടിലെത്തിക്കുകയും ആ ഗ്രാമത്തിലെ ഒരു സ്കൂളിൽ ഹിന്ദി അധ്യാപകനായി മാറ്റുകയും ചെയ്തു. അങ്ങനെയിരിക്കെ അധ്യാപകവൃത്തിയുടെ ആദ്യനാളുകളിൽ ഏതോ ഉൾവിളിയാലെന്നവണ്ണം 'ഹിന്ദുത്വബോധ'ത്തിലേക്ക് സടകുടഞ്ഞ് ഉണരുകയായിരുന്നു. ആദ്യശ്രദ്ധ ഗോമാതാക്കളിലേക്കാണ് ചെന്നെത്തിയത്. അങ്ങനെയാണ് കൊൽക്കത്തയിലെ അറവ ശാലകളിലേക്ക് കൊണ്ടുപോവുന്ന കാലികളെ തടയാൻ നേതൃത്വം നൽകിയത്. കാലികളെ കയറ്റിയ ട്രക്കുകൾ തടയുക മാത്രമല്ല, വാഹനത്തിലുണ്ടായിരുന്ന ഗോമാതാക്കളെയും ഗോപിതാക്കളെയും ആദിവാസികൾക്കായി വീതിച്ച കൊട്ടുക്കുകയും ചെയ്തു ദാരാസിങ്ങ് എന്ന രവീന്ദ്രകുമാർപാൽ. അതോടെ ദാരാസിങ്ങിന്റെ ഖ്യാതി ഗ്രാമാന്തരങ്ങളിൽ കൊട്ടങ്കാറ്റുപോലെ ആഞ്ഞുവീശുകയായിരുന്നു. നിഷ്കളങ്കരായ ആദിവാസികളുടെ മനസ്സിൽ അയാൾ ദയാപരനായ ദാരാസിങ്ങായി പ്രതിഷ്ഠ നേടിയത് അങ്ങനെയാവണം. സ്റ്റെയിൻസിനെയും മക്കളെയും നിഷ്ഠുരമായി വധിച്ചതിനുശേഷം ഒരു വർഷത്തോളം ആർക്കും പിടികൊടുക്കാതെ ഗ്രാമത്തിന്റെ ഉള്ളറകളിൽ ദാരാസിങ്ങിന് കഴിയാനായത് അങ്ങനെയാവണം. ആദിവാസി ഗ്രാമീണർ അയാൾക്ക് അന്നവും അഭയവും നൽകി. അബ്ദുൾ റഹിമാൻ എന്ന മുസ്ലിം കച്ചവടക്കാരനെ പട്ടാപ്പകൽ അങ്ങാടിയിൽവെച്ച് വധിച്ചപ്പോഴും ഒരു കുഗ്രാമത്തിൽവെച്ച് അരുൾദാസ് എന്ന കത്തോലിക്കാ പുരോഹിതനെ വധിച്ചപ്പോഴും പാവം ആദിവാസി ഗ്രാമീണർ ദാരാസിങ്ങിനെ കണ്ണിലെ കൃഷ്ണമണി പോലെ കാത്തുസൂക്ഷിച്ചു!

ദാരാസിങ്ങിന്റെ അനുയായികൾ പ്രചരിപ്പിക്കുന്നത് അബ്ദുൾറഹി മാനെയും അൻഷുൾദാസിനെയും വധിച്ചത് അവർ ദുർവൃത്തരായതുകൊ ണ്ടാണെന്നാണ്. സദാചാരബോധം ഒട്ടും തീണ്ടാത്തവരെ പിന്നെ എന്തു ചെയ്യണമെന്നും അവർ ചോദിക്കുന്നു! ന്യൂനപക്ഷ സമുദായങ്ങളിലുള്ള വരെ തെരഞ്ഞുപിടിച്ച് കൊല്ലുമ്പോഴൊക്കെ ലൈംഗികാപവാദങ്ങളുടെ കണക്കിൽ ചേർക്കാൻ ഈ സംഘം പ്രത്യേകം മനസ്സുവെക്കുന്നുണ്ടെന്ന് കാണാം. ക്രൈസ്തവ പുരോഹിതന്മാരുടെ പ്രധാന ജോലി ആദിവാസി പെൺകുട്ടികളുമൊത്ത് രമിക്കലാണെന്നും മതപരിവർത്തനച്ചടങ്ങിൽ പശുവിന്റെ രക്തം കുടിക്കുന്ന പതിവുണ്ടെന്നും പറഞ്ഞ് ആ പ്രദേശത്തെ ഹിന്ദുക്കളെ ഇളക്കാൻ ആസൂത്രണശ്രമങ്ങളും ഉണ്ടായിട്ടുണ്ട്. അത്ത രത്തിലുള്ള വന്യവും ക്രൂരവുമായ ആരോപണങ്ങൾ ഉയർത്തുന്നതിൽ ദാരാസിങ്ങിന്റെ അനുയായികൾക്കോ, മറ്റ മാന്യവ്യക്തികൾക്കോ പശ്ചാത്താപത്തിന്റെ കണികപോലുമില്ലെന്നതാണ് വാസ്തവം. ദാരാസിങ്ങിന്റെ ഇളം അനുയായികൾ ചോദിക്കുന്നത്, പോലീസിനെ അറിയിക്കാതെ ക്രൈസ്തവ മിഷണറി പ്രവർത്തകർ എന്തിനാണ് ഗ്രാമങ്ങളിലേക്ക് പോവുന്നതെന്നാണ്. അവിടങ്ങളിൽ അവർ ആക്രു മിക്കപ്പെട്ടാൽ അത് അവരുടെ കാര്യം എന്നേ പറയാനാവൂ. ആരോ ഗ്യ-വിദ്യാഭ്യാസ കാര്യങ്ങളിലുള്ള സഹായത്തിന്റെ അപ്പക്കഷ്ണങ്ങൾ കാട്ടി ആദിവാസി ഗ്രാമീണരെ മതപരിവർത്തനത്തിന് പ്രേരിപ്പിക്ക കയാണ്. സേവനമാണ് ഉദ്ദേശ്യമെങ്കിൽ അവർ പണം സർക്കാരിന് നൽകട്ടെ. സർക്കാർ മുഖേന അർഹരായ എല്ലാവർക്കും അവരുടെ ആരോഗ്യ-വിദ്യാഭ്യാസ സേവനങ്ങൾ ലഭിക്കുകയും ചെയ്യട്ടെ എന്ന് അവർ കല്പന പുറപ്പെടുവിക്കുകയാണ്.

ഇങ്ങനെയൊക്കെ പറയുന്ന ഹൈന്ദവ-മൗലികവാദ സംഘത്തിന് ആദിവാസികളുടെ ഉന്നമനത്തിൽ ഒട്ടും താത്പര്യമില്ലെന്നതാണ് നേര്. എന്നാൽ മിഷണറി പ്രവർത്തകരുടെ സാന്നിധ്യം, ആദിവാസി കളെ സ്വന്തം വഴി തെരഞ്ഞെടുക്കാൻ പ്രാപ്തരാക്കുമെന്നുള്ള ആശങ്ക അവർക്കുണ്ടെതാനും. കാലങ്ങളായി നടന്നുവന്നതുപോലെ ക്രൈസ്തവ ആദിവാസികളെ ചൂഷണം ചെയ്യുക പ്രയാസമാണെന്നും അവർക്കറി യാം.

ഒട്ടവിൽ മനോഹർപൂർ ഗ്രാമം പുരി ശങ്കരാചാര്യരുടെ ആഗമനംകൊ ണ്ട് വിശുദ്ധമായി! മതം മാറിയവരെ വീണ്ടും ഹിന്ദുവാക്കുന്ന സനാതന വിദ്യകൾക്ക് അദ്ദേഹം നേതൃത്വം നൽകി. രണ്ട ആട്ടുകളും പത്ത് കുടം കള്ളും ഇരുപത് കിലോഗ്രാം അരിയും ചെലവിട്ട് ഒരു സമൂഹസദ്യയും. രണ്ടായിരം രൂപയിൽ കവിയാത്ത പൊലിമയേറിയ ചടങ്ങ്!

അങ്ങനെ മനോഹർപ്പൂർ ഇപ്പോഴും കാലുഷ്യത്തിന്റെ ആകാശത്തിന ചുവട്ടിൽതന്നെ...

ആ ചടങ്ങിലേക്ക് ക്ഷണിക്കപ്പെട്ട ഗ്രാമപ്രമുഖൻ പറഞ്ഞത് ഇങ്ങനെ: പൗരോഹിത്യം നിർവഹിച്ച് പുരി ശങ്കരാചാര്യ ഹിന്ദിയിൽ സംസാരിച്ചതുകൊണ്ട് ഒന്നും മനസ്സിലായില്ല. ശങ്കരാചാര്യ ഒറീസയിൽ വന്ന് താമസിച്ചിട്ടും ഒറിയ പഠിക്കാൻ ശ്രദ്ധിച്ചില്ല. സ്റ്റെയിൻസ് ആദിവാ സികളോട് ഒറിയയിലും ആദിവാസി ഭാഷകളിലൊന്നായ സന്താളിയി ലും സംസാരിക്കുമായിരുന്നു. അദ്ദേഹം വളരെ നല്ല മനുഷ്യനായിരുന്നു. വർഷംതോറും ഇവിടെ വരുമ്പോൾ എന്നെ കാണുമായിരുന്നു.

-2001 ആഗസ്റ്റ് 12

 അങ്ങനെത്തന്നെയാണ് ഇപ്പോഴും കാര്യങ്ങൾ

നടുമുറ്റത്തെ നാണക്കേട്

ഏതാനും മാസങ്ങൾക്കു മുമ്പുണ്ടായ അലഹാബാദ് ഹൈക്കോട തിയുടെ ഒരു വിധിപ്രസ്താവവും ഈയിടെ തിരുവനന്തപുരത്ത് അരങ്ങേറിയ മനുഷ്യാവകാശലംഘനവും തമ്മിൽ ബന്ധമൊന്നുമില്ല. എന്നാൽ സവിശേഷമായ ആ കോടതി വിധിക്കുശേഷമാണല്ലോ നമ്മുടെ തലസ്ഥാനനഗരത്ത് ഇങ്ങനെയൊരു സ്ത്രീപീഡനം നടന്നത് എന്നോർത്ത് ലജ്ജിക്കുകയും ദുഃഖിക്കുകയുമാവാം. പ്രായപൂർത്തിയായ സ്ത്രീക്കും പുരുഷനും വിവാഹിതരാവാതെ തന്നെ ഇഷ്ടമുള്ളത്രകാലം ഒന്നിച്ചു ജീവിക്കാൻ നിയമപരമായ പരിരക്ഷയുണ്ട് എന്ന അലഹാബാദ് ഹൈക്കോടതിയുടെ വിധി ചരിത്രത്തിലെ ഒരു നാഴികക്കല്ലായും നമ്മുടെ സദാചാരസങ്കല്പങ്ങളുടെ ഒരു പൊളിച്ചെഴുത്തായും വിശേഷിപ്പിക്കപ്പെ ട്ടുന്നുണ്ട്. ജീവിത പങ്കാളിയെ തെരഞ്ഞെടുക്കുന്നതിന്, ജീവിതശൈലി രൂപപ്പെടുത്തുന്നതിൽ, സ്വത്വനിർമ്മിതിയിൽത്തന്നെ സ്ത്രീയിൽ നിയമേന വന്നുചേരുന്ന അവകാശസംരക്ഷണമാണ് ഈ വിധി പ്രസ്താവത്തിൽ അന്തർലീനമായിട്ടുള്ളതെന്ന് പറയാം. പുരോഗമന മഹിളാ സംഘട നകളെ പ്രതിനിധാനം ചെയ്യുകൊണ്ട് ഈ കോടതിവിധി വാഴ്ത്തപ്പെട്ട കയുമുണ്ടായല്ലോ. എന്നാൽ യാഥാസ്ഥിതികതയുടെ ശിബിരങ്ങളിൽ നിന്ന് എതിർപ്പിന്റെ വായ്ത്താരികൾ പുറത്തുവരുന്നുണ്ട്. ജുഡീഷ്യൽ ആക്ടിവിസത്തിന്റേതാണ് അലഹാബാദ് വിധിപ്രസ്താവമെന്നും അതിൽ ദുസ്സൂചനയുണ്ടെന്നുമാണ് അവരുടെ പക്ഷം. സ്മൃതികളെയും പന്ത്രണ്ടാം നൂറ്റാണ്ടിലെ നിയമജ്ഞനായ വിജ്ഞാനേശ്വരനെയും ഉദ്ധരിച്ചുകൊണ്ടു ള്ള യാഥാസ്ഥിതിക നിരീക്ഷണം ചെന്നെത്തുന്നത് സ്ത്രീവിരുദ്ധതയിലാ ണെന്നത് അതിന്റെ സ്വാഭാവികരീതിയും നീതിയുമാണെന്ന് കരുതാം.

എന്നാൽ തിരുവനന്തപുരത്ത് നടന്നത് സ്ത്രീവിരുദ്ധതയുടെ അഭിപ്രായ പ്രകടനങ്ങളല്ല. വനിതാ പോലീസിന്റെ നിയമവിരുദ്ധവും സ്ത്രീ വിരുദ്ധവുമായ പ്രവർത്തനങ്ങൾ തന്നെയായിരുന്നു. അതിനിഷ്ടുരമായ

ബലപ്രയോഗമാണ് വനിതാ പോലീസ് നടത്തിയതെന്ന് പറയാതെ വയ്യ. അനാശാസ്യപ്രവർത്തനത്തിന്റെ പേരിൽ കസ്റ്റഡിയിലെടുത്ത ഏതാനും യുവതികളെ മാധ്യമപ്രവർത്തകരുടെ ക്യാമറക്കണ്ണുകൾക്ക് മുന്നിൽ ബലം പ്രയോഗിച്ച് പ്രദർശിപ്പിക്കുകയായിരുന്ന വനിതാ പോലീസ്. കാക്കി സാരിയണിഞ്ഞ മാലാഖമാരെയും നിയമം അതിന് അനുവദിക്കുന്നില്ല എന്നതാണ് നേര്. അലിവും കാരുണ്യവും നിയമത്തി ന്റെ പരിധിയിൽ വരുന്ന കാര്യങ്ങളല്ലായിരിക്കാം. കാക്കിയണിയുന്നത് പക്ഷേ നിയമം ലംഘിക്കുന്നതിനാണ് എന്ന അവസ്ഥ അരാജകത്വ ത്തിലേക്കാണ് എത്തിക്കുക. ഭരണസിരാകേന്ദ്രത്തിൽവെച്ച് കാക്കി ധാരിണികൾ അത്യാചാരത്തിന് ഇനിയുമ്പോൾ അതിന് വേറെയും മാനങ്ങളുണ്ടെന്ന് വേണം ധരിക്കുവാൻ. ആ പാവം പെൺകിടാങ്ങൾ മാധ്യമപ്രവർത്തകരുടെ, എല്ലാം ഒപ്പിയെടുക്കുന്ന ക്യാമറ കണ്ടപ്പോൾ മുഖം മറയ്ക്കാൻ സ്വാഭാവികമായും ശ്രമിച്ചു. ടൗവൽ കൊണ്ടും സാരിത്ത ലപ്പുകൊണ്ടും മുഖം മറയ്ക്കാൻ അവർ കിണഞ്ഞു ശ്രമിച്ചു. കാക്കിധാരി ണികൾ പക്ഷേ അത് ബലമായി തടഞ്ഞു. ആ പെൺകുട്ടികളുടെ മുഖം മാലോകരുടെ മുമ്പാകെ പ്രദർശിപ്പിക്കണമെന്ന അത്യാവേശത്തിലാ യിരുന്ന നിയമപാലികമാർ. പൊട്ടിക്കരഞ്ഞ പെൺകിടാങ്ങളോട് ദയാരഹിതമായ പെരുമാറ്റങ്ങൾ ഇടരുകയാണ് അവർ ചെയ്തത്. സ്ത്രീ സഹജമായ അനുതാപം എന്നൊക്കെയുള്ളത് അടിസ്ഥാനരഹിതമായ സങ്കല്പങ്ങളാണെന്ന് അടിവരയിട്ടുകയായിരുന്ന അവർ എന്നും പറയാം.

അപരിഷ്കൃതമായ ഇത്തരം നടപടികൾക്ക് ആരാണ് വനിതാ പോലീസിന് അനുമതി നൽകിയതെന്ന് വ്യക്തമാവേണ്ടതുണ്ട്. ആൺ പോലീസായാലും പെൺപോലീസായാലും ഇത്തരം കാര്യങ്ങളിൽ അവരുടെ നിയമപരമായ ചുമതലാനിർവഹണം ഇങ്ങനെയല്ല തന്നെ. അനാശാസ്യപ്രവർത്തനം നടത്തുന്നവർ സ്ത്രീകളായാലും പുരുഷന്മാ രായാലും അവരെ കണ്ടെത്തി പിടിക്കൂടി കോടതിയിൽ ഹാജരാക്കുക എന്നതാണ് പോലീസിന്റെ കർത്തവ്യം. അതിനുള്ള അധികാരം പോലീ സിനുണ്ട്. അഥവാ അത്രയേ അവർക്ക് അധികാരമുള്ളൂ. പോലീസ് കസ്റ്റഡിയിലാവുന്നവർ കുറ്റക്കാരായി മാറുന്നില്ല. കുറ്റക്കാരാണോ അല്ലയോ എന്ന് തീരുമാനിക്കുന്നത് പോലീസല്ല.കോടതിയാണ്. കോടതി അവരെ വിചാരണ ചെയ്യും. തെളിവുകൾ പരിശോധിക്കും. കുറ്റക്കാരാണെന്ന കണ്ടെത്തുമ്പോൾ ശിക്ഷ വിധിക്കുകയും ചെയ്യും. അതല്ലാതെ കോടതിയുടെ അധികാരം പോലീസിന് ദുരുപയോഗം ചെയ്യാൻ അവസരമുണ്ടായിക്കൂടാ. പ്രബുദ്ധമായ കേരളത്തിന്റെ തലസ്ഥാനനഗരത്തിൽ ഇങ്ങനെയൊരു അത്യാചാരം അരങ്ങേറിയത്

 അങ്ങനെത്തന്നെയാണ് ഇപ്പോഴും കാര്യങ്ങൾ

സങ്കല്പിക്കാനേ ആവുന്നില്ല. ഇത് തികഞ്ഞ മനുഷ്യാവകാശലംഘന മാണ്. സ്ത്രീപീഡനമാണ്. കാടത്തമാണ്.

അനാശാസ്യപ്രവർത്തനത്തിൽ പുരുഷന്മാരുമുണ്ടാവുമല്ലോ. പത്ര വാർത്തകളെ ആശ്രയിക്കാമെങ്കിൽ ഈ സംഭവത്തിലെ സൂത്രധാരനെ ഇനിയും പിടിക്കൂടാനായിട്ടില്ല. ഈ സംഭവത്തിന്റെ അടിവേരുകൾ കണ്ടെത്താനിരിക്കുന്നതേയുള്ളൂ എന്നാണ് അതിന്റെ അർത്ഥം. അങ്ങ നെയിരിക്കെ അനാശാസ്യപ്രവർത്തനത്തിന്റെ പേരിൽ ഏതാനും പെൺകിടാങ്ങളെ സമൂഹമധ്യത്തിൽ നികൃഷ്ട കഥാപാത്രങ്ങളായി അവതരിപ്പിക്കുന്നതിന്റെ പിന്നിലെ ചേതോവികാരം എന്തായിരിക്കും...! നാളെ, നിയമത്തിന്റെ ദൃഷ്ടിയിൽ അവർ കുറ്റവാളികളല്ലെന്നാണ് തെളി യിക്കപ്പെടുന്നതെങ്കിൽ പോലീസ് മാലാഖമാർക്ക് അവരുടെ 'കളങ്കം' മായ്ച്ചുകളയാനാവുമോ?

അലഹാബാദ് ഹൈക്കോടതിയുടെ വിധിപ്രസ്താവം സ്ത്രീജീവിതത്തെ സവിശേഷമായ രീതിയിൽ സ്പർശിക്കുമ്പോൾ കേരളത്തിലെ വനിതാ പോലീസ് സ്ത്രീജീവിതത്തെ സമീപിക്കുന്നത് ഈ വിധത്തിലാണ്. നമ്മുടെ നവോത്ഥാന സങ്കല്പങ്ങളെത്തന്നെയാണ് ഈ പ്രവണത നിഷ്കരുണം അട്ടിമറിക്കുന്നതെന്ന് പറയാതെ വയ്യ.

അലഹാബാദ് കോടതിവിധി സമൂഹത്തിന്റെ എതിർപ്പിന് വിധേയ മാവാമെങ്കിലും ലിംഗവിവേചനത്തിനെതിരെയുള്ള പ്രഥമ പ്രസ്താവമെന്ന നിലയിൽ ഏറെ പ്രാധാന്യമുണ്ട്. ഒരു വർഷമുണ്ടായ മറ്റൊരു വിധിത്തീ ർപ്പും ഏറെ കോളിളക്കം സൃഷ്ടിച്ചു. ഒരു വനിതാ പോലീസ് ആപ്പീസറെ, കുത്തഴിഞ്ഞ ജീവിതം നയിക്കുന്നു എന്നാരോപിച്ച് ജോലിയിൽനിന്ന് പിരിച്ചുവിടുകയുണ്ടായി. അവർ കോടതിയെ സമീപിച്ചു. അനുകൂലമായ വിധിയാണുണ്ടായത്. ഡ്യൂട്ടിസമയത്തല്ലാത്ത, സ്വകാര്യവൃത്തികൾ ജോലിസമയത്തെ ക്രമക്കേടായി പരിഗണിക്കേണ്ടതില്ലെന്നായിരുന്ന കോടതിവിധി.

തിരുവനന്തപുരം അനാശാസ്യപ്രവർത്തനത്തിന്റെ സൂത്രധാരൻ സീരിയൽ നിർമ്മാണവുമായി ബന്ധപ്പെട്ട ആളാണത്രെ. അയാൾ പോലീസ് കസ്റ്റഡിയിൽ എത്തിയിട്ടില്ല! പുതുമുഖങ്ങളെ അന്വേഷിച്ച് നടക്കുകയാവാം....

-2001 ആഗസ്റ്റ് 26

പേടിസ്വപ്നങ്ങൾ കാണുന്നില്ല

തീക്ഷ്ണവും പരുഷവുമായ അനുഭവങ്ങളിൽ നീന്തിക്കയറി, കിതപ്പാറ്റി, നമ്മുടെ മുന്നിൽ നിശ്ചയദാർഢ്യത്തോടെ വന്നുനിൽക്കുകയാണ് മായാഗൗതം എന്ന ദലിത യുവതി. അപമാനഭാരത്തിൽ കുനിഞ്ഞ ശിരസ്സുമായല്ല അവർ നിൽക്കുന്നത്. നിസ്വതയുടെ നൈരാശ്യബോധ ത്തിലുമല്ല. സംഘബോധത്തിന്റെ ശീതളഛായയിലെത്തിപ്പെട്ട മായക്ക് ഇപ്പോൾ അറിയാവുന്നത് പോരാട്ടത്തിന്റെ വീറും വാശിയുമാണ്......

എന്നാൽ ഇതൊന്നുമായിരുന്നില്ല പാവം മായാഗൗതം എന്ന ചെറുപ്പക്കാരി. ഏറെ വർഷങ്ങളായി ഭർത്താവ് ഉപേക്ഷിച്ചുപോയ മായ മൂന്നുകുട്ടികളോടൊപ്പം, കണ്ണൗജ് ജില്ലയിലെ തിർവ്വ പ്രദേശ ത്ത് കഴിഞ്ഞുകൂട്ടുകയായിരുന്നു. അതിനിടക്ക് ഏറെ പ്രായംകൂടിയ ഒരു ചാർച്ചക്കാരൻ ബാന്ധവം തുടങ്ങി. അയാളുടെ സാന്നിദ്ധ്യവും വിരളമാവാൻ തുടങ്ങി. അങ്ങനെയാണ് ഏതാണ്ട് ഒരു മാസം മുൻപ് കുട്ടികളുമൊത്ത് അമ്മയുടെ അടുത്തേക്ക് പോയത്. കാൻപൂരിൽ അമ്മ മാത്രമല്ല സഹോദരിയുടെ കുടുംബവുമുണ്ട്. എല്ലാം കൊണ്ടും സ്വസ്ഥം. പറ്റിയ ഒരിടം കണ്ടെത്തി കൊച്ചുക്കര പണിത് മായ താമസം തുടങ്ങി.

ആഗസ്റ്റ് 24 ന് ഉച്ച തിരിഞ്ഞപ്പോൾ പക്ഷേ ഉദയഭാൻ എന്ന റിക്ഷാ മുതലാളി ചെന്ന്, മായയുടെ കുര മറ്റെവിടേക്കെങ്കിലും മാറ്റണമെന്നും ആ സ്ഥലത്ത് തനിക്ക് റിക്ഷകൾ പാർക്ക ചെയ്യണമെന്നും പറഞ്ഞു. സ്വഭാ വികമായും മായ ആനിർദ്ദേശത്തിനു വഴങ്ങാതിരുന്നപ്പോൾ ഭീകരമായ അനുഭവങ്ങൾക്ക് കാത്തിരിക്കാനാണ് അയാൾ ഭീഷണിപ്പെടുത്തിയത്. ഏതാനും ശിങ്കിടികളെയും കൂട്ടി അയാൾ താമസംവിനാ മടങ്ങിവരി കയും സ്ഥലത്തുണ്ടായിരുന്ന നരേന്ദ്ര എന്ന മായയുടെ ബന്ധുവിനെ അയാളുടെ റിക്ഷ മോഷ്ടിച്ചു എന്ന പേരിൽ ഭേദ്യം ചെയ്യാനും തുടങ്ങി. ഏർപ്പാട്ട ചെയ്തുവെച്ചപോലെ തൽക്ഷണം പോലീസ് വരികയും

     അങ്ങനെത്തന്നെയാണ് ഇപ്പോഴും കാര്യങ്ങൾ

നരേന്ദ്രയെ പൊക്കുകയും ചെയ്തു. ഇടർന്ന് പോലീസ് മടങ്ങിവന്ന് മായയെയും നവാബ്ബെഞ്ച് പോലീസ് സ്റ്റേഷനിലേക്ക് കൊണ്ടുപോയി.

പോലീസ് സ്റ്റേഷനിലെ ഭീകരദൃശ്യങ്ങളാണ് മായയെ എതിരേറ്റത്. നരേന്ദ്രയെ തല്ലിച്ചതക്കുകയായിരുന്നു. നാസാദ്വാരത്തിലൂടെ തണുത്ത വെള്ളം അടിച്ചുകയറ്റി പീഡിപ്പിക്കുകയായിരുന്നു. റിക്ഷ മോഷണത്തി ന്റെ പേരിൽ നരേന്ദ്രയെക്കൊണ്ട് കുറ്റസമ്മതം നടത്തിക്കാനായിരുന്നു ഈ ഭീകരതയത്രയും. പിന്നീട് പോലീസ് സ്റ്റേഷനിൽ കൊണ്ടുപോയത് മായയുടെ ഇളയ മരുമകനായ പപ്പ എന്ന ക്ഷയരോഗിയെയാണ്. പപ്പവിനെ പ്രഹരിക്കുക മാത്രമായിരുന്നില്ല. ഇലക്ട്രിക്ക് ഷോക്കേറ്റ് അവൻ മോഹാലസ്യപ്പെടുകയുമുണ്ടായി.

എല്ലാറ്റിനുമൊടുവിലാണ് പോലീസ് മായയുടെ നേരെ തിരിഞ്ഞത്. ഒരു വനിതാ ഹോം ഗാർഡിനെക്കൊണ്ട് മായയെ പ്രഹരിപ്പിച്ചു. പിന്നെ സ്റ്റേഷനിലെ മേലാവി കോപാകുലനായി മൊഴിഞ്ഞത് അവളുടെ ഗുഹ്യഭാഗത്ത് ആസിഡ് ഒഴിക്കുമെന്നാണ്. മായ നിഷ്കളങ്കമായി പ്രതിഷേധിച്ചപ്പോൾ അവളുടെ വസ്ത്രങ്ങൾ ഉരിയാൻ ആവശ്യപ്പെട്ടു. അവൾ കൂട്ടാക്കാതിരുന്നപ്പോൾ മേലാവി മായയെ വിവസ്ത്രയാക്കി കരു ണയറ്റവനെപ്പോലെ ഭേദ്യം ചെയ്യാൻ തുടങ്ങി. പോലീസ് സ്റ്റേഷനിലെ എല്ലാ കണ്ണുകളും ഈ രംഗം വീക്ഷിച്ച് രസിക്കുകയായിരുന്നു. പ്രഹരമേറ്റ് തളർന്ന് ഏതാണ്ട് ഒരു മണിക്കൂർ നേരത്തോളം അവൾ അതേ കിടപ്പ് ഇടർന്നു. പിന്നെ എപ്പോഴോ ശേഷിച്ച ധൈര്യമത്രയും സംഭരിച്ച് അവൾ വസ്ത്രങ്ങളെടുത്ത് ധരിച്ചു.

ആ അവസരത്തിലാണ് അവളുടെ അമ്മ പോലീസ് സ്റ്റേഷനിൽ ചെന്നത്. അവർ, മകളെ വിട്ടയക്കണമെന്നും അവളുടെ കുട്ടികൾ കരഞ്ഞു തളർന്നിരിക്കുകയാണെന്നും പോലീസ് മേലാവിയോട് കെഞ്ചി. മായക്ക് കുഞ്ഞുങ്ങളുണ്ടെന്ന് മേലാവിക്ക് പക്ഷേ വിശ്വസിക്കാനായില്ല. അങ്ങനെയാണ് ആ പാവം അമ്മ മായയുടെ കരയുന്ന കുഞ്ഞുങ്ങളെ പോലീസ് സ്റ്റേഷനിൽ എത്തിച്ചത്. അത്രയും കഴിഞ്ഞപ്പോഴേ മായയെ അമ്മയോടൊപ്പം പോലീസ് സ്റ്റേഷനിൽനിന്ന് വിട്ടയച്ചുള്ളൂ.

കൊള്ളയടിക്കപ്പെട്ട കൊച്ചു കൂരയിലേക്കാണ് മായ തിരിച്ചെത്തി യത്. വീട്ടുസാധനങ്ങളത്രയും അവിടവിടെ ചിന്നിച്ചിതറിക്കിടക്കുകയായി രുന്നു. അതൊക്കെ പെറുക്കിക്കൂട്ടി അവൾ സഹോദരിയുടെ വീട്ടിലെത്തി ഒരു കൊച്ച് മുറിയിൽ നിക്ഷേപിച്ചു.

രാത്രിയിൽ മുക്രയിട്ടുകൊണ്ട് ജീപ്പ് എത്തി, മായയെ പോലീസ് സ്റ്റേ ഷനിലേക്ക് തിരിച്ചുകൊണ്ടുപോയി. മായയുടെ അമ്മ ഭയവിഹ്വലയായി

അയൽപക്കത്തുള്ള മദീന എന്ന രാഷ്ട്രീയ പ്രവർത്തകയിൽ അഭയം തേടിയത് അങ്ങനെയാണ്. മദീന അവരോടൊപ്പം പോലീസ് സ്റ്റേഷനിൽ ചെന്ന് കാര്യമന്വേഷിച്ചു. അതു സ്വാഭാവികമായും വാഗ്വാദത്തിൽ കലാശിച്ചു. പോലീസ് മദീനയെ ശകാരിക്കുകയും സ്റ്റേഷനിൽനിന്ന് പുറത്തുപോവാൻ ബലം പ്രയോഗിക്കുകയും ചെയ്തു. മാത്രവുമല്ല മായയുടെ അമ്മയെ അവിടെ തടഞ്ഞുവെക്കുകയുമുണ്ടായി.

മദീന ഈ സംഭവങ്ങളത്രയും സഞ്ജീവ എന്ന തെരുവുനാടക കലാകാരനെ അറിയിക്കുകയും അദ്ദേഹം ചില പത്രപ്രവർത്തകരെ ബന്ധപ്പെടുകയും ചെയ്തു. വിവരമറിഞ്ഞ പത്രപ്രവർത്തകർ പോലീസ് സ്റ്റേഷനിൽ എത്തി മായയിൽനിന്നും പോലീസിൽനിന്നും വിവരങ്ങൾ ശേഖരിച്ചു. സംഭവം റിപ്പോർട്ട് ചെയ്യാനാണ് ഭാവമെങ്കിൽ മായയെ ജയിലിലേക്കയക്കുമെന്നായി പത്രപ്രവർത്തകരോട് പോലീസ്. മാത്രവുമല്ല പത്രപ്രവർത്തക സംഘത്തെ നിർബന്ധിച്ച് പോലീസ് സ്റ്റേഷനിൽനിന്ന് പറഞ്ഞയക്കുകയും ചെയ്തു.

എന്നാൽ അടുത്ത ദിവസം പത്രങ്ങൾ നികൃഷ്ടവും പൈശാചികവുമായ കഥ പുറത്തു കൊണ്ടുവരിക തന്നെ ചെയ്തു. ദൈനിക് ജാഗരൺ എന്ന ഹിന്ദി ദിനപത്രത്തിലെ ആദ്യപ്പറത്തെ നടുക്കുന്ന കഥയിൽ മായാഗൗതം എന്ന ദലിത യുവതി കണ്ണീർത്തടാകമായി നിറഞ്ഞൊഴുകി.

രാഷ്ട്രീയപ്പാർട്ടികളും പ്രവർത്തകരും ആ കലഹത്തിലേക്ക് എടുത്തുചാട്ടുകതന്നെ ചെയ്തു. എന്നാൽ സുഭാഷിണി അലി, ഊർമ്മിള, സീമ കത്തിയാർ, പുഷ്പ പാണ്ഡേ തുടങ്ങിയ ജനാധിപത്യമഹിളാ അസോസിയേഷൻ നേതാക്കൾ ഈ കേസുമായി ബന്ധപ്പെട്ട ഓരോ നീക്കത്തിലും മായക്ക തുണയായി, ശക്തിയായി എന്നു പറയാം.

മായക്കും ബന്ധുക്കൾക്കുമെതിരെ കള്ളക്കേസ് കൊടുത്ത റിക്ഷാ മുതലാളിക്കെതിരെ, പോലീസുകാർക്കെതിരെ നടപടികൾക്ക് ഉത്തരവായിരിക്കുന്നു. മഹിളാ അസോസിയേഷൻ നേതാക്കളോടൊപ്പം എസ് സി/ എസ് ടി കമ്മീഷൻ മുമ്പാകെ ഹാജരായ മായാഗൗതം ഇതു സംബന്ധിച്ച് എല്ലാ തിക്താനുഭവങ്ങളും വിവരിക്കുകയുണ്ടായി. കമ്മീഷൻ ഈ കേസുമായി ബന്ധപ്പെട്ട സംസ്ഥാന ഗവൺമെന്റിന്റെ റിപ്പോർട്ട് ആവശ്യപ്പെട്ടിരിക്കുകയുമാണ്. ജില്ലാ മജിസ്ട്രേട്ട് ഒരു മജിസ്ടീരിയൽ അന്വേഷണത്തിനും ഉത്തരവിട്ടിട്ടുണ്ട്.

തെരുവുനാടക കലാകാരൻ സഞ്ജീവയുടെയും സംഘത്തിന്റെയും പ്രവർത്തനങ്ങൾ ശ്ലാഘനീയമായിരുന്നു. മായാ സംഭവം ഒരു

തെരുവ്വനാടക രൂപത്തിൽ പോലീസ് സ്റ്റേഷന്റെ മുമ്പിൽ അവതരി പ്പിക്കുകയും ജനാധിപത്യമഹിളാ അസോസിയേഷൻ പ്രവർത്തകർ ഒരു വലിയ പ്രകടനമായി വന്ന് കലാകാരന്മാരുടെ സംഘവുമായി കണ്ണിചേരുകയും ചെയ്തു. ചുരുക്കത്തിൽ മായാഗൗതം എന്ന ദലിത യുവതി ആരോരുമില്ലാത്തവളല്ലെന്നും അവരോട് രക്തസാഹോദര്യം പുലർത്തുന്ന പ്രസ്ഥാനങ്ങൾ ഈ രാജ്യത്ത് സദാ ജാഗരൂകമാണെന്നും സാക്ഷ്യപ്പെടുകയായിരുന്നു.

പേടിസ്വപ്നങ്ങൾ ഇപ്പോൾ മായാഗൗതം എന്ന പാവപ്പെട്ട യുവതിയെ വേട്ടയാടുന്നില്ല. അപമാനഭാരത്തിൽ അവളുടെ ശിരസ്സ് ഇപ്പോൾ കുനിയുന്നില്ല. ജനാധിപത്യ മഹിളാ അസോസിയേഷൻ മായയിൽ ഉല്പാദിപ്പിക്കുന്നത് സംഘബോധമാണ്, അവകാശബോധ മാണ്, സമത്വബോധമാണ്. മായാഗൗതം ഇപ്പോൾ സംഘടനയുടെ സുദൃഢമായ കണ്ണി തന്നെയാണ്.

-2001 ഒക്ടോബർ 7

സായിപ്പിന്റെ ഭാഷ ശുദ്ധമായാൽ മതിയോ?

സർവീസിൽനിന്ന് വിരമിക്കുന്നതിന് തൊട്ടുമുൻപാണെന്ന് തോന്നുന്ന പുനലൂർ ബാലൻ കുറഞ്ഞ കാലം കോഴിക്കോട്ട് ജോലി ചെയ്യുകയുണ്ടായി. അദ്ദേഹത്തിന്റെ ആപ്പീസ്, ഭാഷാ ഇൻസ്റ്റിറ്റ്യൂട്ട് ചെറൂട്ടി റോഡിലുള്ള ഗാന്ധിഗ്രഹം കെട്ടിടത്തിൽ.

അങ്ങനെ ഒരു നിറഞ്ഞ ഉച്ചയിൽ ബാലൻ പത്രാധിപർ തായാട്ട് ശങ്കരനെ കാണാൻ ദേശാഭിമാനിയിൽ വരുന്നു. ഞങ്ങളുടെ കാന്റീൻ ശാപ്പാടിനെ പ്രകീർത്തിച്ചുകൊണ്ടായിരുന്നു വരവ്. പിന്നെ മിക്കവാറും അതൊരു പതിവു കൂടിക്കാഴ്ചയായി. അദ്ദേഹം ഉച്ചയിലെ ഞങ്ങളുടെ അതിഥിയായി.

തായാട്ട് ഇല്ലാത്ത അവസരങ്ങളിൽ അദ്ദേഹം എന്റെ മുന്നിൽ വന്നിരിക്കും. ഇതുമിതുന്നനെ സംസാരിക്കാൻ തുടങ്ങും. സാഹിത്യം, സിനിമ, പത്രപ്രവർത്തനം...

ബാലന് എല്ലാറ്റിനെക്കുറിച്ചും തീർച്ചയും മൂർച്ചയുമുള്ള അഭിപ്രായങ്ങളുണ്ട്. നമുക്ക് യോജിക്കുകയോ, വിയോജിക്കുകയോ ആവാം. ഏതായാലും അതൊരു സവിശേഷമായ അനുഭവം തന്നെയായിരുന്നു.

അത്തരത്തിലുള്ള ഒരു സന്ദർഭം. ഞങ്ങൾ സംസാരിച്ചുകൊണ്ടിരിക്കെ, എന്റെ മേശപ്പുറത്തുള്ള ഒരു കൈയെഴുത്തുപ്രതിയിൽ അദ്ദേഹത്തിന്റെ മിഴികൾ തറഞ്ഞു നിൽക്കുന്നതുകണ്ടു. പൊട്ടന്നനെ ബാലന്റെ ചോദ്യം: എന്താണീ മാറ്റർ? എന്റെ മറുപടി : ഒരു സാഹിത്യ ലേഖനമാണ്. വീണ്ടും ചോദ്യം: പരിശോധിച്ചതാണോ? മറുപടി; അല്ല, വായിക്കാൻ തുടങ്ങുകയായിരുന്നു.

അദ്ദേഹത്തിന്റെ മുഖഭാവം മാറുന്നു. ശബ്ദം മാറുന്നു. പുനലൂർ ബാലൻ

എന്ന പരിപക്വനായ കവി, കർക്കശനായ ഒരു പഴയകാല ഗുരുനാ ഥന്റെ വേഷത്തിലേക്ക്...! സ്ഥലവും കാലവും നോക്കാതെയുള്ള ഒരു വേഷപ്പകർച്ചയല്ല. ഞങ്ങളോട്ടുള്ള അടുപ്പവും സ്വാതന്ത്ര്യവും സോദ്ദേ ശ്യമായി വിനിയോഗിക്കുന്നു എന്ന മട്ട്.

പുനലൂർ ബാലൻ എന്ന കവിയെ, ഭാഷാസ്നേഹിയെ പ്രകോപി പ്പിച്ചത് ആ കൈയെഴുത്തു പ്രതിയുടെ ഉടമയായ യുവ നിരൂപകന്റെ ഒരു ഭാഷാപ്രയോഗമായിരുന്നു. ഡോക്ടറേറ്റുള്ള ആ ലേഖകൻ ഒന്നര ണ്ടിടത്ത് 'സമൂർത്തം' എന്ന് എഴുതിയത് കണ്ണിൽ കരടായപ്പോഴാണ് ബാലൻ ഒറ്റക്കെ വിളറിപിടിച്ചതുപോലെ സംസാരിക്കാൻ തുടങ്ങി യത്. സമൂർത്തം എന്നൊരു പ്രയോഗമില്ല.... മൂർത്തവും അമൂർത്തവുമേ യുള്ളൂ....

യശഃശരീരനായ പുനലൂർ ബാലനും പിന്നിട്ട ആ കാലവും ഇപ്പോൾ നിനവിൽ വന്നതിന്റെ ഹേതുഭൂതൻ പനച്ചി എന്ന പംക്തികാരനാണ്. അഥവാ അദ്ദേഹത്തിന്റെ പംക്തിയാണ്. പനച്ചി ഒരു പംക്തികാരൻ മാത്രമല്ല. ആ തൂലികാനാമം തെല്ലുകൂടി വികസിപ്പിക്കുമ്പോൾ നോവലി സ്റ്റും കഥാകാരനുമാവുന്ന അദ്ദേഹം. വർഷങ്ങൾക്കുമുമ്പ് അദ്ദേഹത്തി ന്റെ ഏതാനും രചനകൾ പ്രസിദ്ധം ചെയ്യാനുള്ള അവസരം ലഭിച്ചതും ഈ സന്ദർഭത്തിൽ ഓർക്കാനാവുന്നുണ്ട്. ഇവിടെ പക്ഷേ പനച്ചിയുടെ പംക്തിയിലെ ഒരു വൈരുദ്ധ്യത്തെക്കുറിച്ചാണ് പറയാനുള്ളത്.'വൾഗറ ബിലിറ്റി' എന്നൊരു രൂപം സായ്യുണ്ടാക്കിയ നിഘണ്ടുവിലൊന്നും കണ്ടി ട്ടില്ലെന്നും ആ രൂപം ഉണ്ടാക്കിയതിനുള്ള അവാർഡ് ടി.ടി. ശ്രീകുമാറിന് കൊടുക്കാം എന്നും പരിഹസിക്കുന്ന പംക്തികാരൻ (ഭാഷാപോഷിണി) ഭാരതീയ വിചാരകേന്ദ്രം ഡയരക്ടർ പി. പരമേശ്വരന്റെ പ്രസ്താവനയിലെ ഭാഷാവൈകല്യത്തിൽ സ്പർശിക്കാതെ കടന്നുപോവുന്നത് അവാർഡ് പ്രതീക്ഷയിലാവുമോ! പരമേശ്വരന്റെ ഉദ്ധരണിയിലെ പ്രസക്ത ഭാഗം:- 'സുന്ദരമായ ദേവതാരൂപം സുകുമാര കലകളുടെയെല്ലാം സമൂർത്ത രൂപമായിരുന്നു.....'

സായിപ്പിന്റെ ഭാഷ മാത്രം ശുദ്ധമായാൽ മതി എന്ന വിചാരം ഭാഷാ പത്രത്തിൽ പ്രവർത്തിക്കുന്ന പംക്തികാരന് ഏതായാലും ഉണ്ടാവാൻ പാടില്ലാത്തതാണ്.

-2002 ഡിസംബർ 1

നന്മയുടെ ശേഷിപ്പുകൾ

നിർമ്മല സ്നേഹത്തിന്റെയും കാരുണ്യത്തിന്റെയും വൃത്താന്തങ്ങൾ നമ്മുടെ കണ്ണിനും കാതിനും പലപ്പോഴും വിരളമായേ ആഘോഷിക്കാനാവുന്നുള്ളൂ. നമ്മുടെ ജീവിത പരിസരങ്ങളിൽ പതിയിരിക്കുന്നത് കദനത്തിന്റെ, ദുരിതത്തിന്റെ, മനുഷ്യത്വഹീനതയുടെ, രക്തച്ചൊരിച്ചിലിന്റെ വാർത്താശകലങ്ങളും ശേഷിപ്പുകളുമാണല്ലോ. സ്വയംഹത്യകളുടെ ചങ്ങലകളാണ് നമ്മുടെ മുന്നിൽ ഇങ്ങിയാടുന്നത്.

ഉത്തരാധുനികതയുടെ മാനം കൈവരിക്കുന്ന നരഹത്യകൾ സമൂഹത്തിൽ വിസ്മയമല്ലാതാവുകയാണ്. സ്നേഹിച്ചുകൊല്ലുക എന്നത് ഒരു വൃഥാവചനമല്ലെന്നും ജീവിതസാക്ഷ്യത്തിന്റെ കൈയൊപ്പ് അതിനുമേൽ ചാർത്തപ്പെടുന്നുണ്ടെന്നും വൈമനസ്യത്തോടെയാണെങ്കിലും നാം അറിഞ്ഞുവയ്ക്കുക. പ്രണയം പോലും വാണിജ്യക്കണ്ണോടെ വർണച്ചിറകുകൾ വീശി കത്തിയമരുന്നത് അങ്ങനെയാണ്. ജീവിത ക്ലേശങ്ങളിൽ വീർപ്പുമുട്ടി, നിരവധി നൈരാശ്യക്കയങ്ങളിൽ നീന്തിത്തളർന്ന് ആത്മഹത്യകളിൽ അഭയം തേടുന്നവരുടെ കഥകൾ നമുക്ക് പുതുമയുള്ളതല്ല. പ്രണയത്തിന്റെ കുളിരും നിലാവും താണ്ടി, കടല കടക്കാൻ പരാജയപ്പെട്ടമ്പോൾ ജീവിതത്തിന് വിരാമമിടുന്ന കാല്പനി കരയും നമുക്കറിയാം. ദാരിദ്ര്യദുഃഖത്തിൽ ആലംബമേതുമില്ലാതെ ഒരു പിഞ്ചുബാലിക പക്ഷേ ഈയിടെ ജീവിതം സ്വയം ഊതിക്കെടുത്തിയത് നമ്മുടെ പൊങ്ങച്ചങ്ങളുടെ കോട്ടകൊത്തളങ്ങളിൽ വച്ചാണ്. കുമളി, ദൈവത്തിന്റെ നാട്ടിലെ ടൂറിസ്റ്റ് കേന്ദ്രം കൂടിയാണല്ലോ. ജീവിതത്തിൽ അനുഗ്രഹിക്കപ്പെട്ടവരുടെ വിളയാട്ടങ്ങൾ എപ്പോഴമെപ്പോഴുമുണ്ടാവുന്ന സ്ഥലം. യൂണിഫോമില്ലാത്തതിനാൽ വിദ്യാർത്ഥിനി ആത്മഹത്യ ചെയ്തു എന്ന വാർത്ത മാധ്യമങ്ങൾക്കായി ലഭിച്ചത് അവിടെനിന്നാണ്.

കുമളി, 2002 ഒക്ടോബർ 7: സ്കൂൾ യൂണിഫോം വാങ്ങി നൽകാൻ തോട്ടം തൊഴിലാളികളായ അച്ഛനമ്മമാർക്ക് സാധിക്കാത്തതിൽ

96 അങ്ങനെത്തന്നെയാണ് ഇപ്പോഴും കാര്യങ്ങൾ

മനംനൊന്ത് വണ്ടിപ്പെരിയാർ (ഇടുക്കി) പഞ്ചായത്ത് ഹൈസ്ക്കൂളിലെ ഒൻപതാം ക്ലാസ് വിദ്യാർത്ഥിനി, വേലാങ്കണ്ണി, വീട്ടിനുള്ളിൽ തൂങ്ങി മരിച്ചു. ആർ.ബി.ടി.കമ്പനിയുടെ പശ്രുമല എസ്റ്റേറ്റിലെ ഒന്നാം ഡിവിഷൻ ലായത്തിൽ താമസിക്കുന്ന ചിന്നപ്രകാശിന്റെ മകളാണ്.

ഈ വർഷം എസ്.എസ്.എൽ.സി. പാസ്സായ അയൽപക്കത്തെ ഒരു വിദ്യാർത്ഥിനി നൽകിയ പഴയ യൂണിഫോമാണ് വേലാങ്കണ്ണി ഉപയോഗിച്ചിരുന്നത്. പഴക്കം മൂലം ഇതു കീറിപ്പോയതിനാൽ വേലാ ങ്കണ്ണി കുറച്ചദിവസങ്ങളായി സ്ക്കൂളിൽ പോയിരുന്നില്ല. പതിനെട്ടുമാസ മായി പശ്രുമല എസ്റ്റേറ്റിലെ തൊഴിലാളികൾക്ക് ശമ്പളം ലഭിക്കുന്നില്ല. വേലാങ്കണ്ണിയുടെ അമ്മ വർഷങ്ങളായി രോഗിണിയാണ്.

ആ കൊച്ച പെൺകുട്ടിയുടെ നിറംകെട്ട ജീവിതം പോലെ, അവളെ ക്കുറിച്ചുള്ള വാർത്തയും അങ്ങനെ ഒടുങ്ങുകയാണ്....!

വൃക്കക്കച്ചവടത്തിന്റെ ജീവിക്കുന്ന രക്തസാക്ഷിയായി കഴിയുന്ന ഒരു യുവതിയുടെ ജീവിതം അടയാളപ്പെടുത്തുന്നത് ഇരുണ്ട, ഭീകരമായ മറ്റൊരു ലോകത്തെയാണ്. അതിൽ അവളുടെ ഭർത്താവും ഭർത്തൃബ സ്ത്തുക്കളുമുണ്ട്. മനുഷ്യത്വം തൊട്ടുതീണ്ടിയിട്ടില്ലാത്ത വൃക്കവ്യാപാരികളു ണ്ട്. നരാധമന്മാരായ അപ്പോത്തിക്കിരികളുണ്ട്. ആതുരാലയങ്ങളുടെ മറവിൽ എന്തു കുടിലതകളും ചെയ്യാൻ ഊറ്റമുള്ള ധനാഢ്യന്മാരുണ്ട്. അവർക്ക് ഭരണത്തിന്റെ ശീതളഛായയും ഭരണാധികാരികളുടെ സൗഹൃദങ്ങളുമുണ്ട്.

എട്ടാം ക്ലാസു വരെ പഠിച്ച കട്ടപ്പനക്കാരിയുടേത് ഒരു പ്രണയവിവാ ഹമായിരുന്നുവത്രേ! പെയിന്റിങ് ജോലിക്കാരനും കലാകാരനുമായ കാമുകനോടൊത്ത് വീട്ടുകാരുടെ സമ്മതമില്ലാതെ ഇറങ്ങിത്തിരിക്ക കയായിരുന്നു. ജീവിതത്തിന്റെ സമസ്തവും പ്രിയപ്പെട്ട കൂട്ടുകാരനിൽ കണ്ടെത്തിയ യുവതിയുടെ അനുഭവം ഏറെ ക്രൂരമായിരുന്നു. ഒരു വൃക്ക വിറ്റാൽ ഒന്നര ലക്ഷം രൂപ കിട്ടുമെന്നും പിന്നെ ആജീവനാന്തം സുഖ സുന്ദരമായി ജീവിക്കാമെന്നും ഭർത്തൃബന്ധുക്കൾ പറഞ്ഞത് അവളുടെ ഭർത്താവ് അറിയാതെയല്ല. വൃക്ക വിൽക്കാനുള്ള ധൈര്യമില്ലെന്ന് പറഞ്ഞ് ഒഴിഞ്ഞുമാറിയപ്പോൾ ഭീഷണിയായി. ആറുമാസം പ്രായമുള്ള കുഞ്ഞിനെയും അവളെയും കൊല്ലുമെന്നായപ്പോൾ കോഴിക്കോട്ടെ സ്വ കാര്യാശുപത്രിയിൽ പോവേണ്ടിവന്നു. മുലകുടി മാറാത്ത കുഞ്ഞിനെയും കൊണ്ടാണ് മാസങ്ങളോളം നീണ്ട പരിശോധനകൾക്ക് ഡോക്ടർമാ രുടെ മുൻപാകെ കയറിയിറങ്ങിയത്. അവസാന പരിശോധനയിലാണ് അവൾ ഒരു മാസം ഗർഭിണിയാണെന്ന വെളിപ്പെട്ടത്. അതോടെ മാനസികമായും ശാരീരികമായും പിന്നെയും പരിക്ഷീണയായി. ഗർഭം

അലസിപ്പിക്കരുതെന്നും വൃക്ക എടുക്കരുതെന്നും ഭർത്താവിനോടും ബന്ധുക്കളോടും കേണപേക്ഷിച്ചു. മുപ്പതിനായിരത്തോളം രൂപ ഇതിനകം പരിശോധനകൾക്ക് ചെലവായതിനാൽ വൃക്ക എടുക്കാതി രിക്കാൻ കഴിയില്ലെന്നായി ഡോക്ടർ ഉൾപ്പെടെയുള്ളവർ! അവൾക്ക് പിന്നെ സങ്കടം പറയാൻ ആരുമില്ലല്ലോ.

വൃക്ക എടുത്തതിനുശേഷം പത്തുദിവസം അവൾ ആശുപത്രിയിൽ കിടന്നു. ആ അവസരത്തിൽ, നേർത്ത ബോധാവസ്ഥയിൽ കിടക്ക മ്പോൾ, വൃക്ക വിറ്റ പണത്തെച്ചൊല്ലി ഭർത്താവും അളിയനുമായി വാർഡിൽവെച്ച് അടിപിടിയുണ്ടാക്കിയതിനും ഡോക്ടർമാർ വന്ന് ഇടപെട്ട് സമാധാനിപ്പിച്ചതിനും ആ ഹതഭാഗ്യക്ക് സാക്ഷ്യം വഹിക്കേ ണ്ടിവന്നു...!

ഈ സന്ദർഭത്തിൽത്തന്നെയാണ് കടലും മലയും കടന്ന വന്നെത്തു ന്ന ചില വൃത്താന്തങ്ങൾ നമ്മുടെ കണ്ണിനും കാതിനും ഉത്സവമാവുന്നത്. ചൈനയിലെ ആരോഗ്യവകുപ്പിനെ ഉദ്ധരിച്ച് 'പീപ്പിൾസ് ഡെയിലി'യിൽ വന്ന ഒരു വാർത്ത അങ്ങനെയാണ് സവിശേഷത കൈവരിക്കുന്നത്. ഇരുപത്തെട്ട് വയസ്സുള്ള എയ്ഡ്സ് രോഗിണിക്ക്, അരോഗദൃഢഗാ ത്രനായ കാമുകനെ വരിക്കാൻ അധികൃതർ അനുവാദം നൽകിയിരി ക്കയാണ്. ചൈനയുടെ തെക്കുകിഴക്കൻ പ്രവിശ്യയായ ഗ്വിഴവിന്റെ തലസ്ഥാനമായ ഗ്വിയാങ്ങിലുള്ളവരാണ് കാമിനീകാമുകന്മാർ. ലോക എയ്ഡ്സ് ദിനമായ ഡിസംബർ ഒന്നിന് വിവാഹം നടക്കും. എയ്ഡ്സ് രോഗിക്ക്, രോഗമില്ലാത്ത ആളെ വിവാഹം കഴിക്കാൻ ആദ്യമായാണ് ചൈന അംഗീകാരം നൽകുന്നത്.

മയക്കുമരുന്നിന് അടിപ്പെട്ട് അഞ്ചുവർഷം മുൻപാണ് യുവതിക്ക് എച്ച്.ഐ.വി. ബാധയുണ്ടായത്. എയ്ഡ്സ് രോഗിണിയാണെന്ന് അറിഞ്ഞിട്ടും കാമുകിയെ പരിചരിച്ച് മയക്കുമരുന്നിൽ നിന്ന് രക്ഷപ്പെ ടുത്തുക എന്ന ജീവിതവ്രതത്തിലായിരുന്നുവത്രേ സ്നേഹോദാരനായ കാമുകൻ.

ഈ ലോകം തീരെ കൊള്ളരുതാത്തതാണെന്നു പറഞ്ഞുകൂടാ. നന്മയുടെ ഉറവകൾ വറ്റിപ്പോയിട്ടില്ല.

-2002 ഡിസംബർ 8

സ്റ്റെതസ്കോപ്പും അറവുകത്തിയും

കുതഹസ്ലതകൊണ്ടും ധാർമ്മികബോധം കൊണ്ടും വ്യക്തിവൈശി ഷ്ട്യം കൊണ്ടും നമ്മുടെ ജീവിതപരിസരങ്ങളിൽ വെളിച്ചത്തിന്റെ ഇരുത്തുകൾ സൃഷ്ടിച്ച ഭിഷഗ്വരന്മാരെ നാം പരിചയപ്പെട്ടിട്ടുണ്ട്. എണ്ണ ത്തിൽ കുറവായിരിക്കാം. ത്യാഗസുരഭിലമായ അത്തരം ജീവിതങ്ങൾ പക്ഷേ ഔഷധവീര്യമെന്നോണം നമ്മിൽ പ്രതിസ്പന്ദമാവുന്നമുണ്ട്.

സമകാലചികിത്സാരംഗവും നിരവധി ഡോക്ടർമാരും നമ്മുടെ മുന്നിൽ തുറന്നിട്ടുന്നത് മറ്റൊരു ഇരുണ്ട ലോകമാണ്. ഭീതിയുടെ, ജുഗു പ്സയുടെ, ധനാർത്തിയുടെ ലോകം. സ്റ്റെതസ്കോപ്പുകൾക്ക് പകരം അറവുകത്തികൾ എന്ന അവസ്ഥ. പണം വിതച്ച് പണം കൊയ്യുന്ന, എന്നാൽ പരിവേഷപ്രശോഭിതമായ, പ്രലോഭനീയമായ മറ്റൊരിടം....

മുംബൈയിലെ ഡോക്ടർമാരായ അമ്പത്തഞ്ചുകാരൻ കുമാർ മുൽചന്ദാനിയും അറുപതുകാരൻ കിശോർ മാത്രേയും അത്തരമൊരു പരിപ്രേക്ഷ്യത്തിൽ ചികിത്സാരംഗത്ത് എത്തിയവരാവണം. ശിശുരോഗ വിദഗ്ധനായ ഡോക്ടർ മുൽചന്ദാനി ഒരു പ്രസവശുശ്രൂഷാകേന്ദ്രം സ്ഥാ പിക്കുന്നതോടെ തെളിയുന്നുണ്ട് അയാളുടെ കച്ചവടക്കണ്ണുകൾ എന്ന് പറയാം. ഡോക്ടർ കിശോർ മാത്രേ ആവട്ടെ മുൽചന്ദാനിക്കായി സൃഷ്ടി ക്കപ്പെട്ട കൂട്ടാളി. ഈ ഭിഷഗ്വരക്കൂട്ടായ്മ നമ്മെ നടുക്കുകയും അമർഷം കൊള്ളിക്കുകയും നാണിപ്പിക്കുകയും ചെയ്യുന്നുണ്ടെന്ന് പറയാം.

എപ്പോഴും എവിടെയുമെന്നപോലെ ഡോക്ടർമാരായ മുൽചന്ദാ നിയുടെയും മാത്രേയുടെയും ഇരകളും സ്ത്രീകളായിരുന്നു. പാവപ്പെട്ട നിർമ്മാണത്തൊഴിലാളി സ്ത്രീകൾ. അവരുടെ കൂട്ടത്തിൽ ഗർഭിണി കൾ സുലഭം. അത്തരത്തിലാണല്ലോ അവരുടെ ജീവിതസാഹചര്യം. എന്നാൽ അവരിൽ പലർക്കും ക്ഷണിക്കപ്പെടാതെ കടന്നുവരുന്ന കുഞ്ഞുങ്ങളുടെ ഭാരം താങ്ങാൻ താല്പര്യമുണ്ടായിരുന്നില്ല. ഇത്തരം

സ്ത്രീകളെ കണ്ടെത്താനും പരിഹാരകേന്ദ്രത്തിലെത്തിക്കാനും ഡോക്ടർ മാത്രേ ഏറെ വിദഗ്ധൻ. അനാവശ്യമായ ചുമട താങ്ങി ജീവിതം ദുർവഹമാക്കേണ്ടതുണ്ടോ എന്ന് മാത്രേ മധുരോദാരമായ സംഭാഷണം തുടങ്ങുന്നു. എന്തെല്ലാം വഴികൾ ഗർഭഛിദ്രം തൊട്ട്... അങ്ങനെ അവരിൽ പലരും മൂൽചന്ദാനിയുടെ പ്രസവശുശ്രൂഷാ കേന്ദ്രത്തിലേക്ക് ആനയിക്കപ്പെട്ടന്നു. ഗർഭഛിദ്രത്തിനായി എത്തുന്ന ചിലർക്കെങ്കിലും അവിടെ സുഖപ്രസവം. നവജാതശിശുവിനെ ഡോക്ടർ കൈക്കൊണ്ട് ആ പാവം സ്ത്രീകളെ സമാശ്വസിപ്പിക്കുന്നു. മാത്രവുമല്ല കുട്ടിയൊന്നിന് ആയിരം രൂപയും വീണ്ടും കാണാമെന്ന യാത്രാമൊഴിയും!

പ്രസവശുശ്രൂഷാകേന്ദ്രം വഴി ഇങ്ങനെ ലഭിക്കുന്ന കുഞ്ഞുങ്ങളെ കൂടിയ വിലയ്ക്ക് വിറ്റ് ലാഭം കൊയ്യുകയാണ് ഈ ഡോക്ടർ ദ്വയം! കുട്ടിക ളില്ലാത്ത ദമ്പതികൾക്ക മാത്രമല്ല വില്പന എന്നറിയുക. പറയുന്ന പണം ലഭിക്കുമ്പോൾ കുഞ്ഞുങ്ങളെ യാചകർക്കും നിർബാധം വിൽക്കുന്നു. കുട്ടികളില്ലാത്ത ദമ്പതികളുടെ വികാരം നമുക്ക് മനസ്സിലാക്കാവുന്ന തേയുള്ളൂ. സാധാരണ ഗതിയിൽ ആ കുഞ്ഞുങ്ങളുടെ ഭാവിയെച്ചൊല്ലി ഉൽക്കണ്ഠപ്പെടേണ്ടതില്ലെന്നും കരുതാം. യാചകർ പക്ഷേ കുഞ്ഞുങ്ങളെ വിലകൊടുത്തു വാങ്ങുന്നത് അംഗവൈകല്യം വരുത്താനും യാചനക്ക ള്ള ഉരുപ്പടികളാക്കാനുമാണല്ലോ. കിരാതമായ ഈ കച്ചവടത്തിലെ പ്രധാന കണ്ണി നമ്മുടെ രാജ്യത്തിലെ ഒരു ശിശുരോഗ വിദഗ്ധനാണെ ന്നത് എങ്ങനെ വിശ്വസിക്കും!

ഈ ഡോക്ടർ ദ്വയത്തിന്റെ ചികിത്സാ പദ്ധതികൾ താൽക്കാലിക മായാണെങ്കിലും തടസ്സപ്പെട്ടിരിക്കുന്നു. ഡോക്ടർമാരായ മൂൽചന്ദാനി യെയും മാത്രേയെയും പോലീസ് അറസ്റ്റ് ചെയ്തിരിക്കുന്നു. രണ്ട ദിവസം പ്രായമായ ഒരു ആൺകുഞ്ഞിന്റെ കച്ചവടകാര്യങ്ങൾ എങ്ങനെയോ വെളിപ്പെട്ടതോടെയാണ് സമൂഹത്തിൽ മാന്യതയും മെഡിക്കൽ അസോസിയേഷനിൽ അംഗത്വവുമുള്ള ഈ ഡോക്ടർമാർ നിയമ ത്തിന്റെ മുന്നിൽ എത്തിപ്പെട്ടത്. ഇരുവരുടെയും ഇതഃപര്യന്തമുള്ള 'ശുശ്രൂഷാരംഗത്തെ വ്യാപാരങ്ങൾ' പോലീസ് അന്വേഷിച്ചവരിക യാണ്. ശിശുരോഗവിദഗ്ധനായ മൂൽചന്ദാനി നിയമാനുസൃതമായല്ല പ്രസവ ശുശ്രൂഷാകേന്ദ്രം നടത്തുന്നതെന്ന് പോലീസ് വെളിപ്പെടുത്തി യിട്ടുണ്ട്. അയാളുടെ നഴ്സിങ് ഹോമിൽ എത്തിയ രാജശ്രീ എന്ന ഒരു അവിവാഹിത മാതാവിന്റെ രണ്ടദിവസം പ്രായമായ കുഞ്ഞിന്റെ വില്പനയാണ് എല്ലാം തകിടം മറിച്ചത്. മൂൽചന്ദാനിയുടെ കേന്ദ്ര ത്തിൽ നിന്ന് നാലായിരം രൂപക്ക് കുഞ്ഞിനെ വാങ്ങിയ ഡോക്ടർ മാത്രേ ഏതോ ചെമ്പൂർ നിവാസികൾക്ക് ആറായിരം രൂപക്ക്

 അങ്ങനെത്തന്നെയാണ് ഇപ്പോഴും കാര്യങ്ങൾ

മറിച്ചവിൽക്കകയായിരുന്നു. ആൺകുഞ്ഞായയതുകൊണ്ട് പിടിപ്പതു വില കിട്ടിയിരിക്കാം! അതോടൊപ്പം ഇരു ഡോക്ടർമാരുടെ അറസ്റ്റിലേക്കും ഈ കച്ചവടം വഴിയൊരുക്കി. രാജശ്രീ എന്ന അവിവാഹിത മാതാവ് വാഴ്ത്തപ്പെടട്ടെ!

സഹപ്രവർത്തകരുടെ അറസ്റ്റിൽ ഡോക്ടർമാർ നടുക്കം പ്രകടി പ്പിക്കകയുണ്ടായി! എന്നാൽ എക്കാലത്തേക്കുമായി ആതുരശുശ്രൂഷാ രംഗത്തെ കളങ്കപ്പെടുത്തിയവർക്കെതിരെ ശക്തമായ നടപടികൾ കൈക്കൊള്ളണമെന്നും അവർ അഭിപ്രായപ്പെട്ടു. ഏവരാലും വെറുക്ക പ്പെട്ടന്ന കുറ്റകൃത്യത്തെ ഡോക്ടർമാർക്കും പിന്തുണക്കാനാവില്ലല്ലോ. മഹാരാഷ്ട്ര മെഡിക്കൽ കൗൺസിലിന് ഡോക്ടർമാരായ മൂൽചന്ദാനി യുടെയും മാത്രേയുടെയും അംഗീകാരം പിൻവലിക്കാൻ എഴുതുകയും ചെയ്യുമത്രേ....

-2001 സെപ്തംബർ 16

ആരും മറുപുറം തേടുന്നില്ലല്ലോ

പത്രവാർത്തയെ ആസ്പദമാക്കിയും മികച്ച കഥകൾ ഉണ്ടാവാ മെന്ന് എസ്.കെ. പൊറ്റെക്കാട്ട് സാക്ഷ്യപ്പെടുത്തിയിട്ടുണ്ട്. പത്രലേഖകർക്കാവട്ടെ വാർത്ത 'സ്റ്റോറി'യാണെന്നും നമുക്കറിയാം.

ഈയിടെ പത്രങ്ങളുടെ മൂലയിൽ കാണായ ഒരു കൊച്ചവാർത്ത വായനക്കാരിൽ ക്ഷണികക്ഷോഭമെങ്കിലും ഉണർത്തിയിരിക്കുമെന്ന് തോന്നുന്നില്ല. നമ്മുടെ ജീവിത പരിസരങ്ങളിൽ അത്തരം സംഭവങ്ങൾ ആവർത്തനവിരസമായിത്തീർന്നിരിക്കുന്ന   എന്നതുതന്നെയാണ് ഹേതു. അപ്പോൾ ആ വാർത്ത ഒരു കഥാകാരനെ/ കഥാകാരിയെ പ്രചോദിപ്പിക്കുക വയ്യ.

എങ്കിലും ആ സംഭവത്തിനുള്ളിൽ ഒളിഞ്ഞിരിക്കുന്ന ക്രൗര്യത്തിനുമു ണ്ട് കാലത്തിന്റെ വേഷപ്പകർച്ച എന്ന് എനിക്ക് തോന്നുന്നു. സദാചാ രത്തിന്റെ കാവലാളകൾ, ധാർമ്മികബോധത്തിന്റെ ഭാരംതാങ്ങികൾ, അധ്യാപകശ്രേഷ്ഠൻ ഒരു യുവതിയുടെ ആത്മഹത്യക്ക് വഴിയൊരുക്ക മ്പോൾ മറ്റെന്താണ് നിരൂപിക്കാനാവുക!

സാധാരണഗതിയിൽ അപ്രധാനമായ, ഒരു വേള അപ്രസക്തമായ ആ വാർത്തക്ക് ഫോളോഅപ്പ് ഉണ്ടായില്ലെന്നതും വിശദീകരണമോ, നിഷേധമോ ഉണ്ടായില്ലെന്നതും സ്വാഭാവികമെന്നേ പറയാനാവൂ.

പത്രവാർത്തയിലെ സ്ഥലവും തീയതിയുമൊക്കെ ഇവിടെ അപ്ര സക്തം.

വാർത്തയുടെ സാരാംശം ഇത്രയും:

ഒരു ഗ്രാമത്തിലെ പ്രൈമറി സ്കൂൾ, അനധ്യായദിനം. ആപ്പീസുമു റിയിൽ പ്രധാനാധ്യാപകനും കൊച്ചുകുട്ടികൾക്ക് ഉച്ചക്കഞ്ഞിയുണ്ടാ ക്കിക്കൊടുക്കുന്ന ഒരു യുവതിയും മാത്രം...! അവർ അധ്യാപകനും കീഴ്ജീവനക്കാരിയുമാണെന്നത് ശരി. പക്ഷേ പുരുഷനും സ്ത്രീയുമല്ലേ...!

 അങ്ങനെത്തന്നെയാണ് ഇപ്പോഴും കാര്യങ്ങൾ

ആർക്കോ പന്തികേട് തോന്നുന്നു....! വിദ്യാലയത്തിന്റെ പവിത്രതയിൽ പോറലേൽക്കുന്നത് ആർക്കാണ് സഹിക്കാനാവുക....! സദാചാരത്തി ന്റെ കാവലാളകൾ, ധാർമ്മികരോഷത്തോടെ വിദ്യാലയത്തിലേക്ക് ആഞ്ഞടുക്കുന്നു....

സംസ്കാരസമ്പന്നനായ, പഴയ ശൈലിയിൽ പറഞ്ഞാൽ ഭാവി പൗരന്മാരെ വാർത്തെടുക്കുന്ന പ്രധാനാധ്യാപകൻ കുസലേതുമില്ലാതെ, അസാധാരണമായി ഒന്നും സംഭവിക്കാത്തയപോലെ ആപ്പീസു മുറി പൂട്ടി സ്ഥലം വിട്ടന്നു!

കണ്ണിൽ എണ്ണയൊഴിച്ച് കാത്തിരിക്കുന്ന സദാചാരത്തിന്റെ കാവ ലാളകളെ പക്ഷേ തോല്പിക്കാനാവുമോ?

യുവതി ആപ്പീസ് മുറിക്കുള്ളിൽ ഉണ്ടെന്ന് ഏതോ ഒരു ധാർമ്മിക രോഷക്കാരൻ ആണയിടുന്നു....!

അവിടെ ഒത്തുകൂടിയവർക്ക് മറ്റൊന്നും അറിയേണ്ടതില്ലായിരുന്നു. സമൂഹത്തിൽ ധാർമ്മികച്യുതി സംഭവിച്ചുകൂടാ എന്നത് മാത്രമായിരു ന്നു അവരുടെ ചിന്ത! ആക്രോശങ്ങൾക്കും ഭർത്സനങ്ങൾക്കുമിടയില്ലും അവരുടെ നീതിബോധം ഉച്ചസൂര്യനെപ്പോലെ ജ്വലിച്ചുനിന്നിരിക്കണം. അങ്ങനെയാണ് സംഭവത്തിന് സാക്ഷ്യം വഹിക്കാൻ സ്ത്രീജനത്തെയും എത്തിക്കുന്നത്....!

പ്രധാനാധ്യാപകൻ ആപ്പീസുമുറി പൂട്ടി ദേഹരക്ഷ ഉറപ്പാക്കിയാലെ ന്ത്! ആരോ ഓട്ടിൻപുറത്ത് കയറുന്നു. ഓടിളക്കി ആപ്പീസ് മുറിയിൽ പ്രവേശിക്കുന്നു. രണശൂരൻ കാണുന്നത്, വിറപ്പൂണ്ട് ഒരു മൂലയിൽ പതുങ്ങി നിൽക്കുന്ന യുവതിയെ...! ഒരുപക്ഷേ അയാളുടെ കുഞ്ഞിന് ഉച്ചക്കഞ്ഞി പകർന്നുകൊടുക്കുന്ന പാവം പെണ്ണ്....! പിന്നീട് ആരോ വാതിലും കുത്തിത്തുറക്കുന്നു. ജീവനുള്ള തൊണ്ടിസാധനം കണ്ടെത്തിയ ഊറ്റം....! പിന്നെ വിജയാരവങ്ങൾ....

അവരുടെ ആ ആഹ്ലാദത്തിമിർപ്പിലാവാം യുവതി മുറിയിൽനിന്ന് ശരം വിട്ടതുപോലെ പുറത്തേക്ക് ഓട്ടുകയും സ്കൂൾ വളപ്പിലെ കിണറ്റിൽ ചാട്ടുകയും സമസ്ത സദാചാരലംഘനങ്ങളും ഒട്ടുക്കുകയും ചെയ്തിരിക്കുക...!

വാതിലുപൂട്ടി പരിശുദ്ധനായി കടന്നുപോയ പ്രധാനാധ്യാപകനെ യും സദാചാരത്തിന്റെ കാവൽ മലാഖമാരെയും തോൽപിക്കാൻ ആ പാവം യുവതി കണ്ടെത്തിയ ഒരേയൊരു വഴി!

2001 ജനുവരി 21

കളി വേറെ കാര്യം വേറെ

കൃത്യമായ വസ്തുത അറിയില്ല. അതിശയോക്തിക്ക് കാരണമില്ലാതെയുമില്ല. അല്പം പഴക്കമുള്ള സംഗതിയാണ്. കോഴിക്കോട്ടെ പ്രശസ്ത നാടകചലച്ചിത്ര പ്രവർത്തകനായ ഒരു പഴയ സുഹൃത്തിന്റെ കലയോടുള്ള അതിരുവിട്ട അർപ്പണബോധം പത്രങ്ങൾക്ക് പെട്ടിവാർത്തയുമായിരുന്നു.

തികഞ്ഞ കലാകാരനായ സുഹൃത്ത് ഒരു പ്രൈമറി സ്കൂളിന്റെ പ്രധാന അധ്യാപകൻ. ആയിടക്ക് അദ്ദേഹം സംവിധായകനായ സിനിമയുടെ ഷൂട്ടിങ് പരിസരപ്രദേശത്ത് എവിടെയോ നിശ്ചയിക്കപ്പെട്ടന്നു. സിനിമയല്ലേ? സമയത്തിന് തീ വിലയല്ലേ! സ്കൂളിന്റെ പ്രവർത്തനം പ്രധാന അധ്യാപകൻ കൂടിയായ സംവിധായകന് സ്വാഭാവികമായും അലോസരമാവുന്നു. ചങ്ങാതിയിലെ സംവിധായകപ്രതിഭ, പ്രധാന അധ്യാപകനെ നിഷ്പ്രഭനാക്കുന്ന കടുത്ത നടപടി കൈക്കൊള്ളുകയും ചെയ്തു. ഷൂട്ടിങ് തീരുന്നതുവരെ സ്കൂളിന് അവധി...! പിന്നീടുണ്ടായ കോലാഹലങ്ങൾ...!

രാജസ്ഥാൻ നിയമസഭയിലെ ഡെപ്യൂട്ടി സ്പീക്കർ ദേവേന്ദ്രസിങ്, ഉത്തരവാദിത്വം മറന്ന കിറുക്കനായ ആ പഴയ അധ്യാപക സുഹൃത്തിനെയാണ് ഓർമ്മിപ്പിച്ചത് എന്ന് പറയാതെ വയ്യ. പട്ടിണിപ്പാവങ്ങളും തൊഴിലില്ലാത്തവരും നിറഞ്ഞ നമ്മുടേതുപോലുള്ള ഒരു രാജ്യത്തിലെ നിയമസഭ ക്രിക്കറ്റുകളി കാണാൻ നിറുത്തിവെക്കുന്നതിലും വലിയ അശ്ലീലം വർത്തമാനകാലത്ത് ഉണ്ടാവുക വയ്യ. ബജറ്റ് ചർച്ചയിൽപ്പോലും ഇത്രമേൽ ഉദാസീനമായ സമീപനം കൈക്കൊള്ളുന്ന നിയമസഭയും സാമാജികരും ഏതു രാജ്യത്തിലെ ജനങ്ങളെയാണ് പ്രതിനിധാനം ചെയ്യുന്നതെന്ന് വ്യക്തമാക്കേണ്ടതുണ്ട്.

ഇന്ത്യ-ശ്രീലങ്ക ക്രിക്കറ്റ് മത്സരം നടന്നപ്പോഴാണ് രാജസ്ഥാൻ

അസംബ്ലി ഇടക്കുവെച്ച് നിറുത്തിയത്. ഇന്ത്യയുടെ ബാറ്റിങ് തുടങ്ങി യതോടെ സാമാജികരുടെ പതുപതുപ്പുള്ള ഇരിപ്പിടങ്ങൾ ഒഴിയാൻ തുടങ്ങുകയായിരുന്നവത്രേ. സഭ നിയന്ത്രിച്ചിരുന്ന ഡെപ്യൂട്ടി സ്പീക്കറും കൗതുകപ്പെട്ടിക്ക മുന്നിലിരുന്ന് ക്രിക്കറ്റ് ആസ്വദിക്കുകയായിരുന്നവത്രേ. ഒരു വീണ്ടുവിചാരമെന്നോണമാണ്, കളി കാണുന്നതിനിടയ്ക്ക് അധ്യക്ഷ സ്ഥാനത്ത് തിരിച്ചെത്തി നിയമസഭാ നടപടികൾ നിറുത്തി വച്ചതായുള്ള പ്രഖ്യാപനം നടത്തിയത്രേ...!

സഭ നിറുത്തിവയ്ക്കുമ്പോൾ ബജറ്റ് ചർച്ച നടക്കുകയായിരുന്നു എന്നത് ഉത്തരവാദിത്വമില്ലായ്മയുടെ, അന്തഃസാരശൂന്യതയുടെ അഗാധഗർത്ത ങ്ങളാണ് വെളിവാക്കുന്നത് എന്ന് പറയാതെ വയ്യ. സഭ നിയന്ത്രിച്ചിരു ന്ന ഡെപ്യൂട്ടി സ്പീക്കർക്കും ജനപ്രതിനിധികൾക്കും ബജറ്റ് ചർച്ച, ക്രിക്കറ്റ് മത്സരത്തെക്കാൾ ഒട്ടും പ്രാധാന്യമുള്ളതായി തോന്നിയില്ല എന്നതല്ലേ നേര്? പാവം ജനങ്ങളുടെ അഭിലാഷങ്ങളെ ജനപ്രതിനിധികളുടെ അഭിനിവേശങ്ങൾ ചവിട്ടിയരച്ചു എന്നതല്ലേ വസ്തുത?

ഹാജർ പുസ്തകത്തിൽ എം.എൽ.എ മാരുടെ സാന്നിധ്യം അടയാ ളപ്പെടുത്താൻ മറന്നില്ല എന്നും നാം അറിയണം. അതുകൊണ്ടുതന്നെ ജനങ്ങളുടെ പണം പറ്റി, ജനങ്ങൾക്കുവേണ്ടിയാണ് ജനപ്രതിനിധികൾ ബജറ്റ് ചർച്ച നിറുത്തിവെച്ചും ക്രിക്കറ്റ് മത്സരം കണ്ടതെന്ന് നാം മനസ്സി ലാക്കണം....!

രാജസ്ഥാൻ നിയമസഭയിലെ അധ്യക്ഷന്റെയും സാമാജികരുടെയും ഈ നെറികെട്ട, അതിരുവിട്ട കൂട്ടായ്മയെ എതിർക്കാൻ ഒരു എം.എ ൽ.എ ഉണ്ടായി എന്നറിയുക. നിയമസഭയിലെ ഏക സി.പി.ഐ-എം. അംഗമായ അമ്ര റാം.അദ്ദേഹം നിയമസഭയിലെ, തിരുത്തരവാദപ രമായ ക്രിക്കറ്റ് ജ്വരത്തിൽ ശക്തിയായി പ്രതിഷേധിച്ച് ഇറങ്ങിപ്പോ വുകയായിരുന്നു. സി.പി.ഐ-എം. അംഗത്തിന്റെ നിയമസഭയിൽ നിന്നുള്ള ആ ഇറങ്ങിപ്പോക്ക് വെറും പ്രതിഷേധത്തിൽ ഒതുങ്ങുന്നില്ല. പ്രത്യയശാസ്ത്രപരമായ മൂല്യങ്ങളുടെ വിളംബരപ്പലകയാണ്, ജനങ്ങളെ എല്ലാ അർഥങ്ങളിലും പ്രതിനിധാനം ചെയ്യുന്ന അദ്ദേഹം ഉയർത്തി പ്പിടിച്ചതെന്ന് പറയുകയുമാവാം. കേവലം ഒരു കളിയുടെ പേരിലുള്ള കിറുക്ക് പ്രദർശിപ്പിക്കാനുള്ള ശാലയോ, വേദിയോ ആയല്ല നമ്മുടെ നിയമസഭാമന്ദിരങ്ങൾ വിവക്ഷിക്കപ്പെട്ടിട്ടുള്ളത്. അതിരുവിട്ട കളിഭ്രാ ന്തിന്റെ നഗ്നത്തം അരങ്ങേറിയ രാജസ്ഥാൻ നിയമസഭ നമ്മുടെ രാജ്യത്തെ മറ്റ നിയമസഭകളെ പ്രതിനിധാനം ചെയ്യുന്നില്ല എന്നതു ശരി. എന്നാൽ ഇന്ത്യയിൽ പലയിടങ്ങളിലും ക്രിക്കറ്റ് മൽസരവേദി കളിൽ ജീവനക്കാരുടെ ഹാജർ കുറയുക, ആപ്പീസുകൾക്ക് അവധി

പ്രഖ്യാപിക്കുക തുടങ്ങിയ സംഭവങ്ങൾ ഉണ്ടാവാറുണ്ട്. എന്തിനേറെ, കളിയുടെ ജ്വരജല്പനങ്ങൾ ന്യായാധിപന്മാരിൽ നിന്ന പോലും ഉണ്ടായതായി ശ്രുതികളുണ്ടായിട്ടുണ്ട്.

കളിയും കാര്യവും വേറെ വേറെയായിത്തന്നെ കാണേണ്ടതുണ്ട്. കാര്യത്തെ വിഴുങ്ങുന്ന കളി നമുക്ക വേണ്ട. മറ്റ പല കളികളെയും പോലെ ക്രിക്കറ്റ് ഒരു കളി മാത്രമാണ്. സ്വതേ സമ്പന്നരായ ക്രിക്കറ്റർമാർക്ക് സർക്കാർ പണമുപയോഗിച്ചുള്ള വിലകൂടിയ പാരിതോഷികങ്ങളും ഇളവുകളും അനുവദിക്കുന്ന അനൗചിത്യവും ഇവിടെ നടമാടുന്നുണ്ട്. ക്രിക്കറ്റർമാരുടെ ആദായനികുതിപോലും ഈടാക്കില്ലെന്നും മറ്റുമുള്ള ചില മന്ത്രിമാരുടെ പ്രഖ്യാപനങ്ങൾക്കും യുക്തിയേതുമില്ല.

അതിരുവിട്ട ഒരു കളിയും നമുക്ക വേണ്ട. സമനില തെറ്റാത്ത ഒരു സമീപനം; കളിയിലും കാര്യത്തിലും അതാണ് അഭികാമ്യം.

     അങ്ങനെത്തന്നെയാണ് ഇപ്പോഴും കാര്യങ്ങൾ

ഭാഗം രണ്ട്

മാധ്യമങ്ങളുടെ കാഴ്ചവട്ടങ്ങളിൽ നിന്നും അധികാരത്തിന്റെ ഇടനാഴികളിൽ നിന്നും സിസുല്യ എപ്പോഴും ഒഴിഞ്ഞുനിൽക്കാൻ മനസ്സുവെച്ചു. അദ്ദേഹം ഇങ്ങനെ യൊരു പ്രവർത്തന ശൈലി സ്വയം രൂപപ്പെടുത്തിയിരുന്നില്ലെങ്കിൽ ലോകശ്രദ്ധ ഒരുപക്ഷേ സിസുല്യവിനശേഷമേ മണ്ടേലക്ക ലഭിക്കുമായിരുന്നുള്ളൂ.

ചെറുകാടിന്റെ സഖാവ്, കുട്ടി, അമ്മ

മഴമേഘങ്ങൾ തൂങ്ങി നിന്ന ആ മദ്ധ്യാഹ്നത്തിൽ ഞങ്ങൾ കട്ട പ്പാറയിൽ ബസ്സിറങ്ങി. ഞങ്ങളോടൊപ്പം അവിടെയിറങ്ങിയ അജ്ഞാതനായ സഹയാത്രികൻ മാർഗനിർദേശം തരാനായി മുന്നോട്ട വന്നു. യാത്രക്കിടയിലെ അല്പപരിചയത്തിന്റെ ഉദാരതയായിരുന്നില്ല. പരേതനോടുള്ള കറയറ്റ സ്നേഹാദരങ്ങൾ തന്നെ. ബസ്സിൽവെച്ചം അയാൾ, മഹാനായ, ആ ചുവപ്പസഞ്ചിക്കാരനെപ്പറ്റി പേർത്തും പേർത്തും ഉരിയാട്ടകയായിരുന്നല്ലോ. ദുഃഖം ഇനിയും വാർന്ന തീരാത്ത കവലയിൽ ഞങ്ങൾ തെല്ലിടനിന്നു. ദുഃഖത്തിന്റെ കൊടിയടയാളമണി ഞ്ഞ് വിമൂകമായി നിലകൊള്ളുന്ന സെയ്ക്കാലിസ്മാരക ഗ്രന്ഥാലയം. ചുവപ്പുകൊടികളുടെയും പച്ചക്കൊടികളുടെയും ഇടയിൽ ഈറൻ സ്മര ണകളുണർത്തുന്ന കറുപ്പുകൊടികൾ. ഉള്ളെത്തിയ വേദനയുടെ ശ്യാമരേ ഖകൾ പതിഞ്ഞ അസംഖ്യം മുഖങ്ങൾ. ആരും ആരോട്ടം ചോദിക്കാതെ, പറയാതെ ഞങ്ങൾക്കു വഴിതിരിച്ചു തരുവാൻ പിന്നെയും ആളുണ്ടായി. ദുഃഖാചരണംപോലും ആർഭാടവും വിലോഭനീയവ്വുമാക്കിത്തീർക്കുന്ന കപടനാട്യക്കാരിൽ നിന്നും തീർത്തും വൃത്യസ്തമായ സമീപനം. അത്ഭ തമില്ല. ഇവിടെ ഗ്രാമത്തിന്റെ മുഖം മ്ലാനമാക്കിക്കൊണ്ട് എന്നെന്നേക്ക മായി കടന്നുപോയത് അവരുടെ പ്രിയപ്പെട്ട കഥാകാരനായിരുന്നല്ലോ.

ആ മഹാനായ കഥാകൃത്തിന്റെ, നോവലിസ്റ്റിന്റെ, കവിയുടെ, നാടക കൃത്തിന്റെ കാലടിപ്പാട്ടുകൾ എത്രയോ വട്ടം പതിഞ്ഞ നാട്ടുവഴിയില്ലൂടെ ഞങ്ങൾ നടന്നു. അദ്ദേഹത്തിന്റെ അനശ്വരരായ എത്രയോ കഥാ പാത്രങ്ങളുടെ ചെത്തവും ചൂരുമലിഞ്ഞ ചെത്തുവഴിയില്ലൂടെ ഞങ്ങൾ നടന്നു. കനം തൂങ്ങിയ മനസ്സും അന്തരീക്ഷവും. ഒരു വാരം കഴിഞ്ഞിട്ടും ലാഘവം കൈവരാത്ത ഗ്രാമത്തിന്റെ അകവും പുറവും. ദുഃഖവും നഷ്ടവും ഗ്രാമത്തിന്റേതു മാത്രമായിരുന്നില്ലല്ലോ. ഈ ആകസ്മികാഘാതത്തി ൽനിന്നു സഹൃദയകേരളം ഇനിയും മുക്തമായിട്ടില്ല. വയലോരത്തുനിന്ന്

വീട്ടിലേക്കുള്ള പടവുകൾ കയറവെ, ദൃഢചിത്തയാണെന്നവകാശപ്പെ
ടാറുള്ള എന്റെ കൂട്ടുകാരി നന്നേ വിവശയാവുന്നതു കണ്ടു. ദുർബലത
മറച്ചുപിടിക്കുവാൻ ഞാനും ആയാസപ്പെടുകയായിരുന്നല്ലോ.

ദുഃഖത്തിന്റെ മഞ്ഞിൻമറയിലകപ്പെട്ട വീടും പരിസരവും. ചെറുകാ
ടില്ലാത്ത ചെറുകാടിന്റെ വസതി. അവിടെ ഓരോ കോണിലും ഓരോ
ചലനത്തിലും ഓരോ ശബ്ദത്തിലും പക്ഷേ ആ വെള്ളിമുടിക്കാരനായ,
സ്നേഹസമ്പന്നനുണ്ടായിരുന്നു. എന്റെയും നിങ്ങളുടെയും പ്രിയങ്കര
നായ ചെറുകാടുണ്ടായിരുന്നു

ഏതോ ദുഃഖസ്മൃതിയുടെ തടവിൽനിന്നും ഇറങ്ങിവന്ന ചെറുകാടി
ന്റെ പ്രിയപത്നി ഞങ്ങളുടെ അരികിൽ നിന്നു. അവർ ഒരു നിമിഷം
എന്നെ തിരിച്ചറിഞ്ഞില്ല. എന്റെ കൂട്ടുകാരിയെ, അവർക്കു പരിചിത
യായ മറ്റൊരാൾ എന്ന നിലക്കു തെറ്റിദ്ധരിച്ചു. ചെറുകാടിന്റെ മൂത്ത
മകൻ രവീന്ദ്രന് എന്നെ പരിചയമില്ല. തമ്മിൽ അടുത്ത പരിചയമുള്ള
മോഹനൻ സ്ഥലത്തില്ല. അപ്പോഴേക്കും രമണൻ അകത്തളത്തുനിന്നു
ഇറങ്ങിവന്നു. വന്ന പാടേ ചോദിക്കുന്നു: സിദ്ധാർത്ഥനല്ലേ? പിന്നെ
ആർക്കും ആരെയും പരിചയപ്പെടുത്തേണ്ടതുണ്ടായിരുന്നില്ല. എം.എൻ.
തന്ന ഒരെഴുത്തു ഞാൻ ടീച്ചറെ ഏൽപിച്ചു. ടീച്ചർ മെല്ലെ പറഞ്ഞുകൊ
ണ്ടിരുന്നു; എനിക്കു പെട്ടെന്നു തന്നെ മനസ്സിലായില്ല. മനസ്സൊന്നും
നേരെയല്ല....

കമ്മ്യൂണിസ്റ്റ് പാർട്ടി പ്രവർത്തകൻ, എഴുത്തുകാരൻ, അധ്യാപകൻ,
ഗൃഹനാഥൻ എന്നീ നിലകളിലെല്ലാം ചെറുകാട് നേരിട്ട എത്രയോ
അഗ്നിപരീക്ഷകൾക്കൊപ്പം   നിന്ന്,   അദ്ദേഹത്തിന്   കരുത്തും
ഊർജ്ജവും പകർന്ന് അചഞ്ചലയായിനിന്ന, ഗോവിന്ദപിഷാരാടിയെ
നാം അറിയുന്ന ചെറുകാടാക്കിത്തീർത്ത ആ അമ്മയുടെ അരികെ,
കാതു കൂർപ്പിച്ച ഞങ്ങളിരുന്നു. രവീന്ദ്രൻ പറഞ്ഞു: അമ്മ സംസാരിക്ക
ട്ടെ. വിങ്ങിനിൽക്കുന്ന ദുഃഖം അങ്ങനെ ഒഴുകിത്തീരട്ടെ പിന്നെ മെല്ലെ
എന്നോടു പറഞ്ഞു; ശ്രദ്ധിച്ചോളൂ. തനിക്കു മുത്തുകൾ കിട്ടും....

ചെറുകാടിന്റെ സഖാവ്, ചെറുകാടിന്റെ കുട്ടി, ചെറുകാടിന്റെ അമ്മ
സംസാരിച്ചുകൊണ്ടേയിരുന്നു. വായനക്കാർ ആശയക്കുഴപ്പത്തിലാവാ
തിരിക്കുക. ഈ മൂന്നു വിശേഷണങ്ങളും ചെറുകാടിന്റെ പ്രിയ പത്നി
ലക്ഷ്മിക്കുട്ടി പിഷാരസ്യാർക്കുള്ളതുതന്നെ. ചെറുകാട് അങ്ങനെയായി
രുന്നത്രേ അവരെ സംബോധന ചെയ്തിരുന്നത്. ദാമ്പത്യജീവിതത്തി
ന്റെ ആദ്യനാളുകളിൽ സഖാവ്. പിന്നെ കുട്ടി, ഒടുവിലൊടുവിൽ അമ്മ.
ഞാനതിന്റെ സ്വാരസ്യത്തെക്കുറിച്ച് ഓർത്തുകൊണ്ടിരിക്കെ ആ

അമ്മയുടെ മിഴികൾ ഈറനണിയുകയായിരുന്നല്ലോ.

ഒരു പത്രപ്രവർത്തകന്റെ യാന്ത്രികഭാവത്തോടെ, നിസ്സംഗത യോടെ ഞാനവരെ ഇന്റർവ്യൂ ചെയ്യുകയായിരുന്നില്ല. പ്രിയങ്കരനായ ചെറുകാടിന്റെ ജീവിതസഖാവിനെ, സുഹൃത്തായ കെ.പി.മോഹനന്റെ അമ്മയെ ആ സന്ദർഭത്തിൽ എനിക്ക് അങ്ങനെ ഇന്റർവ്യൂ ചെയ്യാനും കഴിയുമായിരുന്നില്ല. ആ അമ്മ എന്റെ മുമ്പിൽ ദുഃഖത്തിന്റെ ചുമടിറക്കി വെക്കുകയായിരുന്നു. അവർ അടുക്കും ചിട്ടയുമില്ലാതെ, കാലയളവുക ളുടെ തരംതിരിവില്ലാതെ ചെറുകാടിനെ പരിചയപ്പെടുത്തുകയായിരുന്നു. അവർ ചില നിമിഷങ്ങളിൽ ചെറുകാട് എന്ന കമ്മ്യൂണിസ്റ്റുകാരന്റെ, പ്രക്ഷോഭകാരിയായ എഴുത്തുകാരന്റെ ആദർശസ്ഥൈര്യമുള്ള കൂട്ട കാരിയായി. പൊട്ടന്നനെ ഭർത്താവിന്റെ വിയോഗത്തിൽ, നഷ്ടബോ ധത്തിൽ ആർദ്രയാവുന്ന ഒരു വെറും ഭാര്യയായി. എന്നാൽ ഓരോ നെടുവീർപ്പിലും ദുഃഖഭാവത്തിലും ചെറുകാടിന്റെ ജീവിതസമരത്തിൽ താങ്ങും തണലുമായി വർത്തിച്ചവല്ലോ എന്ന ചാരിതാർത്ഥ്യത്തിന്റെ തിരിനാളം അവർ കെടാതെ സൂക്ഷിക്കുന്നുമുണ്ടായിരുന്നു.

സംസാരിച്ചുകൊണ്ടിരിക്കെ ചെറുകാട് ദമ്പതികളുടെ ഏക മകളായ ചിത്രയും ഇളയ ആൺമക്കളായ മദനനും ചിത്രഭാനവും വന്നു. അവർ പട്ടാമ്പിയിൽ നിന്നു വരികയായിരുന്നു. ചെറുകാടിന്റെ ജീവചൈത ന്യം നിലച്ച ഷെൽട്ടറിയിൽനിന്ന്. ചെറുകാട് കുഞ്ഞിപ്പെണ്ണെയെന്ന് അരുമയായി വിളിച്ചിരുന്ന ചിത്ര, അച്ഛന്റെ ചുവപ്പുപഞ്ചിയിലെ കണ്ണടയും ഏതാനും കവറുകളും ഒരു കവറിനുള്ളിലെ അഞ്ചുരൂപ നോട്ടും മറ്റും അമ്മയെ ഏൽപിച്ച രംഗം എനിക്കു വിവരിക്കാനാവില്ല. പൊട്ടന്നനെ സംസാരം നിന്നു. ആ അമ്മ പൊട്ടിക്കരഞ്ഞുപോയി. ചിത്ര പൊട്ടിക്കരഞ്ഞില്ല. എന്നാൽ ആ അനിയത്തിയുടെ മിഴികൾ ദുഃഖസാഗ രമാകുന്നതു ഞങ്ങളറിഞ്ഞു. അവിടെ ആർക്ക് ആരെ സാന്ത്വനിപ്പിക്കാ നാവും! അമ്മ ചാരുകസേരയിൽ അല്പം സ്വസ്ഥമായി കിടക്കട്ടെ. അതെ നമ്മുടെ പ്രിയപ്പെട്ട ചെറുകാടിന്റെ സഖാവ്, കുട്ടി, അമ്മ.

ഞങ്ങൾ അകത്തേക്കു കടന്നു. അവിടെയെല്ലാം ചെറുകാട് നിറഞ്ഞു നിൽക്കുന്നു. അദ്ദേഹത്തിന്റെ പഴയകാല ഫോട്ടോകൾ, ഡയറിക്കുറിപ്പുകൾ, കത്തുകൾ തുടങ്ങിയവ രവീന്ദ്രൻ എടുത്തുതന്നു. അച്ഛൻ, അനിയൻ രമണനനയച്ച ദീർഘമായ ഒരെഴുത്തു വായിക്കവേ രവീന്ദ്രൻ വികാരാധീനനാവുന്നതു ഞങ്ങളറിഞ്ഞു. സാരോപദേശങ്ങളും തത്ത്വവിചാരങ്ങളുമടങ്ങിയ പ്രസാദമധുരമായ ഒരു എഴുത്ത്. അച്ഛൻ മകനയച്ച കത്ത് എന്നതിലേറെ പ്രസക്തിയുള്ള ഒരു രേഖ. കല്ലിൽ

കൊത്തിവെച്ചിരിക്കുന്നതുപോലെയുള്ള ആ കൈപ്പട! ചെറുകാടിന്റെ സവിശേഷ വ്യക്തിത്വം ആ കത്തിലും കണ്ടു. മകനുള്ള കത്ത് അവസാ നിപ്പിക്കുന്നത് പതിവുപോലെ 'സ്നേഹപൂർവം അച്ഛൻ' എന്നല്ല. പിന്നെയോ സ്നേഹപൂർവം ചെറുകാട് എന്ന്! അദ്ദേഹത്തിന്റെ ഡയറിക്കുറിപ്പിന്റെ ഒരു മാതൃക നോക്കുക:

1951 ജനുവരി 1 തിങ്കൾ

20ാം നൂറ്റാണ്ട് ഉത്തരാർദ്ധത്തിലേക്ക് കടക്കുന്നു.

വല്ലാത്തൊരു സാമ്പത്തിക വിഷമത

ഒരു നല്ല കൃഷിക്കാരനായി ജീവിക്കാൻ സാധിച്ചെങ്കിൽ

•

കോയാമയോട് 1 ക 5 ണക്ക് സാമാനം കടം വാങ്ങി.

•

ചെമ്മലശ്ശേരി കൃഷിയോടനുബന്ധിച്ച കടങ്ങൾ :

കുഞ്ഞമ്മാമന്	27	4	0
രാമന്	13	0	0
ആര് പി	25	0	0
സി.ആർ	1	8	0
ഉണ്ണാമൻ	1	12	0
ഡി.കെ.എൻ.പി.	10	0	0
എം.വി.എസ്.യു	2	0	0
അമ്മായി	10	0	0
അച്ചു	10	0	0
മറ്റ പലർക്കും	24	8	0
ആകെ	125	0	0

ഇങ്ങനെ സൂക്ഷ്മമായി എല്ലാം കുറിച്ചുവെച്ചിരുന്നുവെങ്കിലും ചെറുകാട് കണക്കിൽ എന്നും ഒരു പരാജയമായിരുന്നു. ഏതു കുഞ്ഞിനുപോലും കണക്കിൽ അദ്ദേഹത്തെ കബളിപ്പിക്കാമായിരുന്നു. എന്നാൽ തികച്ചും അത്ഭുതകരമായി ഈയിടെ എൻ.ബി.എസ്സുകാർ പുസ്തകസംബന്ധ മായി ഒരു ബില്ലയച്ചപ്പോൾ ചെറുകാട് അതിൽ പിശക് കണ്ടെത്തി യെന്ന് ടീച്ചർ പറഞ്ഞു. എൻ.ബി.എസ്സുകാർ പിന്നീടതു തിരുത്തുകയും ചെയ്തുവത്രേ.

   അങ്ങനെത്തന്നെയാണ് ഇപ്പോഴും കാര്യങ്ങൾ

ഷഷ്ടിപൂർത്തി കഴിഞ്ഞ് ഒരു കൊല്ലക്കാലം അദ്ദേഹം വളരെയേറെ ഊർജ്ജസ്വലനായിരുന്നുവെന്ന് ടീച്ചർ പറഞ്ഞു. പിന്നെ, പിന്നെ ഒന്നിനും ഏകാഗ്രത കിട്ടുന്നില്ല എന്നു കൂടെക്കൂടെ പറയാറുണ്ടായിരുന്നു. ഡയറിയിലെ താളുകളിൽ ആവർത്തിച്ചു കണ്ട വാക്കുകളും അതുതന്നെ പറയുന്നു.

-അസ്വസ്ഥം-അശ്രുദ്ധ-അവശത

പുസ്തകശാലക്കാരോടുള്ള ബാധ്യതകളെല്ലാം തീർക്കുവാൻ അദ്ദേഹം ഈയിടെ പ്രത്യേകം ശുഷ്കാന്തി പ്രകടിപ്പിച്ചിരുന്നു. അടുത്തൊരവസ രത്തിൽ ടീച്ചറോട് ചോദിക്കുന്നു: എന്റെ സാഹിത്യസൃഷ്ടികൾ എത്രയു ണ്ടെന്ന് തനിക്കു തിട്ടമായി പറയാമോ?

ഓരോ ഇനത്തില്പുമായി കൃത്യം പറയാനാവില്ല. ഓരോ ഇനവും വേർതിരിച്ച് കൃത്യമായി കണക്കാക്കണം. എന്നാൽ ഇപ്പോഴും അതു കൃത്യമായി കണക്കാക്കാൻ കഴിഞ്ഞിട്ടില്ല. നോവൽ, കവിത, നാടകം, തുള്ളൽ, കഥ എന്നിങ്ങനെ അദ്ദേഹം കൈവെക്കാത്ത സാഹിത്യ ശാഖകളില്ല. പല കൃതികളും പക്ഷേ ഇപ്പോൾ കിട്ടാനില്ല എന്നൊരു വിഷമവുമുണ്ട്. ചെറുകാടിന് സ്വന്തം നോവലുകളിൽ ഏറ്റവും ഇഷ്ട പ്പെട്ടത് മണ്ണിന്റെ മാറിലാണ്. സ്വാനുഭൂതികളിൽ നിന്ന് പുടപാകം ചെയ്തെടുത്ത കൃതിയായതുകൊണ്ടായിരിക്കാം അതെന്ന് ടീച്ചർ കരുതുന്നു. അതുപോലെ തന്റെ നല്ല കവിതാസമാഹാരം 'അന്തഃപുര'വും നാടകകൃതി 'സ്നേഹബന്ധ'ങ്ങളുമാണെന്നും ചെറുകാടിന് അഭിപ്രായ മുണ്ടായിരുന്നു. തന്റെ തുള്ളൽക്കവിതകൾ നഷ്ടപ്പെട്ടുപോയത് എന്നും ചെറുകാടിന്റെ ദുഃഖമായിരുന്നു. മണ്ണിന്റെ മാറിലും അന്തഃപുരവും മറ്റും എഴുതിയ നാളുകൾ വിവരിക്കവേ ലക്ഷ്മിക്കുട്ടി പിഷാരസ്യാർ തികച്ചും വികാരാധീനയാകുകയായിരുന്നു. 'മണ്ണിന്റെ മാറിൽ' എഴുതിയതു ജീവിതം പിടിച്ച നിറുത്തുവാൻവേണ്ടിത്തന്നെയായിരുന്നു. ക്ലേശനിർഭ രമായ ആ നാളുകളിൽ ചെറുകാടിനുണ്ടായിരുന്നത് ഒരു വലിയ പേന മാത്രമായിരുന്നു പോര ഒരു കൈക്കോട്ടും വെട്ടുകത്തിയും. മംഗളോദയം 'അന്തഃപുരം' പ്രസിദ്ധീകരിച്ചപ്പോഴാണ് കിടന്നുറങ്ങാൻ ഒരു പായയും വെച്ചുണ്ണാൻ ഒരു പാത്രവുമുണ്ടായത്. അന്തഃപുരമാണ് അന്തഃപുരത്തി ലെത്തിച്ചതെന്നു ചെറുകാട് എന്നും പറയുമായിരുന്നുവത്രേ.

ഇറുന്നൊരു ജീവിതമാണ് ചെറുകാടിനുണ്ടായിരുന്നത്. അദ്ദേഹത്തി ന്റെ ഡയറിക്കുറിപ്പുകൾ പോലും അതു സൂചിപ്പിക്കുന്നു. സാഹിത്യവും രാഷ്ട്രീയവും മറ്റെല്ലാ കാര്യങ്ങളും ഭാര്യയുമായി ചർച്ച ചെയ്യമായിരുന്നു. സാഹിത്യസൃഷ്ടികൾ രൂപപ്പെടുത്തുമ്പോൾ പലപ്പോഴും കൂട്ടുകാരിയുടെ

അഭിപ്രായമാരാഞ്ഞിരുന്നു. രാത്രി മൂന്നു മണിക്കാണ് ചെറുകാട് ഏറെയും എഴുതുക. ടീച്ചർ പറഞ്ഞു; ഒരു കാര്യം മാത്രമാണ് എന്നോട് ആലോചിക്കാതെ ചെയ്തത്. അടുത്തകാലത്തുണ്ടായ പുസ്തകക്കച്ചവടം. ഞാൻ വിസമ്മതം പ്രകടിപ്പിക്കുമെന്ന് ന്യായമായും അദ്ദേഹം കരുതിയിരുന്നു.

ഗൃഹസ്ഥൻ എന്ന നിലയിൽ അദ്ദേഹം ഉദാസീനനോ അലസനോ ആയിരുന്നു. ടീച്ചറുടെ ശ്രദ്ധ ഒന്നു പിഴച്ചുപോയാൽ പലതും അവതാളത്തിലാകുമായിരുന്നു. ഗൃഹത്തിൽ ഒതുങ്ങിനിൽക്കാത്ത ഒരു വ്യക്തിത്വമായിരുന്നല്ലോ ചെറുകാടിനുള്ളതെന്ന നമുക്ക് ന്യായീകരണം കണ്ടെത്താം.

'ഭ്രപ്രഭ'വാണ് ചെറുകാടിന്റെ ഏറ്റവുമൊട്ടുവിലത്തെ ഗണനീയമായ സാഹിത്യസൃഷ്ടി. കൃത്യമായി പറഞ്ഞാൽ ഏറ്റവുമൊട്ടവിൽ എഴുതിയത് വണ്ടി വീണ്ടും നിന്നു എന്നൊരു കവിതയാണ്. അദ്ദേഹം കൂട്ടുകാരിയോട് പറഞ്ഞുവത്രേ; ഇതൊരു പ്രതീകാത്മക കവിതയാണ്. താൻ വായിച്ചു നോക്കൂ.

സിംബോളിസമൊന്നും എനിക്ക പഥ്യമല്ല. നേരെ ചൊവ്വേ പറയുന്നതാണ് എനിക്കിഷ്ടം- ടീച്ചറുടെ മറുപടി.

താൻ പറയുന്നതു ശരിതന്നെ. എനിക്കും അതുതന്നെയാണിഷ്ടം. എന്നാലിതിൽ ക്ലിഷ്ടതയൊന്നുമില്ല; ചെറുകാട് പറഞ്ഞുവത്രേ.

അച്ഛൻ ഏറ്റവുമൊട്ടവിൽ എഴുതിയ കത്ത് എൻ.വി. കൃഷ്ണവാരിയർക്കാണെന്ന് ചെറുകാടിന്റെ 'കുഞ്ഞാണ്ടൻ' ചിത്രഭാനു പറഞ്ഞു.

അച്ഛന് ചേലക്കാട് സൂത്രധാരൻ. സി.ജി. ആസാദ്, മലങ്കാടൻ എന്നിങ്ങനെയും ഇലികാനാമങ്ങളണ്ടായിരുന്നുവെന്ന് രവീന്ദ്രൻ പറഞ്ഞു.

ചെറുകാട് അധ്യാപകപ്രസ്ഥാനത്തിലും കമ്യൂണിസ്റ്റ് പാർട്ടിയിലും സജീവ പങ്കാളിത്തം വഹിച്ചിരുന്നപ്പോൾ പലതവണ ജയിലിലും ഒളിവിലുമായിരുന്നപ്പോൾ, കുടുംബത്തിനുണ്ടായ ക്ലേശങ്ങൾ നിരവധിയായിരുന്നു. അതെല്ലാം വിവരിക്കവെ ടീച്ചറുടെ കണ്ണുകളിൽ ഞങ്ങൾ കനൽ കണ്ടു. ആ സാധ്വി സഹിച്ച ത്യാഗത്തിന്റെ കഥകൾ പകർത്തുവാൻ എന്റെ അവിദഗ്ധമായ ഇലികക്കാവുന്നില്ലല്ലോ.

പോലീസ് പാർട്ടിയുടെ സർച്ച് ആ കാലത്തു വീട്ടിൽ പല തവണയുണ്ടായി. സർച്ചിന്റെ ചില രംഗങ്ങൾ ടീച്ചർ ഇന്നും ഓർമ്മിക്കുന്നു. അവർ കൃത്യമായി ഡയറി എഴുതിയിരുന്നു. രവീന്ദ്രൻ പറഞ്ഞതുപോലെ ആ ഡയറിക്കുറിപ്പുകൾ നഷ്ടപ്പെട്ടിരുന്നില്ലെങ്കിൽ അതൊരു കാലയളവിലെ രേഖയായി പ്രയോജനപ്പെട്ടേനെ.

ഒരു സർച്ച് രംഗം ടീച്ചർ ഇങ്ങനെയാണ് വിവരിച്ചത്.

ഗുരുവായൂർ ഏകാദശിയായിരുന്നു. കുട്ടികൾ രവി, രമണൻ, മോഹനൻ. മോഹനന് അഞ്ച് മാസം പ്രായം. ഒരു തമിഴൻ ഇൻസ്പെക്ടറുടെ നേതൃത്വത്തിൽ കുറേ കോൺസ്റ്റബിൾമാർ വരുന്നു. കുറേ ചോദ്യങ്ങൾ:

എന്തിനാണ് ആയുധങ്ങൾ?

(വെട്ടുകത്തി കണ്ടിട്ടായിരുന്നു ചോദ്യം)

കൂലിപ്പണിക്ക്

വേലി കെട്ടാത്തതെന്താ?

സാമ്പത്തികശേഷി ഇല്ലാഞ്ഞിട്ട തന്നെ.

വരുന്നവർക്ക് വരാനും പോകുന്നവർക്ക പിൻഭാഗത്തുകൂടി പോകാനുമല്ലേടി?

(ദുസ്സൂചന തന്നെ)

പിന്നെ ചോദ്യം അവരുടെ അമ്മയോടായിരുന്നു.

കോഴികളെ വളർത്തുന്നത് രാത്രി വരുന്നവർക്ക ഭക്ഷണമുണ്ടാക്കാനല്ലേ?

നാരായണ നാരായണ ഞങ്ങൾ അമ്പലവാസികളാണ്. ഈ ഏകാദശി ദിവസം....

തള്ള മിണ്ടരുത്. ഒരൊറ്റച്ചവിട്ട്....

പോലീസ് സംഘം പോകുമ്പോൾ ഒരു കമന്റും.

മകൾ മഹാകേമിയാണ്.

മറ്റൊരു സർച്ച് രംഗം:

അന്നു രവീന്ദ്രൻ കുട്ടിയാണ്.

പോലീസ് ഇൻസ്പെക്ടറുടെ ആജ്ഞ.

മോളിലേക്ക് നടക്ക്.

രവിയേയും കൂട്ടി മുകളിലേക്ക് കയറി.

അപ്പോഴേക്കും പോലീസ് സംഘം കിടക്കയും സാമാനങ്ങളുമെടുത്ത് വലിച്ചിട്ട് ആകെ അലങ്കോലമാക്കിയിരുന്നു. എന്തെല്ലാമോ കുറേ പുസ്തകങ്ങൾ കൊണ്ടുപോയി.

പിന്നെ ചോദ്യമായിരുന്നു.

ചാക്കിലുള്ള നെല്ല് കരിഞ്ചന്തക്കല്ലേ?

അല്ല വീട്ടാവശ്യത്തിനാണ്.

ആരൊക്കെ സഹായിക്കാനുണ്ട്?

അമ്മ മാത്രം.

ചെറുകാട് എവിടെ?

അറിയില്ല.

വളപ്പിലെല്ലായിടത്തും പോലീസുകാര്‍. കാലത്തു ചായപോലും ഉണ്ടാ ക്കിയിരുന്നില്ല. കിണറ്റിന്‍കരയില്‍ പോലീസുകാര്‍. വെളിക്കിരിക്കാന്‍ പോകാന്‍ പോലും പ്രയാസം.

കുറേ കഴിഞ്ഞ് ഒരു പോലീസുകാരന്‍ വന്നു ചോദിച്ചു:

ആര്‍ക്കെങ്കിലും കൂലി കൊടുക്കാന്‍ ബാക്കിയുണ്ടോ?

ഉണ്ടാകും അങ്ങനെ കൃത്യമായൊന്നും കൊടുക്കാന്‍ കഴിയാറില്ല.

എന്നാല്‍ പുറത്തൊരു ചെറുമി വന്നിട്ടുണ്ട്. അവള്‍ക്കു കൂലി കൊടു ത്തേക്ക്....

ചെറുമി വന്നു.

ചെറുമിക്ക് നെല്ലളന്നു കൊടുക്കുമ്പോള്‍ ഒരു സ്ലിപ്പു കിട്ടി- തന്റെ ഡയറി നശിപ്പിക്കുക.

പിന്നെ താമസമുണ്ടായില്ല, അടുപ്പില്‍ കിടന്ന് ടീച്ചറുടെ ഡയറിക്കു റിപ്പ് എരിയാന്‍.

കുറേ കഴിഞ്ഞ് ഒന്നുമറിയാത്തതുപോലെ ചെറുകാട് വന്നു. ചായയു ണ്ടാക്കാന്‍ പറഞ്ഞു.

പോലീസുകാര്‍ക്ക് ചായ വേണോ എന്നു ചോദിച്ചു. പിന്നെ ചെറുകാടിനെ പോലീസുകാര്‍ കൊണ്ടുപോകുകയും ചെയ്തു.

അങ്ങനെ എത്രയെത്ര രംഗങ്ങള്‍.

കൈക്കുഞ്ഞിനെയുമെടുത്ത് ജയിലില്‍ പോയി ചെറുകാടിനെ കണ്ടത്... എല്ലാമെല്ലാം ചെറുകാടിന്റെ സഖാവും കൂട്ടിയും അമ്മയുമായ ലക്ഷ്മിക്കുട്ടി പിഷാരസ്യാര്‍ അയവിറക്കുകയായിരുന്നു. ഒടുവില്‍ തന്റെ മടിയില്‍ കിടന്ന് ചെറുകാട് അന്ത്യശ്വാസം വലിച്ചത്...

എല്ലാം എനിക്കിവിടെ പകര്‍ത്താന്‍ കഴിയുന്നില്ലല്ലോ....

ഞാന്‍ ചെറുകാടിനെക്കുറിച്ച് ഒന്നുമൊന്നുമെഴുതിയില്ല. എനിക്ക് വ്യക്തിപരമായി ആ സ്നേഹസമ്പന്നനുമായുണ്ടായിരുന്ന ബന്ധത്തെ ക്കുറിച്ചും ഞാനൊന്നുമെഴുതിയില്ല. ചെറുകാടിനെ ചെറുകാടാക്കിയ

അദ്ദേഹത്തിന്റെ പ്രിയസഖാവിനെക്കുറിച്ച് എനിക്കൊരു വികലമായ നഖചിത്രം പോല്യം വരച്ചുവെക്കാനായില്ലല്ലോ.....

ഞാനിവിടെ ആ അമ്മയോടു നീതി പുലർത്തുവാൻ ചെറുകാടിന്റെ വരികൾ തന്നെ കടമെടുക്കട്ടെ:

ഞാനവളുടെ കണ്ണുനീർ തുടച്ചു.

'എന്നെ കരയിക്കരുത്' അവളപേക്ഷിച്ചു.

'താൻ കരയരുത്' ഞാനുപദേശിച്ചു. 'ഇത്ര ഭീരുവാണെന്നു ഞാൻ വിചാരിച്ചില്ല.'

'അത്ര ഭീരുവൊന്നുമല്ല. ഒരാളുടെ മുമ്പിലേ ഞാൻ കരയൂ. ഒരാളുടെ മുമ്പിലേ ഞാൻ പരാജയപ്പെട്ടൂ. ഈ ആളുടെ മുമ്പിൽ മാത്രം.' അവളുടെ പതറാത്ത ശബ്ദത്തിൽ ഞാനഭിമാനം കൊണ്ടു.(ജീവിതപ്പാത-പുറം 426)

അമ്മേ, അമ്മ ഒരിടത്തും പരാജയപ്പെട്ടില്ല. അമ്മ കരയരുത്. അമ്മയുടെ പതറാത്ത ശബ്ദം ഞങ്ങൾ ഇനിയും കേൾക്കട്ടെ...

-1976 നവംബർ 21

ഓർമ്മകൾ നൽകുന്നത്

ഓർമ്മകൾ നമുക്ക നൽകുന്നത് ദുഃഖവും നഷ്ടബോധവും മാത്രമല്ല. കർമ്മോത്സുകതയും ഊർജസ്വലതയുമാണ്. അനുഗ്രഹവും അലോസരവുമാണ്. ശക്തിയും ശാപവുമാണ്.

കർമ്മോത്സുകതയുടെ, ഊർജസ്വലതയുടെ പാതയിലേക്ക് ഇപ്പോൾ എന്നെ ആനയിക്കുന്നത് ഒരു വലിയ എഴുത്തുകാരന്റെ ഓർമ്മയാണ്. മുഖവുരയേതുമില്ലാതെ ഓർമ്മകളുടെ ആ ലോകത്തിലേക്ക് പ്രവേശി ക്കുക വയ്യ.

കേരള സാഹിത്യസമിതിയുടെ ആഭിമുഖ്യത്തിലുള്ള ക്യാമ്പുകൾ ശ്രു ദ്ധേയമായിരുന്ന കാലം. ക്യാമ്പുകളിൽ പ്രവേശനം കിട്ടുന്നതുപോലും അംഗീകാരമായി കരുതിയിരുന്ന കാലം. അതുകൊണ്ടുതന്നെ ഒരു തീർത്ഥാടനത്തിനെന്നപോലെയാണ് ക്യാമ്പുകളിൽ പോയിരുന്നത്. വർഷവും തീയതിയുമൊന്നും ഓർക്കുന്നില്ലെങ്കിലും തലശ്ശേരി ബ്രണ്ണൻ കോളേജിലെ സാഹിത്യ സഹവാസത്തിന്റെ അനുഭവങ്ങൾ, മയിൽപ്പീ ലിത്തുണ്ടായി ഓർമ്മപ്പുസ്തകത്തിന്റെ താളിൽ സൂക്ഷിച്ചുവച്ചിട്ടുണ്ട്.

വലിയ സാഹിത്യകാരന്മാരുടെ സാമീപ്യമനുഭവിക്കാനും അവരുടെ മൊഴികൾ ഒപ്പിയെടുക്കാനും ഉൽക്കടമായ അഭിനിവേശം തന്നെയായി രുന്നു. എന്നെപ്പോലെയുള്ള സാഹിത്യവിദ്യാർത്ഥികൾക്ക് ക്യാമ്പിലെ ഇടവേളകൾ ഏദ്യാനുഭവങ്ങളായത് അങ്ങനെയായിരുന്നു. ക്യാമ്പ് ഡയറക്ടർ എൻ.വി.കൃഷ്ണവാരിയർ ഇരിക്കുന്നതിനു തെല്ലപ്പുറത്ത് എസ്. കെ. പൊറ്റെക്കാട്ടും തായാട്ട് ശങ്കരനും സൗഹൃദം പങ്കിട്ടന്നതിനിട യിലേക്ക് സുഹൃത്ത് ബാലകൃഷ്ണണ്ണിയോടൊപ്പം കൗതുകത്തോടെ, ആരാധനയോടെ, ആദരവോടെ ചെന്നത് നിത്യഹരിതമായ ഓർമ്മ തന്നെയാണ്....

ഞങ്ങൾ കണ്‍കുളിർകെ അവരെ നോക്കിനിൽക്കുമ്പോൾ, എസ്. കെ. ചിരിച്ചുകൊണ്ട്, പതിഞ്ഞ ശബ്ദത്തിൽ തായാട്ടിനോട് ആരായുന്നു:

 അങ്ങനെത്തന്നെയാണ് ഇപ്പോഴും കാര്യങ്ങൾ

തായാട്ടിന് എത്ര കുട്ടികളാ... തായാട്ടിന്റെ കുസൃതിച്ചിരിയോടെയുള്ള മറുപടി: ഭാര്യയടക്കം മൂന്ന്....

തായാട്ട് ഞങ്ങളുടെ പേരും സ്ഥലവുമൊക്കെ അന്വേഷിച്ചതും എന്റെ സ്ഥലം പറഞ്ഞപ്പോൾ തെല്ല് താത്പര്യത്തോടെ അവിടെ മാധവനാ രുടെ വീട്ടിൽ വന്നിട്ടുണ്ട് എന്ന പ്രതികരിച്ചതും ഞാൻ മാധവനാരുടെ അയൽവാസിയാണ് എന്ന മറുപടി കൊടുത്തതും ഇപ്പോഴും ഓർക്കാ നാവുന്നുണ്ട്.

തായാട്ട് ശങ്കരൻ എന്ന എഴുത്തുകാരനെ ഞാൻ ആദ്യം കാണുന്നത് അങ്ങനെയാണ്. അതൊരു വെറും കാഴ്ചയെന്നേ പറഞ്ഞുകൂടൂ. ആ ക്യാമ്പിൽ പങ്കെടുത്ത ഒരു സാഹിത്യവിദ്യാർത്ഥി എന്ന നിലയിൽ അദ്ദേഹം ഒരിക്കലും എന്നെ തിരിച്ചറിഞ്ഞിട്ടില്ല. ആ മനസ്സിൽ ഒരിടം നേടാൻ, ക്യാമ്പിൽ വിസ്മൃതത്തിന്റെയെങ്കിലും ഒരു നിമിഷം സൃഷ്ടി ക്കാൻ എനിക്ക് കഴിഞ്ഞിരുന്നുമില്ല. പറഞ്ഞുവന്നത്, തായാട്ട് ശങ്കരന് പരിചിതനായ ഒരു വ്യക്തി എന്ന നിലയിൽ ഉയരാൻ ആ സാഹിത്യ സഹവാസം എന്നെ ഇണക്കിയില്ല എന്നാണ്. അഥവാ അതിന് പിന്നെയും സമയമെടുത്തു എന്നാണ്.

അന്യോന്യം അറിഞ്ഞുകൊണ്ടുള്ള ഒരു ബന്ധം തായാട്ടുമായി സ്ഥാ പിക്കാൻ കഴിയുന്നത് ഞാനൊരു പത്രപ്രവർത്തകൻ ആയതിനശേഷ മാണ്. അദ്ദേഹത്തിന്റെ നിരവധി ലേഖനങ്ങൾ പ്രസിദ്ധം ചെയ്യാനുള്ള സൗഭാഗ്യം എനിക്കുണ്ടായിട്ടുണ്ട്. എളിയവനായ ഒരു പത്രാധിപരും വലിയവനായ ഒരു എഴുത്തുകാരനുമെന്ന നിലയിൽ അസാധാരണമായ ഒരു ബന്ധം. ആ മമതാബന്ധത്തിലൂടെ അദ്ദേഹം എനിക്ക് ഗുരുസമാ നനായിക്കഴിഞ്ഞിരുന്നു. സാധാരണഗതിയിൽ എന്നെ എന്തെങ്കിലും പഠിപ്പിച്ചിട്ടില്ലെങ്കിലും അദ്ദേഹം എനിക്ക് ഒരു ഗുരുനാഥൻ തന്നെയാ യിരുന്നു എന്നാണ് പറയേണ്ടത്.

വർഷങ്ങൾ കഴിഞ്ഞപ്പോൾ എനിക്ക് തായാട്ടിന്റെ സഹപ്രവർത്ത കനാവാനും കഴിഞ്ഞു. 1982 ൽ അദ്ദേഹം ദീർഘകാലത്തെ അധ്യാപക ജീവിതത്തിൽ നിന്ന് വളണ്ടറി റിട്ടയർമെന്റ് വാങ്ങുകയും തുടർന്ന് ദേശാഭിമാനി വാരികയുടെ പത്രാധിപരാവുകയും ചെയ്തുവല്ലോ. എഴ ത്തുകൊണ്ടും വാഗ്മിതകൊണ്ടും കേരളത്തിൽ സവിശേഷ വ്യക്തിത്വം പുലർത്തിയ തായാട്ടിന്റെ പത്രാധിപത്യം ദേശാഭിമാനിയെ സംബന്ധി ച്ചിടത്തോളം ഒരു ചരിത്രം കുറിയ്ക്കൽ കൂടിയായിരുന്നു. അതേക്കുറിച്ചും പത്രാധിപരുടെ സ്ഥിരം പംക്തിയായിരുന്ന 'സ്വകാര്യചിന്തകളെ'ക്കുറി ച്ചും ഇ.എം.എസ്. ഇങ്ങനെ എഴുതിയിട്ടുണ്ട്: സ്വകാര്യചിന്തകൾ വലിയ കൗതുകത്തോടെയാണ് വായനക്കാർ നോക്കിക്കൊണ്ടിരുന്നത്.

കേരളത്തിലെ സാംസ്കാരികരംഗത്ത് തനതായ വ്യക്തിത്വം തായാട്ട് പുലർത്തിയിരുന്നവല്ലോ. അദ്ദേഹം ഈ പംക്തിയിൽ ആനുകാലിക രാഷ്ട്രീയം കൈകാര്യം ചെയ്യുന്നതെങ്ങനെയെന്നു വായനക്കാർ ഉറ്റുനോ ക്കിക്കൊണ്ടിരുന്നു. അതോടൊപ്പം മറ്റൊരു കാര്യവും വായനക്കാരിൽ കൗതുകം വളർത്തി; ഗാന്ധിസ്റ്റ് എന്ന് സ്വയം പ്രഖ്യാപിക്കുന്ന തായാട്ട്, ഗാന്ധിസത്തോടെ അടിസ്ഥാനപരമായി എതിർപ്പുള്ള പാർടിയുടെ സാംസ്കാരിക മുഖപത്രത്തിൽ പത്രാധിപരായി എങ്ങനെ പ്രവർത്തി ക്കുന്നു എന്നതായിരുന്നു അവരുടെ ചോദ്യം. ഒരവസരത്തിൽ സ്വന്തം പംക്തിയിലൂടെ തായാട്ട് പ്രകടിപ്പിച്ച അഭിപ്രായത്തെ പാർടിയുടെ സ്റ്റേറ്റ് നേതൃത്വം തള്ളിപ്പറഞ്ഞതു വിശേഷിച്ചും ശ്രദ്ധേയമായി. എന്നാൽ അതിനുശേഷവും അദ്ദേഹം വാരികയുടെ പത്രാധിപരായിത്തന്നെ തുട രുന്നുവെന്നത് അത്രതന്നെ ശ്രദ്ധേയമായിരുന്നു.....

തായാട്ട് ശങ്കരൻ ദേശാഭിമാനി വാരികയുടെ ചുമതലക്കാരനായി രിക്കെ, അദ്ദേഹത്തിന്റെ സഹപ്രവർത്തകനാവാൻ കഴിഞ്ഞത് ഒരു വലിയ ജീവിതാനുഭവമായാണ് ഞാൻ കണക്കുകൂട്ടുന്നത്. എഴുതുന്നത് സാഹിത്യമായാലും രാഷ്ട്രീയമായാലും സാമൂഹികശാസ്ത്രമായാലും അദ്ദേഹത്തിന്റെ നിശിതമായ നിരീക്ഷണപാടവവും വിശകലനത ന്ത്രവും ഭാഷയുടെ തീക്ഷ്ണസ്വഭാവവും വായനക്കാരെ ഹഠാദാകർഷിച്ചു. രോഗത്തിന്റെ പീഡാനുഭവങ്ങൾക്കിടയിലും പംക്തി മുടങ്ങരുതെന്ന നിർബന്ധം അദ്ദേഹത്തിനുണ്ടായിരുന്നു. ബോംബെയിലെ ചികിത്സ ക്കിടയിൽ സ്വന്തമായി എഴുതാൻ പ്രയാസമുണ്ടായപ്പോൾ കൂട്ടുകാരി ഹൈമവതി തായാട്ടിന്റെ കൈപ്പടയിലും മറ്റ ഏതെല്ലാമോ സഹായി കളുടെ കൈപ്പടയിലുമായി സ്വകാര്യചിന്തകൾ വന്നുകൊണ്ടിരുന്നു. രോഗാതുരക്കിടയിൽ, പംക്തി തെല്ലു നിറുത്തുവെക്കാമെന്ന് കത്തിലും ടെലഫോണിലുമായി ഞാൻ അറിയിക്കാതിരുന്നില്ല. അപ്പോഴൊ ക്കെ തായാട്ടിന്റെ പ്രതികരണം: പംക്തി മുടങ്ങരുതെന്നാണ് എന്റെ മോഹം....

തായാട്ടിന്റെ സമ്പർക്കത്തിൽനിന്ന് എന്റെ ജീവിതത്തിലേക്ക് നന്മയുടെ അംശങ്ങൾ വല്ലതും പകർന്നുകിട്ടിയോ എന്ന് എനിക്കറിയി ല്ല. ആൽമരച്ചോട്ടിലെ പുൽക്കൊടിയുടെ സുരക്ഷിതത്വം തന്നെ വലിയ കാര്യമായിരുന്നല്ലോ.

ഓർമ്മകൾ നമുക്ക് നൽകുന്നത് ദുഃഖവും നഷ്ടബോധവും മാത്രമല്ല എന്ന് ഞാൻ അറിയുന്നു.

-2003 ജൂലൈ 27

പറഞ്ഞതുപോലെ ഒരു യാത്ര....

വെളുത്ത മെലിഞ്ഞ്, കിളരം കൂടിയ ഒരു പയ്യൻ ആപ്പീസിലേ ക്ക് കയറി വന്നത് പരിഭവം പറയാനായിരുന്നു. ആഗതൻ പേരു പറഞ്ഞു. പിന്നെ അയച്ചുവെന്ന് പറഞ്ഞ ഏതോ കഥകളുടെ ശീർഷകങ്ങൾ കൃത്യമായി ഓർമ്മിച്ചെടുത്തു. ഒരു സുഹൃത്തിനോടൊപ്പം ഇംഗ്ലീഷിൽ നിന്ന് ചില കവിതകൾ മൊഴിമാറ്റം ചെയ്തുകൊണ്ടിരിക്കുക യാണെന്നും താല്പര്യമുണ്ടാവുമോ എന്നും ചോദിച്ചു.

കുറഞ്ഞനേരം കൊണ്ട് ഏറെ സംസാരിച്ച ചെറുപ്പക്കാരനെ ശ്രദ്ധി ക്കാൻ നിർബദ്ധനാവുകയായിരുന്നു. സംസാരത്തിലെ തൃശൂർ സ്ലാങ് കലർന്ന അച്ചടി വടിവ്... ആത്മവിശ്വാസം തുളുമ്പുന്ന ഭാവം.... ഒട്ടും പരി ഭവമില്ലാതെയാണ് ചെറുപ്പക്കാരൻ മടങ്ങിപ്പോയതെന്നും വ്യക്തമായി ഓർക്കുന്നു. അന്ന് എന്റെ ആപ്പീസ് എറണാകുളത്തായിരുന്നു.

ആ പയ്യൻ പോയത് കരുത്തനായി തിരിച്ചുവരാൻ വേണ്ടിയായിരു ന്നു. ഒരു കൊടുങ്കാറ്റുപോലെ, പെരുമഴപോലെ വരികയും ചെയ്തുവല്ലോ.

അതു കൊച്ചുബാവയായിരുന്നു.

ഹ്രസ്വകാലം കൊണ്ട് നമ്മുടെ ചെറുകഥാസാഹിത്യത്തിൽ വിസ്മയം സൃഷ്ടിച്ച ടി.വി.കൊച്ചുബാവ. സർഗവൈഭവം കൊണ്ട് ഏവരെയും മോഹിപ്പിച്ച കഥാകാരൻ....

കൊച്ചുബാവ ഭാഷയെ പ്രത്യേകരീതിയിൽ മെരുക്കിയെടുത്തു. രചനക്കായി പുതിയ പുതിയ മേച്ചിൽപ്പുറങ്ങൾ തേടി. രചനയിൽ പരീ ക്ഷണങ്ങൾ നടത്തി. അതിലൊക്കെയും കൊച്ചുബാവ വിജയിക്കുകയും ഊറ്റം കൊള്ളുകയും ചെയ്തു.

പ്രിയപ്പെട്ടവരുടെ ജീവിതത്തിന്റെ പൂമുഖങ്ങളിൽ അവകാശബോ ധത്തോടെ,അധികാരഭാവത്തോടെ കയറിയിരിക്കുന്ന സവിശേഷത യുമുണ്ടായിരുന്നു കൊച്ചുബാവക്ക്. സ്നേഹിക്കപ്പെടാനുള്ള തീവ്രമായ

ഒരുതരം അഭിവാഞ്ഛ എന്ന യു.കെ.കുമാരന്റെ നിരീക്ഷണം ഇതുത
ന്നെയാവാം. ബാവ, നീയെനിക്കൊരു അനിയനാവുന്നതും, ഇപ്പോൾ
സീനത്തും സുനിമയും നബീലും ഞങ്ങളുടെയൊക്കെ ദുഃഖമാവുന്നതും
അതുകൊണ്ടുതന്നെയാണല്ലോ.....

'വൃദ്ധസദന'ത്തിന് 1995 ലെ ചെറുകാട് അവാർഡ് പ്രഖ്യാപി
ക്കപ്പെട്ടപ്പോൾ കൊച്ചുബാവയും ഭാര്യ സീനത്തും മകൻ നബീലും
ഗൾഫിലും മകൾ സുനിമ കോഴിക്കോട്ടുമായിരുന്നു. ആയിടക്ക് പ്രതീ
ക്ഷിച്ചതുപോലെ ഗൾഫിൽ നിന്ന് ആപ്പീസിലേക്ക് കൊച്ചുബാവയുടെ
ടെലേഫോൺ. പതിവുപോലെ മുഴക്കമുള്ള ആ ശബ്ദം: സിദ്ധേട്ടാ ബാവ....
പിന്നെ നീണ്ട സംസാരം... പാലക്കീഴ് വിളിച്ചിരുന്നു... ചെറുകാടിന്റെ
പേരില്ലുള്ള അവാർഡ് കിട്ടുന്നതിലെ സന്തോഷം... ഇ.എം.എസിൽ
നിന്ന് അത് നേരിട്ട് സ്വീകരിക്കാൻ കഴിയാത്തതിലുള്ള ഇച്ഛാഭംഗം....
അവാർഡ് സുനിമയെക്കൊണ്ട് വാങ്ങിപ്പിക്കുക. യു.കെ.യും സിദ്ധേട്ട
നുമുണ്ടാവുമല്ലോ. എളാപ്പയും വരും... ഞാൻ ഇതാ ഫാക്സിൽ ഒരു
സാധനം വിടുന്നു...അത് സിദ്ധേട്ടൻ തന്നെ സദസ്സിൽ വായിക്കണം...
ഒടുവിൽ വിട്ടുമാറാത്ത സംഘർഷങ്ങളെക്കുറിച്ചും രോഗങ്ങളെക്കുറിച്ചും...

1996 നവവത്സരാരംഭത്തിൽ ഇറങ്ങിയ ദേശാഭിമാനി വാരികയിൽ
കൊച്ച ബാവയുടെ ഒരു കഥയും കൊച്ചുബാവയുമായുള്ള ഒരു അഭിമുഖ
ലേഖനവുമുണ്ട്. ഒരു പതിറ്റാണ്ടിലേറെയുള്ള ഗൾഫ് ജീവിതം കൊണ്ട്
എന്തുനേടി എന്ന അരവിന്ദൻ പണിക്കശ്ശേരിയുടെ ചോദ്യത്തിന് കൊച്ച
ബാവയുടെ മറുപടി: ഭൗതികനേട്ടങ്ങളില്ല. അതേപ്പറ്റി പരിഭ്രമങ്ങളുമില്ല.
കപ്പയിലും കഞ്ഞിയിലും മുഴുകുന്ന ഒരു ജീവിത താത്പര്യമുള്ളപ്പോൾ
പ്രത്യേകിച്ചും... അതേ അഭിമുഖത്തിൽ മറ്റൊരു ഉത്തരം: വിദേശജീവി
തത്തിലെ ഗൃഹാതുരവും കലുഷവുമായ ഏകാന്തതകളെക്കുറിച്ച് എത്ര
പറഞ്ഞാലും തീരില്ല. ഓർമ്മകളിലൂടെ നീങ്ങിപ്പോകുന്ന ആവർത്തന
വിരസമായ ദിനരാത്രങ്ങൾ. എ.സിയുടെ മുരൾച്ചപോലും അവനെ
നടുക്കുന്നു. നാട്ടിൽ നിന്നുവരുന്ന ഒരു ഫോൺ, കമ്പി സന്ദേശം മതി
അവന് നടുങ്ങാൻ. വേവലാതികൾക്കിടയിലാണ് അവൻ.

നാട്ടിലാവുമ്പോഴും കൊച്ചുബാവ വേവലാതികൾക്കിടയിലായിരുന്നു.
നവംബർ 10 ന് കൊച്ചുബാവ ടെലേഫോണിൽ വിളിച്ചു. സംസാരിച്ചത്
നബീലിനെ ഇടക്കിടെ ശല്യപ്പെടുത്തുന്ന ആസ്ത്മയെക്കുറിച്ച്, ഇപ്പോ
ഴത്തെ ജോലി രാജിവെക്കുന്നതിനെക്കുറിച്ച്....

നവംബർ 12 ന് നളന്ദയിലെ ഒരു ചടങ്ങിലേക്ക് അല്പം വൈകിയാണ്
കൊച്ചുബാവ എത്തിയത്. (പെരുത്തിക്കാടിന്റെ കഥകളുടെ പ്രകാശനം)
കൊച്ചുബാവ കടന്നിരിക്കുന്നത് വേദിയിലിരുന്ന ഞാൻ ശ്രദ്ധിച്ചിരുന്നു.

 അങ്ങനെത്തന്നെയാണ് ഇപ്പോഴും കാര്യങ്ങൾ

ഞങ്ങൾ കണ്ണകൾ കൊണ്ട് സംസാരിക്കകയും ചെയ്ത. ചടങ്ങു കഴി
ഞപ്പോൾ പക്ഷേ ബാവയെ കണ്ടില്ല.... ആരുമായും സംസാരിക്കാൻ
നിൽക്കാതെ കൊച്ചബാവ സ്ഥലം വിട്ടിരുന്നു.

നവംബർ 25 ന് കാലത്ത് കെ.പി.കായലാട് ഫോണിൽ അറിയി
ച്ചത് കൊച്ചബാവ ഈ ലോകത്തു നിന്നുതന്നെ മറഞ്ഞുവെന്നാണ്...
അനിയാ, നീ പലപ്പോഴും പറയാറുണ്ടായിരുന്നതുപോലെയുള്ള അന്ത്യം.

ഞങ്ങളെയൊക്കെ   വേവലാതികൾക്കിടയിൽ   തള്ളിയിട്ട്....
യാത്രപോല്യം പറയാതെ...

-1999ഡിസംബർ 19

കണ്ണീർമറയില്ലൂടെ

വെള്ളപ്പിന് നാലരക്ക് ഒച്ചവെച്ച ടെലഫോണിൽ ശ്രീധരനാണെന്നറിഞ്ഞപ്പോൾ എന്റെ കൈ വിറച്ചു. ആ നേരത്ത് എനിക്കായി ഒരു നല്ല വാർത്തയും ശ്രീധരന് തരാനുണ്ടാവില്ലെന്ന് അറിയാമായിരുന്നു. ടെലഫോണിലൂടെ ഇഴഞ്ഞെത്തിയ ശബ്ദം : നമ്മുടെ തിക്കോടിയൻ മാഷ് നാല്യമണിക്ക്... സുഹൃത്തുക്കളെയൊക്കെ അറിയിക്കുമല്ലോ....

പെരുമഴയായി ഇരച്ചെത്തുന്നത് ഇപ്പോൾ മറ്റൊരു ഓർമ്മ. കൊച്ചുബാവയെ അവസാനമായി കണ്ട്, ഞങ്ങൾ ചെലവ്വരിൽനിന്ന് മടങ്ങുകയായിരുന്നു. ഗാനരചയിതാവ് ഗിരീഷ് പുത്തഞ്ചേരിയുടെ കാറിൽ പിൻസീറ്റിലായി തിക്കോടിയനും കഥാകാരി ഉഷാനമ്പ്യാരും ഞാനും. ബാവയുടെ വിശ്വസിക്കാനാവാത്ത വേർപാടിൽ എല്ലാവരും തകർന്നുപോയിരുന്നു. അസ്വസ്ഥതയുടെ മൂർദ്ധന്യത്തിലാവണം തിക്കോടിയൻ പറഞ്ഞു: എന്നെപ്പോല്യുള്ള വയസ്സൻമാർ ഇവിടെ കിടക്കുക... ചെറുപ്പക്കാരെ തട്ടിക്കൊണ്ടുപോവുക... എന്തൊരു ക്രൂരത യാണിത്. ഞാനൊക്കെ ഭൂമിക്ക് ഭാരമാണ്.... കൊച്ചുബാവക്ക് ഇവിടെ എന്തൊക്കെ ചെയ്യാനുണ്ടായിരുന്നു.

തിക്കോടിയൻ അതു ആവർത്തിച്ചുകൊണ്ടേയിരുന്നു. എന്തുകൊണ്ടോ എനിക്ക സങ്കടമൊതുക്കാനായില്ല. ഞാൻ പറഞ്ഞു: മാഷേ അങ്ങനെയൊന്നും പറയരുത്....മതി...

അദ്ദേഹം പൊട്ടന്നനെ തന്റേതായ രീതിയിൽ അന്തരീക്ഷം മാറ്റി യെടുക്കുകയും ചെയ്തു.

ഈയിടെ മിക്കവാറും വൈകുന്നേരങ്ങളിലെന്നപോലെ ആശുപത്രി യിൽ ചെന്നപ്പോൾ പുഷ്പ പറഞ്ഞു: ഇന്ന് അച്ഛന് നല്ല ആശ്വാസമുണ്ട്. വേണമെങ്കിൽ ഒന്നു കണ്ടുവരാം.

 അങ്ങനെത്തന്നെയാണ് ഇപ്പോഴും കാര്യങ്ങൾ

ഐ സി യുവിലായതുകൊണ്ട് വിവരങ്ങളറിഞ്ഞ് മടങ്ങാറാണ് പതിവ്. അന്നത്തെ അവസാന സന്ദർശകൻ ഞാനാണെന്ന ഏതാണ്ട് ബോധ്യമായപ്പോൾ തെറ്റചെയ്യാമെന്നു തന്നെ ഉറപ്പിച്ചു. എന്നിട്ടും ഒരു തികഞ്ഞ കുറ്റവാളിയെപ്പോലെയാണ് ഐ സി യുവിലേക്ക് മെല്ലെ കാലെടുത്തുവച്ചത്. ബാക് റെസ്റ്റിൽ ചാരിക്കിടന്നുകൊണ്ട് അന്തരീക്ഷം നിരീക്ഷിക്കുകയാണ് തിക്കോടിയൻ! എന്നെ കണ്ടതും ചിരിച്ചുകൊണ്ട് എന്തെല്ലാമോ സംസാരിക്കാൻ ആഞ്ഞു. ഞാൻ ചുണ്ടത്തു വിരൽ ചേർത്തുവച്ച് ആംഗ്യം കാട്ടി: മാഷ് ഒന്നും സംസാരിക്കേണ്ട. എല്ലാം അറിയാം.... ഞാനിവിടെ എന്നും വരാറുണ്ട്.

തിക്കോടിയൻ തലയാട്ടിക്കൊണ്ട് സമ്മതിച്ചു. ശരി... ഇനി വീട്ടിലേ ത്തിയിട്ട് വിളിക്കാം....

അതു പക്ഷേ, എന്നോട്ടുള്ള അവസാനത്തെ സംഭാഷണമായിരുന്നു; ബോധത്തോടെയുള്ള അവസാനത്തെ കാഴ്ചയും.

അന്ന് ആശുപത്രിയിൽനിന്ന് പുറത്തിറങ്ങി നടക്കുമ്പോൾ തിക്കോ ടിയനുമൊത്തുള്ള അസംഖ്യം യാത്രകളായിരുന്നു മനസ്സിൽ. ട്രെയി നിലായാലും കാറിലായാലും ദൂരവും മുഷിച്ചില്ല്യമറിയാത്ത യാത്രകൾ. അദ്ദേഹത്തിന്റെ പെരുമാറ്റത്തിൽ പ്രായവ്യത്യാസത്തിന്റെ ഒരു ലാഞ്ഛനപോലുമുണ്ടാവില്ല്ലല്ലോ. പലപ്പോഴും ആ വലിയ മനുഷ്യൻ നമ്മുടെ സമപ്രായക്കാരനാവുന്നു. അല്ലെങ്കിൽ നാം അദ്ദേഹത്തിന്റെ പ്രായത്തിൽ... ജനറേഷൻ ഗ്യാപ് എന്നത് അസംബന്ധമാണെന്നു തന്നെയാണ് തിക്കോടിയൻ സ്വന്തം ജീവിതം കൊണ്ട് വിളംബരപ്പെ ടുത്തിയത്. അതുകൊണ്ടാവാം പരിചയപ്പെടുന്നവരുടെയെല്ലാം ഹൃദയ ത്തിലായിരുന്നു അദ്ദേഹത്തിന് സ്ഥാനം.

ഉദിനൂരിലേക്കുള്ള ഒരു യാത്ര മറക്കാനാവില്ല. സംഗീത നാടക അക്കാദമിയുടെ നാടകമത്സരമായിരുന്ന ഉദിനൂരിൽ. കാറ് കരി വെള്ളരിലെത്തിയപ്പോഴേക്കും ഞങ്ങളുടെ ചെയർമാന് ആവേശം. എങ്ങും തോരണങ്ങളും ബാനറുകളും. ഓണക്കുന്നിലെത്തിയപ്പോൾ തിക്കോടിയന് ഒരു ശങ്ക! ഇനി എവിടേക്കാണ് തിരിയേണ്ടത്? കാറു നിറുത്തിയപ്പോൾ ഒരു ചെറുപ്പക്കാരൻ ഓടിവന്നു വഴി പറഞ്ഞുതന്നു. എന്നിട്ടും ചെറുപ്പക്കാരന് മതിയായില്ല. അയാൾ ചോദിച്ചു: താൻ കാറിൽ വരണോ...വഴി തെറ്റില്ല്ലല്ലോ...

ഞങ്ങൾ നന്ദി പറഞ്ഞു യാത്ര തുടർന്നപ്പോൾ തിക്കോടിയന് ആ ചെറുപ്പക്കാരനെക്കുറിച്ച് വല്ലാത്ത മതിപ്പ്. ഇപ്പോ ഇങ്ങനെത്തെ ചെറു പ്പക്കാരുണ്ടാകുമോ... എന്തൊരു ഇന്റിമസി....!

ഞാൻ പറഞ്ഞു : മാഷേ അത് മണ്ണിന്റെ ഗുണമാണ്. ഈ സ്ഥലം ഏതാണെന്നറിയാമല്ലോ.

തിക്കോടിയൻ തലയാട്ടി നിഷ്കളങ്കമായി ചിരിച്ചു. എന്റെ കമന്റ് തിക്കോടിയൻ അന്നത്തെ പ്രസംഗത്തിൽ പരാമർശിക്കുകയുണ്ടായി.

മാവൂർറോഡ് ശ്മശാനത്തിലേക്ക് മെല്ലെ നടക്കുമ്പോൾ മനസ്സ് പിന്നെയും കനം തൂങ്ങി. ഈ ശ്മശാനത്തിലേക്ക് ഞാൻ രണ്ടാം തവണയാണ് വരുന്നത്. ആദ്യം കൂട്ടുകാരിയെ യാത്രയാക്കാൻ... അദ്ഭുതം തോന്നി. ഡോ.കെ.പി.മോഹനനോട് പറയുകയും ചെയ്തു. ചിതയൊരുക്കുന്നതും അതേ സ്ഥലത്ത്! അന്ന് സാന്ത്വനവുമായി എന്റെ ഫ്ളാറ്റിൽ വന്ന തിക്കോടിയൻ മാഷുടെ രൂപം എങ്ങനെ മറക്കാൻ!

ആരോഗ്യസ്ഥിതി മോശമായ വി.കെ.എൻ ടൗൺഹാളിൽ വീർപ്പട ക്കിയിരിക്കുന്നതു കണ്ടു. ആ സ്നേഹബന്ധത്തിന്റെ ആഴത്തെക്കുറിച്ച് എനിക്ക് ധാരണയുണ്ടല്ലോ.... തിക്കോടിയൻ മാഷിൽനിന്ന് എന്തെല്ലാം കഥകൾ കേട്ടിരിക്കുന്നു.

കെ ടി പറഞ്ഞതുപോലെ ചിരിച്ചും ചിരിപ്പിച്ചും എന്നെപ്പോലെയു ള്ളവരെ ചിന്തിപ്പിച്ചും നമ്മുടെ തോളിൽ കൈവെച്ച് കൂടെ നടന്ന ഒരു വലിയ മനുഷ്യൻ ഇല്ലാതായിരിക്കുന്നു.

എനിക്കു നൽകിയ എത്രയോ സാഹിതീയമായ വാഗ്ദാനങ്ങൾ...! വീട്ടിൽ ചെന്നിട്ട് എന്നെ വിളിക്കുകപോലും ചെയ്തില്ലല്ലോ...മാഷേ..!

- 2001 ഫെബ്രുവരി 11

സ്നേഹാദരങ്ങൾ

വിശേഷാൽ പ്രതികളുടെ കാലത്തും അല്ലാതെയും പലർക്കും പത്രപ്രവർത്തകന്റെ പതിവുശൈലിയിൽ കത്തുകളെഴുതാൻ ഞാനും നിർബദ്ധനായിട്ടുണ്ട്. എൻ പി മുഹമ്മദ് എന്ന വലിയ എഴുത്തുകാരനും അങ്ങനെ എഴുതിയിട്ടുണ്ടാവാം. എന്നാൽ എൻ പിയുടെ 'സുതല'ത്തിലേക്ക് ഞാനയച്ച വേറിട്ട ഒരു കത്തിന്റെ ഓർമ്മ ഒരു സുഗന്ധമായും ഇപ്പോൾ ഒരു നോവായും ഉള്ളിൽ ഉണരുന്നുവല്ലോ. മാതൃഭൂമി ആഴ്ചപ്പതിപ്പിൽ പ്രസിദ്ധം ചെയ്ത എൻ പിയുടെ 'പരപ്പനങ്ങാടി' വായിച്ചപ്പോഴുണ്ടായ ആഹ്ലാദാതിരേകമായിരുന്ന 'സുതല'ത്തിലേക്ക് പ്രവഹിച്ചത്.

എൻ പിയുടെ അയൽഗ്രാമക്കാർ എന്ന അറിവു പകർന്നു കിട്ടിയ വികാരവായ്പ്പായിരുന്നില്ല അത്. ആറ്റിക്കുറുക്കിയ ഒരു കാവ്യമായിട്ടാണ് എൻ പിയുടെ 'പരനപ്പനങ്ങാടി' എന്റെ ഹൃദയത്തെ സ്പർശിച്ചത്. അതുതന്നെയാണ് നാലേ നാലുവരിയിൽ ഞാൻ എൻ പിക്ക് സ്നേഹാദരങ്ങളോടെ എഴുതിയത്. പ്രതീക്ഷിച്ചതുപോലെ എൻ പിയുടെ പ്രസാദം ഉളവാമ്പുന്ന, ഒരു പ്രത്യേക താളത്തിൽ ചിതറിവീഴുന്ന ശബ്ദം ടെലഫോണിലൂടെ എന്നെത്തേടിയെത്തി; നിങ്ങളുടെ കത്തുകിട്ടി. എഴുതി വരുന്ന നോവലിന്റെ ഒരു ഭാഗമാണത്. പിന്നെ കുശലാമ്പ്വേഷ ണങ്ങൾ, വാരികയിൽ വരുന്ന കഥകളെക്കുറിച്ചുള്ള ചില അഭിമതങ്ങൾ, വിസ്മയങ്ങളാകുന്ന പുതിയ ചില കഥാകൃത്തുക്കളുടെ പേരുകൾ... എൻ പിയെപ്പോലെയുള്ള ഒരു വലിയ എഴുത്തുകാരന്റെ കാഴ്ചവട്ടത്തിൽ അത്രയുമൊക്കെ കാര്യങ്ങൾ പതിയുന്ന എന്നത് ചാരിതാർത്ഥ്യജന കമായിരുന്നു.

ഓരോരിക്കലും സൗഹൃദത്തിന്റെ ഇത്തരം തെളിഞ്ഞ സംഭാഷണ ങ്ങൾക്കിടയിൽ, അതിരുകൾ മായുന്ന കൂടിക്കാഴ്ചകൾക്കിടയിൽ തെല്ലു

കുസൃതിയോടെ എന്റെ മനസ്സ് മന്ത്രിക്കുമായിരുന്നു: എൻ പി താങ്കള
മായി ബന്ധപ്പെട്ട ഒരു രഹസ്യം ഞാൻ കാത്തുസൂക്ഷിക്കുന്നുണ്ടല്ലോ...

പ്രധാന രഹസ്യം വെളിപ്പെടുത്താതെയാണ് ഞാനത് ഒരിടത്ത്
എഴുതിയിട്ടുള്ളത്. ആയിരത്തിതൊള്ളായിരത്തി തൊണ്ണൂറ്റിയെട്ടിൽ പുറ
ത്തിറങ്ങിയ, എ വി പവിത്രന്റെ 'കാലത്തിന്റെ ഭ്രപടം' എന്ന സവിശേഷ
ഗ്രന്ഥം അവതരിപ്പിച്ചുകൊണ്ട് സന്ദർഭാനുസാരം ഒരു ഭാഗത്ത് കുറിച്ചത്
ഇങ്ങനെയാണ്: ഒരു കൈശോരചാപല്യത്തിന്റെ ഓർമ്മ. ധീരതയുടെ
ഓർമ്മയെന്നും തെല്ല തമാശയോടെ ഇപ്പോൾ തിരുത്താം. വിദ്യാർത്ഥി
ജീവിതത്തിന്റെ ശൈഥില്യത്തിനുശേഷമുള്ള അനിശ്ചിതത്വത്തിന്റെ
കാലം. ചില പ്രസിദ്ധീകരണങ്ങളിൽ എന്റെ കഥകളും ലേഖനങ്ങളും
അച്ചടിച്ചു തുടങ്ങിയ കാലം. അതിന്റെ ഊറ്റം കൂടിയാവണം ന്യായമായും
എന്നെ അതിനു പ്രേരിപ്പിച്ചിരിക്കുക. പ്രശസ്തനായ ഒരു എഴുത്തുകാരനെ
ഇന്റർവ്യൂ ചെയ്യാൻ അങ്ങനെ ഒരുങ്ങിത്തിരിക്കുന്നു. എഴുത്തുകാരൻ
അന്ന് കോഴിക്കോട് നഗരത്തിലെ ഒരു ബാങ്ക് ഉദ്യോഗസ്ഥൻ. നഗര
ത്തിലെ വളവുകളും തിരിവുകളും ഏറെ പരിചയമില്ല. അന്വേഷിച്ച്;
കണ്ടെത്തുകയും ചെയ്യുന്നു. സാഹിത്യകാരന്റെ ആപ്പീസുറിയിൽ, മേശ
ക്കുമുന്നിൽ ചെന്ന കാര്യമുണർത്തുന്നു. ഏതോ തടിച്ച ലഡ്ജറിൽനിന്നു
തലയുയർത്തി സാഹിത്യകാരൻ ആകെയൊന്നു അളക്കുന്ന മട്ടിൽ ഈയുള്ള
വനെ നോക്കുന്നു. നിർദ്ദാക്ഷിണ്യം അദ്ദേഹം ഉരിയാടിയത് ഇത്രമാത്രം:
'വേണ്ട...' എന്നിലെ ഊറ്റം ഉരുകിയൊലിക്കുകയായി. പരിക്ഷീണനായി,
ജാള്യത്തോടെ ഈയുള്ളവൻ നഗരത്തിലെ കൊടുംവെയിലിലേക്ക്...
ഏറെയൊന്നും വിസ്തരിക്കാതെ, ശിക്ഷിക്കാതെ എന്നെ വെറുതെ വിട്ട,
പ്രശസ്തനായ ആ എഴുത്തുകാരന് നന്ദി. (കാലമേറെക്കഴിഞ്ഞ്, ഒരു
പത്രപ്രവർത്തകനെന്ന നിലയിൽ ഞാൻ അദ്ദേഹവുമായി അടുത്ത
സൗഹൃദം പുലർത്തുന്നു. അദ്ദേഹത്തിനു പക്ഷേ, എന്റെ ആ സാഹസിക
വൃത്തി ഓർമ്മയിലില്ല. ഞാൻ അക്കാര്യം ഓർമ്മപ്പെടുത്തിയിട്ടുമില്ല. ഇനി
എപ്പോഴെങ്കിലും ഒരു തമാശയായി...) അദ്ദേഹം എന്നെ പഠിപ്പിക്കാതെ
പഠിപ്പിച്ച ഒരു വലിയ പാഠമുണ്ട്. ഉപരിപ്ലവമായ അഭിമുഖ ലേഖനങ്ങൾ
കാണാനിടവരുമ്പോൾ ആ പാഠം ഞാൻ പേർത്തും പേർത്തും അയവി
റക്കുന്നു. അദ്ദേഹം കഥാകൃത്താണ്. നോവലിസ്റ്റാണ്. സാഹിത്യചിന്ത
കനുമാണ്. തന്റെ കൃതികളുടെ മുഴുവൻ ടൈറ്റിലുകൾപോലും അറിയാ
നിടയില്ലാത്ത ഒരു പയ്യന്റെ ഉള്ളിലിരിപ്പറിയാൻ ആ കഥാകൃത്തിന്റെ
എക്സ്റേ കണ്ണുകൾ വേണ്ടിവന്നിരിക്കില്ല തീർച്ച. (ആ എഴുത്തുകാരന്റെ
ഏതാനും കഥകൾ വായിച്ചിട്ടുണ്ടെന്ന മൂച്ചിലായിരുന്നല്ലോ ഈയുള്ളവൻ
അഭിമുഖത്തിനൊരുങ്ങിച്ചെന്നത്...!)

     അങ്ങനെത്തന്നെയാണ് ഇപ്പോഴും കാര്യങ്ങൾ

എൻ പിയുമൊത്തുള്ള എത്രയോ ദീർഘിച്ച കാര്യാത്രകൾ, വെടി വെട്ടങ്ങൾ... അപ്പോഴൊന്നും പക്ഷേ, എന്റെ പഴയ സാഹസവും എൻ പിയുടെ ക്രൂരകൃത്യവും ഓർമ്മിക്കപ്പെട്ടുകയുണ്ടായില്ല....! ഇനി...!

മറ്റൊരു പ്രബലമായ ഓർമ്മയുണ്ട് എനിക്ക് മയിൽപ്പീലിയായി സൂക്ഷിക്കാൻ... വാക്ക് പാലിക്കാനാവാത്തതിൽ എൻ പിക്ക് വിഷമ മുണ്ടെന്ന് മനസ്സിലായതിൽപിന്നെ, കാണമ്പോഴോ, ടെലഫോണിൽ ബന്ധപ്പെട്ടുമ്പോഴോ ഞാനത് ഓർമ്മിപ്പിക്കാറുണ്ടായിരുന്നില്ല. പ്രതീക്ഷ തന്ന്, എന്നെ വല്ലാതെ മോഹിപ്പിച്ചത് എൻ പി തന്നെയായിരുന്നു. ഏതോ ഒരു പരിപാടിയ്ക്കൊട്ടവിൽ അളകാപുരിയിലെ പൂത്ത കിടിയിലെ സൗഹൃദത്തിന്റെ പച്ചപ്പിലിരുന്ന് അദ്ദേഹം പറഞ്ഞു: നിങ്ങൾക്കുള്ള നോവലിന്റെ കുറിപ്പുകളൊക്കെ തയ്യാറായി കഴിഞ്ഞു. ഫാഷിസത്തിനെതിരെ ജർമ്മൻ പശ്ചാത്തലത്തിൽ ഒരു നോവൽ. ജർമ്മൻ സന്ദർശനവേളയിൽ ഹിറ്റ്ലറുടെ ചില കേന്ദ്രങ്ങളൊക്കെ കാണകയുണ്ടായി. ഇനി ഒ എൻ വിയും പി ജിയുമായി ഇതു സംബന്ധിച്ച് ചില സംശയനിവൃത്തികൾ വരുത്തേണ്ടതുണ്ട്.

പിന്നീടൊരിക്കൽ എൻ പി ടെലഫോണിൽ ചോദിച്ചു: നോവലിന് നിങ്ങളുടെ പ്രതിഫലമെങ്ങനെയാണ്.   ഒരദ്ധ്യായത്തിന് എത്ര രൂപയാണ് കൊട്ടക്കുക... ഒട്ടൊരു തമാശയോടെയും എന്നാൽ ഗൗരവം വിടാതെയുമായിരുന്ന ചോദ്യം. അങ്ങനെയൊരു ചോദ്യം അതുവരെയും നേരിട്ടിരുന്നില്ല. എന്നാൽ ഇത്രയും പറഞ്ഞു: ഞങ്ങൾ പാവങ്ങളാണെ ന്നത് ശരി. പക്ഷേ മറ്റാര തരുന്നതേക്കാളം കുറയാത്ത പ്രതിഫലം എൻ പിക്ക് തരും... പോരേ...?

അദ്ദേഹം ചിരിച്ചു. പക്ഷേ എന്തുകൊണ്ടോ എൻ പിക്ക് വാഗ്ദാനം നിറവേറ്റാനായില്ല. ഇപ്പോൾ അതും ഒരു ദുഃഖമാവുകയാണല്ലോ.

പ്രിയപ്പെട്ട എൻ പി താങ്കളുടെ ശക്തമായ സെക്കുലർ ചിന്തകൾ ഈ കെട്ടകാലത്തെ മുറിച്ചകടക്കാൻ ഞങ്ങൾക്ക് കരുത്താവുന്നുണ്ട്. താങ്കളുടെ പൂത്തുലഞ്ഞു നില്ക്കുന്ന സാഹിത്യാരാമം ഈ വേനൽക്കൊട മയിൽ ഞങ്ങൾക്ക് കുളിർ നിഴലാവുന്നുണ്ട്....

-2003 ജനുവരി 19

ഞങ്ങളുടെ എ.എസ്

ഒരേ മേൽക്കൂരയ്ക്കു കീഴെ കഴിഞ്ഞുകൂടിയ ഞങ്ങൾക്ക്, ഒരു ആകസ്മിക ദുരന്തമായി അദ്ദേഹം നഷ്ടപ്പെട്ടുകയായിരുന്നു. കൊച്ചു കുട്ടികളുടെയും പ്രായം ചെന്നവരുടെയും കൂട്ടുകാരനായിരുന്ന, ഞങ്ങളോടൊപ്പം ചീട്ടു കളിച്ചിരുന്ന അദ്ദേഹത്തിന്റെ ആകാരത്തിനപ്പുറമുള്ള വലിപ്പം കോളനിയിലെ എല്ലാവർക്കുമറിയുമായിരുന്നു എന്നു പറയുക വയ്യ. എന്നാൽ ഞങ്ങളിൽ ചിലർ അദ്ദേഹത്തിന്റെ സവിശേഷതകളിൽ മനമൂന്നിയവരായിരുന്നു. അതുകൊണ്ടുതന്നെ ഞങ്ങളിൽ ചിലർ അദ്ദേ ഹത്തെ സ്നേഹിക്കുകയും ആദരിക്കുകയും ആരാധിക്കുകയും ചെയ്തു. അദ്ദേഹത്തിന്റെ പരുക്കൻ സ്നേഹത്തിന്റെ പിശുക്കിയുള്ള പൊട്ടിച്ചിരി വല്ലപ്പോഴുമൊക്കെയുള്ള ഞങ്ങളുടെ കൗതുകവുമായി. അങ്ങനെയുള്ള ആ വലിയ മനുഷ്യൻ ഇല്ലാതാവുന്നതിന്റെ ഒരു നേരിയ സൂചനപോലും ഞങ്ങൾക്കുണ്ടായിരുന്നില്ലല്ലോ. ഞങ്ങളുടെ കോളനിയിലെ ആദ്യത്തെ മരണം. പൊരുത്തപ്പെടാനാകാത്ത ആ ആഘാതത്തിൽനിന്നും വളരെ സാവകാശത്തിലാണ് ഞങ്ങൾ കരകയറിയത്.

ആ സാന്നിദ്ധ്യം പക്ഷേ, വൈകാരികമായി ഞങ്ങൾ ഇപ്പോഴും അനുഭവിക്കുന്നുണ്ടെന്ന് പറയാം. അദ്ദേഹത്തിന്റെ ഫ്ളാറ്റിൽ മകളും മരുമകനും പേരക്കിടാങ്ങളുമുണ്ടല്ലോ. കോളനിയിൽ അദ്ദേഹത്തിന്റെ ഓർമ്മക്കായി സ്ഥാപിച്ച കുട്ടികൾക്കു വേണ്ടിയുള്ള പാർക്കുണ്ടല്ലോ. പാർക്കിൽ ഏതോ ക്യാൻവാസിലെ ചിത്രങ്ങളെന്നോണം തെഴുക്ക കയും തളിർക്കുകയും ചെയ്യുന്ന നിരവധി ചെടികളും പൂക്കളുമുണ്ടല്ലോ...

അദ്ദേഹം മറ്റാരുമല്ല. ഞങ്ങളുടെ കോളനിക്കാർക്ക് സ്വന്തമായി അവകാശപ്പെടാനാവാത്ത വിശ്രുത ചിത്രകാരൻ എ എസ് നായർ! കാറൽമണ്ണ ഗ്രാമത്തിലെ അത്തിപ്പറ്റ ശിവരാമൻനായർ. എന്നാലും ഞങ്ങളുടെ സ്വന്തം എ എസ്! അദ്ദേഹം ഇപ്പോൾ ശക്തിയായി

നിനവിൽ വരുന്നത് ഞങ്ങളിലൊരാളുടെ പ്രയത്നഫലമാണ്. തൃശൂർ കറന്റ് ബുക്സിന്റെ സുവർണജൂബിലി ഗ്രന്ഥാവലിയിലെ മൂന്നാം പുസ്ത കമായി ഇറങ്ങിയിരിക്കുന്ന ചിത്രങ്ങൾ എ എസ് എഡിറ്റുചെയ്ത ജെ ആർ പ്രസാദ് എട്ടുവർഷത്തോളം എ എസ്സിന്റെ സഹപ്രവർത്തകനായിട്ടുമു ണ്ട്. എ എസിന്റെ ചിത്രപ്രപഞ്ചത്തിലേക്ക് ഇറക്കുന്ന ഒരു കിളിവാതിൽ എന്ന നിലയിലാണ് "ചിത്രങ്ങൾ എ എസ്" തയ്യാറാക്കിയിട്ടുള്ളത് എന്ന് പ്രസാദ് വ്യക്തമാക്കുന്നു. വരകളിലൂടെ ഒരു നാടിനെയും മനുഷ്യരെയും ചരിത്രത്തെയും ഉണർത്തിയെടുത്ത എ എസിന്റെ ജീവിതത്തിലേക്കും കലാകർമത്തിലേക്കുമുള്ള ഒരു യാത്രയാണ് ഈ പുസ്തകമെന്നും മലയാ ളിയുടെ ചിത്രബോധത്തെ വരകളുടെ മന്ത്രവാദത്തിലൂടെ നവീകരിച്ച എ എസ് ജീവിച്ചു തീർത്ത കഠിന കാലത്തിന്റെ പ്രയാണ മുദ്രകളും ഈ പുസ്തകത്തിലുണ്ടെന്നും രേഖാചിത്രങ്ങളും ലേഖനങ്ങളും പഠനങ്ങളും ആത്മകഥാകുറിപ്പുകളും ഇഴചേരുന്ന ഈ പുസ്തകം വായനക്കാരന് തീർച്ചയായും നെഞ്ചോടമർത്തിപ്പിടിക്കാം എന്നുമുള്ള പ്രസാധകക്കുറിപ്പ് (Blurb) അതൃക്തിയല്ല. കമനീയവും സാർത്ഥകവുമായ ഈ പുസ്തക ത്തെക്കുറിച്ച് ആദ്യമേ പറഞ്ഞുവെക്കേണ്ടത് അതുതന്നെയാണ്.

വരകൾകൊണ്ട് നമ്മെ വിസ്മയിപ്പിച്ച എഎസ് ആരായിരുന്നു, അദ്ദേഹത്തിന്റെ ജീവിതപശ്ചാത്തലമെന്തായിരുന്നു എന്നറിയാൻ മറ്റാരെയും ആശ്രയിക്കേണ്ടതില്ല. ചരിത്രപുരുഷൻ നിർലേപനായി പറയുന്നതു നോക്കൂ: ഞാൻ ജനിച്ചത് 1936 മെയ് മാസത്തിലെ ഒരു അർധരാത്രിക്കാണത്രേ. മരിക്കാൻ ഇടങ്ങിയതും ആ സമയം മുത ർക്കുതന്നെ. പാലക്കാട് താലൂക്കിൽ ചെർപ്പുളശ്ശേരിക്കു സമീപമുള്ള കാറൽമണ്ണ ഗ്രാമത്തിൽ ഒരു നിത്യദരിദ്ര കുടുംബത്തിലെ ഇരുളടഞ്ഞ മുറിയിലോ, അല്ല അടുത്തുള്ള തൂക്കിടീരി മനയ്ക്കലെ ചെരലും പുല്ലും നിറഞ്ഞ ആ വലിയ മുറ്റത്തോ എന്നെ അമ്മ പ്രസവിച്ചത്? അറിഞ്ഞുകൂട. മനയ്ക്കലെ മുറ്റമടിച്ചും കുട്ടികളെ നോക്കിയും കിട്ടുന്ന കഞ്ഞിവെള്ളവും കരിഞ്ഞ ചോറ്റുകട്ടയും കൊണ്ടുമാത്രം അങ്ങനെ ജീവിച്ചുപോന്നിരുന്ന അമ്മയെ ഒരു കർക്കടകത്തിലെ കറുത്ത വാവു ദിവസം രക്തസ്രാവം എന്ന മഹാവ്യാധി വിഴുങ്ങി. ഏതാണ്ട് പന്ത്രണ്ട് വയസ്സായ എനിക്ക് കരയാൻ കഴിഞ്ഞില്ല. അഞ്ചു വർഷത്തോളം മരുന്നുകുപ്പിയും കക്ഷത്തി ലിട്ടുക്കി നാട്ടിലുള്ള മുറിവൈദ്യന്മാരുടെ അടുക്കലേക്ക് മരുന്നിരക്കാൻ സദാ ഓടിക്കൊണ്ടിരുന്ന ഞാൻ തിരിച്ചു ചെല്ലുമ്പോഴേക്കും എന്റെ അമ്മ മരിക്കണേ എന്ന് പലപ്പോഴും വേദനയോടെ പ്രാർത്ഥിച്ചിട്ടുണ്ട്. ഒരിക്കലതു സംഭവിച്ചു. ചോര വാർന്ന് ആ അസ്ഥികൂടത്തിൽ നിന്നും പ്രാണൻ പറന്നുപോയപ്പോൾ അതു മൂടിയിടാൻ ഒരു പഴന്തുണിപോലും

എന്റെ വീട്ടില്യണ്ടായിരുന്നില്ല...!

വിശ്രുത ചിത്രകാരനായി അത്യുന്നതങ്ങളിൽ എത്തിയപ്പോഴും ഒരു വിശുദ്ധഗ്രാമീണനായി, ജാടയും വേഷവുമില്ലാതെ എ എസ് നമ്മുടെ ഹൃദയത്തിനരികെ നിൽക്കുന്നതിന്റെ കാരണം, ആ മഹാനായ കലാകാരൻ, മനുഷ്യസ്നേഹി കടന്നു വന്ന വഴികളും നീന്തിക്കടന്ന വേനല്യകളും പേമാരികളും മറന്നില്ല എന്നതുകൊണ്ടതന്നെയാണ്.

എ എസിന്റെ ആത്മകഥാക്കുറിപ്പിൽ രണ്ടു ദൈവങ്ങളെക്കുറിച്ച പറയുന്നുണ്ട്: ഇന്നു എന്നെ അല്പമെങ്കിലും മനസ്സിലാക്കാനും സഹായി ക്കാനും എന്റെ സുഹൃത്ത് ശങ്കരൻ ഒഴിച്ചാൽ ഒരു പട്ടിപോലും എനിക്കീ ലോകത്തിലില്ല. രണ്ടു വലിയ ദൈവങ്ങളെയല്ലാതെ ഞാൻ ആരെയും ഭയപ്പെടുന്നില്ല. എന്നെ ഇന്നത്തെ ഞാനാക്കിയ എന്റെ നമ്പൂതിരിപ്പാട്ടും എന്റെ കുഞ്ഞ് അച്ചാച്ചനെന്ന് വിളിക്കുന്ന കൃഷ്ണൻനായരുമാണ് ആ ദൈവങ്ങൾ...

ആ വലിയ ദൈവങ്ങളിൽ ഒരാളായ തൃക്കിടീരി വാസുദേവൻനമ്പൂ തിരി എ.എസിനെ വരച്ചവെക്കുന്നതിങ്ങനെ : കാറൽമണ്ണ തൃക്കിടീരി മനയിലാണ് ശിവരാമൻ വളർന്നത്. വളർച്ച എന്നു പറയുമ്പോൾ ഇല്ലത്തെ ഒരു കുട്ടിയെപ്പോലെ അവിടെ ഉണ്ടും ഉറങ്ങിയും കളിച്ചും വളർന്ന കുട്ടി. ഇല്ലത്തെ ആശ്രിതയായിരുന്ന ദേവകിയുടെ മകൻ. ഒതുക്കമുള്ള കുട്ടി. വിനയമുള്ളവൻ. കുടുംബത്തിൽ ദാരിദ്ര്യമായിരുന്നു. പഠിക്കാൻ മോഹമുണ്ട്. ആദ്യം കാറൽമണ്ണ സ്കൂളിൽ. പിന്നെ ചെർപ്പള ശ്ശേരി ഹൈസ്കൂളിൽ. ശിവരാമന്റെ വിദ്യാഭ്യാസച്ചെലവ് ഇല്ലത്തുനിന്ന് എന്റെ ഉത്സാഹത്തിൽ നിവ്വത്തിച്ചു. ചിത്രം വരയ്ക്കാനുള്ള താല്പര്യം കുട്ടി ക്കാലം മുതൽക്കേ ശിവരാമനിൽ കണ്ടുവന്നു. ആ കാലത്ത് വായനശാല വകയായിട്ടുള്ള മാസികകളിലൊക്കെ ശിവരാമൻ വരച്ചിരുന്നു. ചിത്രം വരയിലുള്ള താല്പര്യം മനസ്സിലാക്കി ഞാൻ ശിവരാമനെ മദിരാശിയിലേ ക്ക് അയച്ചു. ആറു കൊല്ലക്കാലം അവിടെ പഠിച്ചു. കെ.സി.എസ്. പണി ക്കരായിരുന്നു മുഖ്യ ഗുരുനാഥൻ. ചളവറ സ്വദേശി കൃഷ്ണൻനായരുടെ വീട്ടിൽ താമസിച്ചു കൊണ്ടായിരുന്നു പഠനം.... മദിരാശിയിൽ ശിവരാ മന്റെ സംരക്ഷകൻ കൃഷ്ണൻനായരായിരുന്നു. ആവശ്യത്തിനുള്ള പണം ഞാൻ അയച്ചുകൊട്ടുക്കുമായിരുന്നു... കൃഷ്ണൻനായരുടെ മകളെയാണ് ശിവരാമൻ വിവാഹം കഴിച്ചിട്ടുള്ളത്.

എ.എസിനെക്കുറിച്ചുള്ള ഈ മനോഹരമായ പുസ്തകം ഒരുക്കൂട്ടിയ ജെ.ആർ.പ്രസാദും കറന്റ് ബുക്സും (ചിത്രങ്ങൾ എ.എസ്:കറന്റ് ബുക്സ്, തൃശ്ശൂർ, വില:115.00) ചിത്രങ്ങളെയും ചിത്രകാരന്മാരെയും

     അങ്ങനെത്തന്നെയാണ് ഇപ്പോഴും കാര്യങ്ങൾ

ഇഷ്ടപ്പെടുന്ന മുഴുവൻ ആളുകളുടെയും ശ്ലാഘ പിടിച്ച പറ്റമെന്നതിൽ സംശയമേതുമില്ല.

എ.എസിന്റെ സവിശേഷ വ്യക്തിത്വത്തിന്റെ ഒരു ശകലം: ഹൈമവതി തായാട്ട് കോഴിക്കോട് മേയറായി സ്ഥാനാരോഹണം ചെയ്തതിനുശേഷം ഒരു കൊച്ചുകുട്ടി അവർക്ക് റോസ്സാപ്പ നൽകുന്ന ചിത്രം അന്നത്തെ മാതൃഭൂമി പത്രത്തിൽ വന്നു. അന്നു വൈകുന്നേരം സംസാരിച്ചുകൊണ്ടു നിൽക്കവെ മാതൃഭൂമിയിലെ പൂ കൊടുക്കുന്ന കുട്ടി എന്റെ മകളാണെന്ന് എ.എസിനോട് പറഞ്ഞുവെന്നു തോന്നുന്നു. പിറ്റേന്ന് ആ ഫോട്ടോയുടെ ഒരു കോപ്പി എന്റെ ഫ്ലാറ്റിലെത്തുന്നു! ആ ഫോട്ടോ ഞങ്ങളുടെ വീട്ടിലെ ചുമരിലുണ്ട്. എ.എസ് എന്റെ ഓർമ്മച്ച മരില്ലും....

-2001 സെപ്തംബർ 23

ഓർമ്മപ്പുസ്തകത്തിൽ നിന്ന് ഒരു ചിരി ഇറങ്ങിവരുന്നു

പരിചയപ്പെട്ടിട്ടുണ്ട്, സംസാരിച്ചിട്ടുണ്ട്. പലതവണ എഴുതിയിട്ടുണ്ട്. കൂടിക്കാഴ്ചയിൽ സ്നേഹവാത്സല്യങ്ങളുടെ കുളിർമ അനുഭവിച്ചിട്ടുമുണ്ട്. സുതാര്യമെങ്കിലും ഔപചാരികതയുടെ ഒരു നേരിയ തിരശ്ശീല അപ്പോഴൊക്കെയും ഞങ്ങൾക്കിടയിൽ ഉണ്ടായിരുന്നു എന്നതാണ് നേര്. അതുകൊണ്ടുതന്നെ എന്റെ പല സഹപ്രവർത്തകരെയും സുഹൃത്തുക്കളെയും പോലെ തകഴിച്ചേട്ടൻ എന്ന വിളിയോടെ ബന്ധങ്ങളുടെ അകലം കുറയ്ക്കാൻ എനിക്ക് കഴിഞ്ഞിട്ടില്ല. അകലെ നിന്നുള്ള എന്റെ ആരാധനക്ക് പക്ഷേ ആഴമുണ്ടായിരുന്നു. ആത്മാർത്ഥതയുടെ തിളക്കവും സുഗന്ധവുമുണ്ടായിരുന്നു.

കുട്ടനാട്ടിലെ ചെറിയ മനുഷ്യരുടെ കഥകൾ പറഞ്ഞ് വലിയ എഴുത്തുകാരനാവാൻ തകഴി ശിവശങ്കപ്പിള്ളക്ക് കഴിഞ്ഞത് അതിസാമർത്ഥ്യംകൊണ്ടോ എന്തെങ്കിലും സൂത്രവിദ്യകൾകൊണ്ടോ അല്ലെന്ന് വിളികൊണ്ട ആ സാഹിത്യകാരന്റെ ജീവിതം സാക്ഷ്യപ്പെടുത്തിയിട്ടുണ്ട്. മനുഷ്യന്റെ വാഴ്‌വ് ഒരു പകൽകൊണ്ട് അവസാനിക്കുന്നതല്ലെന്ന വിശ്വാസം തകഴി എപ്പോഴും മുറുകെ പിടിച്ചു. തിന്നും കുടിച്ചും കണക്കു വെച്ചും വക്കീലായി വാദിച്ചും ഗുമസ്തനായി രേഖകൾ പകർത്തിയും കർഷകത്തൊഴിലാളിയായി നിലമുഴുതും കളപറിച്ചും കർഷകനായി വയൽവരമ്പത്ത് ഉഴിച്ചും അദ്ദേഹം കുട്ടനാടൻ ഗ്രാമത്തിന്റെ ഹൃദയം സ്വന്തം ഹൃദയത്തോടു ചേർത്തുവച്ചു.

സാഹിത്യകാരനെന്നതിനെക്കാൾ താനൊരു കൃഷിക്കാരനാണെന്ന് തകഴി കൂടെക്കൂടെ പറയുകയും ചെയ്തിരുന്നു. കർഷകരുടെ നൊമ്പരങ്ങൾ നേരിട്ടറിവുള്ളവനാണ് ഞാൻ. കൃഷിക്കാരന്റെ പ്രശ്നങ്ങൾ വളരെ സങ്കീർണമാണ്...

കർഷകരുടെ വേവലാതികൾ ഇത്രമേൽ തിരിച്ചറിഞ്ഞ മറ്റൊരു എഴുത്തുകാരൻ നമുക്കില്ല. കീഴാളരുടെ സ്വപ്നങ്ങൾക്ക് ഇത്രമേൽ വിശാലമായ ആകാശവും ഭൂമിയും നൽകിയ മറ്റൊരു എഴുത്തുകാരൻ നമുക്കില്ല. കോരനും ചിരുതക്കും ചടലമുത്തുവിനും സാഹിത്യലോക ത്തിൽ ഇടം നൽകുമ്പോൾ നമ്മുടെ സഹൃദയത്വത്തിലും സംവേദനക്ഷമ തയിൽത്തന്നെയും ഉഴുതുമറിക്കൽ നടത്തുകയായിരുന്നല്ലോ മഹാനായ ആ കുട്ടനാടൻ കർഷക്കാരണവർ. വയലും ചളിയും ചെറ്റക്കുടിലും തോട്ടിക്കോളനിയും കടപ്പുറവും ജീവിത പശ്ചാത്തലമായിട്ടുള്ള കഥാ പാത്രങ്ങളെ സൃഷ്ടിക്കുമ്പോൾ തകഴി ഏറെ സൂക്ഷ്മത പുലർത്തി. തന്റെ കഥാപാത്രങ്ങൾ വലിയവരുടെ ലോകത്തു ചെന്നാൽ അന്തിച്ചനിന്നു പോവുമെന്ന് തകഴി തന്നെ വ്യക്തമാക്കിയിട്ടുണ്ട്. എന്റെ കഥാപാത്ര ങ്ങൾ വലിയ വീടുകളിൽ ചെന്നാൽ നിലത്തു ചവിട്ടാൻ അറച്ചുനിൽക്കും. ചളി പുരണ്ട കാലുകൾകൊണ്ട് മാർബിൾത്തറയിൽ ചവിട്ടില്ല. അഥവാ ചവിട്ടിയാൽ വഴുതി വീഴുകയും ചെയ്യും....

വ്യത്യസ്തമായ ഒരു ജീവിത പശ്ചാത്തലം ചിത്രീകരിക്കമ്പോഴും തകഴിയിലെ ഗ്രാമീണനായ എഴുത്തുകാരന്റെ തനിമയും സൂക്ഷ്മപാടവ വും വ്യക്തമാവും. വിഖ്യാത നോവലായ ഏണിപ്പടികളിലെ ഒരു ഭാഗം നോക്കൂ: എന്തിനാണ് ആരുമില്ലാത്ത തക്കം നോക്കി അയാൾ അവളുടെ അടുത്തേക്ക് ചെന്നത്? ഒന്നു വാരിപ്പിടിക്കാൻ വേണ്ടിയാണോ? ഒരു ചുംബനം കിട്ടുവാനല്ലെങ്കിൽ ഒരു ചുംബനം കൊടുക്കാനായിരിക്കും. എന്തെങ്കിലും രസമുള്ള കുശലം പറയാനായിരിക്കും. എങ്ങനെ അവളെ വാരിപ്പിടിക്കും? കരിയിലും ചളിയിലും എണ്ണമയത്തിലും വിയർപ്പിലും കുഴഞ്ഞിരിക്കുന്ന അവളെ ചുംബിക്കുക എന്നാൽ അയാളുടെ മുഖമാകെ കരിയാകും. പിന്നെ ഒരു കട്ട സോപ്പും ഇഞ്ചയും തേച്ചു കുളിക്കണം. ഇങ്ങ നെയാണോ അതുപോലൊരു ദിവസം ഒരു പെൺകുട്ടി ഇരിക്കേണ്ടത്? എപ്പോഴാണ് ആ ആദ്യ ചുംബനം നൽകാൻ ഭർത്താവ് വരുന്നതെന്ന റിയാമോ? അവൾ പൂ ചൂടി നിൽക്കണ്ടേ? നല്ല പുടവയും ജംബറും ധരിച്ച നിൽക്കണ്ടേ? പൊട്ടിടണ്ടേ? അയാളുടെ ആവേശം പെട്ടെന്നങ്ങ് ആറി ത്തണുത്തിരിക്കും. ഹൃദയം പിന്നിലേക്കു ഞെട്ടി വലിഞ്ഞുകാണും. ആ രൂപം അങ്ങനെയുള്ളതാണ്. അതല്ലേ അവളുടെ അടുത്തു ചെല്ലാതെ അടുക്കളയുടെ മധ്യത്തിൽ വന്ന് അയാൾ നിന്നത്. നല്ല കറിയും ചോറും വച്ചുകൊടുക്കുക മാത്രമാണ് ഭാര്യ ചെയ്യേണ്ടതെന്നായിരിക്കും ആ നാട്ടിൻപുറത്തുകാരി പെണ്ണിന്റെ ധാരണ. അതിനപ്പുറം എന്തെങ്കിലും ഉണ്ടെങ്കിൽ അത് ഈ പട്ടാപ്പകലാവുമെന്ന് അവൾ വിചാരിച്ചിരിക്ക യില്ല. അടുക്കളയിൽ ശബ്ദമുണ്ടാക്കാതെ കടന്നുവരുമെന്നും അവൾ ധരിച്ചിരിക്കയില്ല...

ആ വലിയ ജീവിതവും വിസ്തൃതമായ സാഹിത്യലോകവും ഒരു കുറിപ്പി ലൊതുക്കാനാവുമെന്ന മൗഢ്യത്തിലല്ല ഇത്രയും കുറിച്ചത്. അദ്ദേഹം പടി യിറങ്ങിപ്പോയ ഏപ്രിൽ ഓർമ്മപ്പുസ്തകത്തിൽ തെളിയുകയാണല്ലോ.

നാലുവർഷം മുൻപ് മാർച്ച് ഒടുവിലാണെന്നു തോന്നുന്നു സഹപ്ര വർത്തകൻ പങ്കജാക്ഷന്റെ കോട്ടയത്തുനിന്നുള്ള വിളി: തകഴിച്ചേട്ടൻ ചികിത്സക്കായി കോഴിക്കോട്ടേക്കു വരുന്നു....

അങ്ങനെ നഗരത്തിലെ സ്വകാര്യാശുപത്രിയിലേക്ക് പോകാനൊ രുങ്ങുമ്പോൾ അപ്രതീക്ഷിതമായി ഒരു അതിഥി; പ്രഫസർ എരുമേലി പരമേശ്വരൻപിള്ള. എരുമേലിയോടു വിവരം പറയുന്നു. അദ്ദേഹം കൂടെ വരുന്നു.

ഞങ്ങൾ ലിഫ്റ്റിൽ നിന്നിറങ്ങി കോറിഡറിലേക്ക് കടക്കുമ്പോൾ നിരൂപകൻ എം.ആർ.സിയും കേസരി പത്രാധിപരും കൂടി തകഴിയെ സന്ദർശിച്ചാവണം മറുഭാഗത്തൂടെ നടന്നു മറയുന്നു....

മുറിയിൽ കാത്തച്ചേച്ചിയും മക്കളും മരുമകനുമുണ്ട്. എരുമേലിക്ക് എല്ലാവരുമായും അടുത്ത പരിചയമുണ്ട്. എരുമേലി എന്നെ പരിചയ പ്പെടുത്തി.

തകഴി നീണ്ടുനിവർന്നു കണ്ണടച്ചു കിടക്കുകയാണ്. ചിലപ്പോഴൊക്കെ 'ഹാ ഹാ' എന്നു ശബ്ദമുണ്ടാക്കുന്നു. തകഴിയുടെ ഇളയ മകൾ ചെവിയുടെ ത്തു ചുണ്ടു വച്ചു തെല്ലറക്കെ പറഞ്ഞു: അച്ഛാ.... ദേശാഭിമാനിയിൽനിന്ന് ആളു വന്നിട്ടുണ്ട്.

തകഴി ഹാ ഹാ എന്നു ശബ്ദമുണ്ടാക്കുന്നതല്ലാതെ കണ്ണു തുറക്കുന്നില്ല. അവർ പിന്നെയും തകഴിയുടെ കാതിൽ തെല്ലറക്കെത്തന്നെ പറഞ്ഞു: അച്ഛാ... എരുമേലി പരമേശ്വരൻ പിള്ളയുമുണ്ട്....

തകഴി, പൊട്ടന്നനെ കണ്ണുതുറക്കുകയും 'ഹാ ഹാ' ശബ്ദങ്ങൾ നിറുത്തി ചോദിക്കുകയും ചെയ്യുന്നു: എടാ... നീ ചെക്ക കൊണ്ടുവന്നതാ ണോടാ...?

ആശുപത്രി മുറിയിലെ അന്തരീക്ഷം പൊട്ടന്നനെ മാറി എന്നേ പറയാനാവൂ. കാത്തച്ചേച്ചിയും മക്കളും ഞങ്ങളും തെല്ലുനേരം ചിരിയിൽ കുതിർന്നു നിന്നു.

അസുഖം ഭേദമാവാതെത്തന്നെയാണ് തകഴി നാട്ടിലേക്ക് മടങ്ങി യത്. പിന്നെ ഏറെ ദിവസങ്ങൾ കഴിയുംമുമ്പേ അദ്ദേഹം നമുക്ക് (1999 ഏപ്രിൽ 10) എന്നേക്കുമായി നഷ്ടപ്പെടുകയും ചെയ്തുവല്ലോ.

-2003 ഏപ്രിൽ 13

നഷ്ടമാവുന്ന ആ വിളി

സ്നേഹത്തിന്റെ കർക്കശമായ, ആത്മാർത്ഥതയുടെ അധികാരഭാവമുള്ള ആ സ്വരം ഇനി ഞാൻ കേൾക്കുകയില്ല. പത്രത്തിലോ, വാരികയിലോ എന്തെങ്കിലും പിശക് കാണുമ്പോൾ, അല്ലെങ്കിൽ അഭിനന്ദിക്കത്തക്കവിധത്തിൽ അപൂർവമായി വല്ലതും തടയുമ്പോൾ, അത്രമല്ലെങ്കിൽ സാഹിത്യ-സംഗീത-സ്പോർട്സ് രംഗങ്ങളിലുള്ളവരുടെ വേർപാടോ, ഈ രംഗങ്ങളിലെ മറ്റ സവിശേഷ സന്ദർഭങ്ങളോ ഉണ്ടാവുമ്പോൾ, 'ഇതു വേണവാണ്' എന്ന ഒട്ടം ആവശ്യമില്ലാത്ത സ്വയം പരിചയപ്പെടുത്തലോടെയുള്ള ആ ടെലഫോൺ വിളികൾ ഇനി എന്നെത്തേടി വരില്ല. ശരിതന്നെ, ഏറ്റവുമൊടുവിൽ എനിക്ക വന്ന അദ്ദേഹത്തിന്റെ ടെലഫോൺ വിളിയും അത്തരത്തിലുള്ളതായിരുന്നു.

ചലച്ചിത്രസംഗീതത്തിന്റെ എക്കാലത്തെയും ആചാര്യനായ അനിൽ ബിശ്വാസ് അന്തരിച്ചപ്പോൾ. വൈകുന്നേരം ആകെ മുഷിഞ്ഞ് ആപ്പീസിൽ നിന്ന് ഇറങ്ങാൻ തുടങ്ങുമ്പോഴാണ് ഫോൺ ശബ്ദിച്ചത്. ഇതു വേണവാണ് എന്ന പതിവ്വ തുടക്കം. പതിവില്ലാത്തതുപോലെ പക്ഷേ തളർന്ന ശബ്ദത്തിൽ അന്വേഷിച്ചത് അനിൽ ബിശ്വാസ് മരിച്ച വാർത്ത കിട്ടിയോ എന്നായിരുന്നു. അദ്ദേഹമല്ലെങ്കിൽ സത്യത്തിൽ എനിക്ക ശൂണ്ടി വരുമായിരുന്നു. വിശേഷാൽ പ്രതിയുടെ ബന്ധപ്പാടമായി ഞാൻ മറ്റൊരു ലോകത്തിലായിരുന്നുവല്ലോ.

വാർത്ത ദില്ലിയിൽ നിന്ന് മനോജ് അറിയിച്ചതാണ്. അച്ഛന്റെ അഭിരുചികളെയും ഇഷ്ടാനിഷ്ടങ്ങളെയും നന്നായി പരിചരിക്കുകയും പരിഗണിക്കുകയും ചെയ്യുന്ന പത്രപ്രവർത്തകനായ മകൻ അച്ഛനെ അറിയിച്ച വാർത്ത ദേശാഭിമാനിക്ക്‌ ഒരു കാരണവശാല്ലും നഷ്ടപ്പെട്ടുകൂട എന്ന കരുതി രോഗത്തിന്റെ അവശതകൾക്കിടയിൽ വിളിച്ചതാണ്. മരണവാർത്ത അനിൽ ബിശ്വാസിന്റേതാകയാൽ അദ്ദേഹത്തിന്

സവിശേഷത താല്പര്യമുണ്ടാവുക സ്വാഭാവികമാണല്ലോ.

ആംഗല സാഹിത്യത്തിൽ ശ്രദ്ധേയമായ പുതിയ ടൈറ്റിലുകൾ ഇറങ്ങുമ്പോഴും മകൻ അച്ഛനെ അറിയിക്കും. മലയാളത്തിലെ ആദ്യത്തെ വായനക്കാരനാവാനുള്ള അവസരമൊരുക്കുന്ന അത്തരം സന്ദർഭങ്ങളിൽ രോഗാതുരതയിൽ നിന്ന് മാറി നിൽക്കാനും വിസ്മയ കരമായ രീതിയിൽ ഉന്മേഷവാനാവാനും പിന്നെ വാചാലനാവാനും അദ്ദേഹത്തിന് കഴിയുമായിരുന്നു. പുസ്തകങ്ങളെയും സംഗീതത്തെയും അസാധാരണമായി സ്നേഹിച്ച സ്പോർട്സിൽ വിശിഷ്യ, ക്രിക്ക റ്റിൽ അഗാധമായ പാണ്ഡിത്യമുള്ള പി.വേണുനാഥ് എന്ന ഞങ്ങളുടെ വേണുവേട്ടൻ നിരവധി ഓർമ്മകൾ അവശേഷിപ്പിച്ചുകൊണ്ടാണല്ലോ കടന്നുപോയിരിക്കുന്നത്.

എഴുപതുകളിൽ വീനസ് എന്ന തൂലികാനാമത്തിൽ ദേശാഭിമാനി വാരികയിൽ ലോകസാഹിത്യത്തെ പരിചയപ്പെടുത്തുന്ന പ്രശസ്ത മായ ഒരു പംക്തി അദ്ദേഹം കൈകാര്യം ചെയ്തിരുന്നു. എഴുതുവാനും എഴുത്തുകാരനെന്ന നിലയിൽ അറിയപ്പെടാനും വിമുഖനായിരുന്ന വേണുനാഥിനെ ഒരു പംക്തികാരനും വിവർത്തകനുമാക്കിയതിൽ അന്നത്തെ പത്രാധിപർ എം.എൻ.കുറുപ്പിന്റെ നിരന്തരമായ നിർബ സ്ധവും പ്രേരണയും വഴിയൊരുക്കിയെന്ന പറയാം. കേരളത്തിന്റെ സാംസ്കാരിക രംഗത്ത് സവിശേഷമായ ഒരു അടയാളം സൃഷ്ടിച്ച ദേശാഭിമാനി സ്റ്റഡി സർക്കിളിന്റെ പ്രഥമ സാഹിത്യസമ്മേളനത്തി ന്റെ ശക്തനായ പിന്നണി പ്രവർത്തകനായതും സ്റ്റഡി സർക്കിളിന്റെ ആഭിമുഖ്യത്തിലുള്ള നാടക ട്രൂപ്പിന് റിബൽ തിയേറ്റേഴ്സ് എന്ന പേര കണ്ടെത്തിയതും അതിന്റെ ഉത്സാഹിയായ പ്രവർത്തകനായതും എം.എൻ-ന്റെ പിടിവിടാതെയുള്ള പ്രേരണകൊണ്ടായിരുന്നു. പിൽക്കാ ലത്ത് ദേശാഭിമാനി വാരികയിൽ ഒട്ടേറെ ലോക ക്ലാസിക് കഥകളുടെ പരിഭാഷകൾ വീനസിന്റെയും വേണുനാഥിന്റെയും പേരിൽ പ്രസിദ്ധം ചെയ്യാൻ കഴിഞ്ഞതും അത്തരത്തിലുള്ള ഒരു ഇടർപ്രവർത്തനത്തി ലൂടെയായിരുന്നു.

മെഡിക്കൽ കോളേജിലെ ആപ്പീസ് വിഭാഗത്തിൽ പ്രവർത്തിക്ക മ്പോൾ വേണുനാഥ് ഡോക്ടർമാരുടെയും രോഗികളുടെയും ഇടയിലെ എപ്പോഴും ആൾസഞ്ചാരമുള്ള ഒരു പാലമായിരുന്നു. രോഗികളുടെയും ബന്ധുക്കളുടെയും ആശ്വാസകേന്ദ്രം തന്നെയായി പ്രവർത്തിക്കാൻ ആപ്പീസിലെ ബദ്ധപ്പാടുകൾക്കിടയിൽ അദ്ദേഹം സമയം കണ്ടെത്തി. പ്രിയപ്പെട്ടവരുടെ ഒരു എഴുത്തോ, ഒരു ടെലഫോൺ വിളിയോ

മതിയായിരുന്നു വേണ്ടനാഥിന് അത്തരം സേവനങ്ങൾക്ക്.

റിട്ടയർ ചെയ്തപ്പോൾ വേണ്ടനാഥിന്റെ സാന്ത്വനസ്പർശം മറ്റൊരു രീതിയിലായിരുന്നു. തനിക്ക് പ്രിയപ്പെട്ട രോഗികൾ കിടക്കുന്ന ആശുപത്രിയിൽ നിത്യേന രണ്ട് തവണയുള്ള സന്ദർശനം. രോഗികളെയും ബന്ധുക്കളെയും ആ സന്ദർശനം, സാമീപ്യം എത്രമാത്രം ആശ്വസിപ്പിച്ചിരുന്നു എന്നത് അനുഭവിച്ചവർക്ക് മാത്രം പറയാനാവുന്നതത്രേ.

കോഴിക്കോട്ടെ നാലാം റെയിൽവേ ഗേറ്റിനടുത്തുള്ള 'സൊണാറ്റ'യിലെ കൊച്ചുമുറിയിലിരുന്ന് പുസ്തകങ്ങളെക്കുറിച്ചും ലോകസാഹിത്യത്തിലെ കുലപതികളെക്കുറിച്ചും അത്യപൂർവമായ പ്രസിദ്ധീകരണങ്ങളുടെ തന്റെ ശേഖരത്തെക്കുറിച്ചും അതിപ്രശസ്ത ഗായകർ ആലപിച്ച പാട്ടുകളുടെ റെക്കോഡുകളെക്കുറിച്ചും വേണ്ടനാഥ് അതിവാചാലനാവുമ്പോൾ പ്രമേഹത്തിന്റെ ക്രൂര്യമേല്പിച്ച കഠിനവേദനകളെ മറക്കാനും മറയ്ക്കാനും ശ്രമിക്കുകയാണെന്ന് പലപ്പോഴും തോന്നിയിട്ടുണ്ട്. ഇടക്കിടക്കുള്ള ആശുപത്രി വാസങ്ങൾ. കാൽവിരലുകൾ ഓരോന്നായി നഷ്ടപ്പെട്ടുകൊണ്ടിരുന്നു....അവസാനമായി കാണുമ്പോൾ ആ പഴയ ചൈതന്യം വാർന്നുകൊണ്ടിരിക്കുകയാണെന്നു തോന്നി. അപ്പോഴും സംസാരം സാഹിത്യത്തെയും സംഗീതത്തെയും കുറിച്ചതന്നെയായിരുന്നു....

വീട്ടു മുഴുക്കെ ഗ്രന്ഥശാലയാക്കിയ വേണ്ടനാഥ് ഇംഗ്ലീഷ് സാഹിത്യത്തിലെ പി.ജി.വിദ്യാർത്ഥികൾക്കും ഗവേഷണവിദ്യാർത്ഥികൾക്കും പലപ്പോഴും തുണയും വഴികാട്ടിയുമായിരുന്നു. പുസ്തകത്തെക്കാൾ വലിയ ഒരു സമ്പത്തുമില്ലെന്നു വിശ്വസിച്ച വേണുവേട്ടൻ ഇംഗ്ലീഷിൽ ബിരുദാനന്തര ബിരുദമുള്ള മകൾ നിഷക്കും പുസ്തകങ്ങൾ സൂക്ഷിച്ചേ കൊടുത്തിരുന്നുള്ളൂ! മകൾ എം.എക്കു പഠിക്കുമ്പോൾ ആവശ്യമായ പുസ്തകങ്ങളുടെ ഫോട്ടോസ്റ്റാറ്റ് എടുപ്പിക്കാൻ ശഠിച്ച പിതാവാണ് വേണ്ടനാഥ് എന്ന ഒരു കഥയും കേട്ടിട്ടുണ്ട്....!

പി.വേണ്ടനാഥ് എന്ന ഞങ്ങളുടെ വേണുവേട്ടൻ പക്ഷേ ഒരു വെറും പുസ്തകജീവിയോ ദന്തഗോപുരവാസിയോ സ്വപ്നാടകനോ ആയിരുന്നില്ല. നമ്മുടെയൊക്കെ വേദനകളിലും സങ്കടങ്ങളിലും പങ്കാളിയായ, നമ്മുടെയൊക്കെ ജീവിതങ്ങളുമായി എപ്പോഴും കെട്ടുപിണഞ്ഞുകിടന്ന സ്നേഹസമ്പന്നനായ ഒരു വലിയ മനുഷ്യനായിരുന്നു.

അദ്ദേഹം ഇല്ലാതായിരിക്കുന്നു എന്ന നഷ്ടബോധം എന്നെ വല്ലാതെ വേട്ടയാടുന്നുണ്ട്...

-2003 സെപ്തംബർ 7

അയ്യൂബിന്ന് സ്നേഹപൂർവ്വം

അൽ-ജസീറയുടെ മിടുമിടുക്കനായ റിപ്പോർട്ടർ താരിഖ് നെയിംഖാലി മുസ്തഫ അയ്യൂബ്, മലയാളി പെൺകിടാവിനെ വധുവായി കണ്ടെത്തിക്കഴിഞ്ഞിരുന്നോ എന്നറിയില്ല. പലസ്തീൻകാര നായ താരിഖ് അയ്യൂബിന് പക്ഷേ അങ്ങനെയൊരു അഭിലാഷമുണ്ടായി രുന്നുവത്രേ. കോഴിക്കോട് സർവകലാശാലയിൽ കൂടെ പഠിച്ചിരുന്ന ഒരു കൂട്ടുകാരിയോടാണ് ഇത്തരമൊരു സ്വപ്നത്തെക്കുറിച്ച് അയ്യൂബ് വ്യക്ത മാക്കിയത്. കൂട്ടുകാരി അയ്യൂബിനെ മലയാളം പഠിപ്പിച്ചിരുന്ന കാലത്ത്. ഇറാഖിൽ അധിനിവേശപ്പട ഈയിടെ നിഷ്ഠുരമായി ബോംബിട്ടു കൊന്ന മൂന്നു മാധ്യമപ്രവർത്തകരിൽ ഒരാൾ താരിഖ് അയ്യൂബാണ്. അങ്ങനെ അയ്യൂബിന്റെ ദാരുണമായ വിയോഗം നമ്മെ സവിശേഷമായും സ്പർശി ക്കുന്നുണ്ട്. ജോർദ്ദാൻ സ്വദേശിയായ അയ്യൂബിന്റെ ഭാര്യ ദീമയും ഒരു വയസ്സുള്ള മകൾ ഫാത്തിമയും അമ്മാനിലാണ്. താരിഖ് അയ്യൂബും അൽ-ജസീറയുടെ അമ്മാനിലെ ആപ്പീസിലാണ് ജോലി ചെയ്തിരുന്നത്.

ക്യാംപസുമായി ബന്ധപ്പെട്ട് ഈ ചെറുപ്പക്കാരനെ അരുമയോടെ ഓർമ്മയിൽ കൊണ്ടു നടക്കുന്നവർ കേരളത്തിന്റെ പല ഭാഗങ്ങളിലുമു ണ്ട്. അധ്യാപകരും സഹപാഠികളും മാധ്യമ പ്രവർത്തകരുമായി കോഴി ക്കോട്ട തന്നെ നിരവധി പേരുണ്ടാവണം. അവരൊക്കെയും താരിഖ് അയ്യൂബിന്റെ പേരിൽ തേങ്ങലമർത്തുമ്പോൾ, അമേരിക്കയുടെയും ബ്രിട്ടന്റെയും സമാനതകളില്ലാത്ത നിഷ്ഠുരതയുടെ പേരിൽ അടങ്ങാത്ത അമർഷം പ്രസ്ഫുടമാക്കുകയുമാണ്.

കാലിക്കറ്റ് യൂണിവേഴ്സിറ്റിയിൽ 1990-92 ബാച്ചിലെ എം.എ.ഇം ഗ്ലീഷ് വിദ്യാർഥിയായിരുന്ന അയ്യൂബിന്റെ ഇത്തരത്തിലുള്ള ഒരു മരണം സ്വാഭാവികമായി കാണാൻ ചില സഹപാഠികൾക്കെങ്കിലും കഴിയുന്ന ണ്ട്. 'ഐ ലവ് പലസ്തീൻ ഐ ലവ് ഇന്ത്യ' എന്ന മുദ്രണം ചെയ്ത ടീഷേർട്ട്

ധരിച്ച് ക്ലാസിൽ വന്നിരുന്ന ദൃഢശരീരവും വിശാലഹൃദയവുമുള്ള അയ്യ
ബിനെയാണ് അവർ മനക്കണ്ണുകളിൽ സദാ കാണുന്നത്. താനൊരു
പലസ്തീൻകാരനാണ് എന്ന് എവിടെയും എപ്പോഴും അഭിമാനത്തോടെ
പറഞ്ഞിരുന്ന താരിഖിനെയാണ് കൂട്ടുകാർ ഓർമ്മയിൽ സൂക്ഷിക്കുന്നത്.
അയ്യൂബ് ക്യാംപസിലെ ഒരു അനൗദ്യോഗിക പലസ്തീൻ അംബാസഡർ
തന്നെയായിരുന്നല്ലോ. അങ്ങനെയുള്ള അയ്യൂബ് മാധ്യമപ്രവർത്തകനാ
യതിലോ ആപൽക്കരമായ നിലയിൽ പ്രവർത്തനനിരതനായതിലോ
കൂട്ടുകാർ വിസ്മയം കൊള്ളുന്നില്ല. ഇത്തരത്തിലുള്ള ഒരു ജീവിതസരണി
യും വീരമരണവും താരിഖ് അയ്യൂബിനെ സംബന്ധിച്ചിടത്തോളം സ്വാ
ഭാവികമാണെന്നേ പറഞ്ഞുകൂട്ട. അയ്യൂബിന്റെ അധ്യാപകനായിരുന്ന
ഡോ. ശങ്കരൻ രവീന്ദ്രന്റെ വിലയിരുത്തൽ വിദ്യാർത്ഥി എന്ന നിലയിൽ
ശരാശരിക്കാരനായിരുന്നെങ്കിലും ആവേശഭരിതനായിരുന്ന തന്റെ
ശിഷ്യൻ എന്നാണ്.

ആരംഭകാലത്ത് സഹപാഠികൾക്ക് ഒരു വിചിത്രസ്വഭാവിയായിരു
ന്ന താരിഖ്. അറബിച്ചുവയുള്ള ഇംഗ്ലീഷ് ഉച്ചാരണം മൂലം തങ്ങളുമായി
ആശയവിനിമയം ദുഷ്കരമാക്കിയ ഒരു താരിഖിനെയും കൂടെ പഠിച്ചവർ
ഓർമ്മിക്കുന്നുണ്ട്. എന്നാൽ എത്ര പെട്ടെന്നാണ് സൗഹാർദ്ദത്തിന്റെയും
സ്നേഹത്തിന്റെയും നിലാവായി ക്ലാസിലും ക്യാംപസിലും മാത്രമല്ല
പരിസരങ്ങളിലും താരിഖ് നിറഞ്ഞുപരന്നത് എന്ന് കൂട്ടുകാരൊക്കെയും
മഞ്ഞിൻമറയിലൂടെ പരതിനോക്കുകയാണിപ്പോൾ. ഹോസ്റ്റലിലെ
അവിസ്മരണീയ രാത്രികൾ, അവസാന പരീക്ഷകളിൽ മനമർപ്പിച്ച
ഉഷ്ണരാത്രികൾ. അവിടെയും സ്പോർട്സ്മാൻ സ്പിരിറ്റിൽ കാണായ
താരിഖ് തന്റെ ആഹാരം കൂട്ടുകാരോടൊപ്പം വീതിച്ച് കഴിക്കുമ്പോൾ
അറബിച്ചുവയുള്ള ഇംഗ്ലീഷിൽ പറയുമായിരുന്നു: ഏപ്രിൽ കൊടും
ക്രൂരമാസം എന്തൊരു ചൂടാണ കൂട്ടരേ...

അതെ, ഏപ്രിലിലെ കൊടുംക്രൂരതയിൽ തന്നെയാണ് അമേരിക്കക്ക്
ചതുർത്ഥിയായ അൽ-ജസീറ എന്ന അറബ് ടെലിവിഷൻ ചാനലിന്റെ
മിടുക്കനായ റിപ്പോർട്ടർ താരിഖ് അയ്യൂബ് ഇല്ലാതായിരിക്കുന്നത്...!

താരിഖ് അയ്യൂബ്, അൽ-ജസീറക്ക വേണ്ടി ഒരു തൽസമയ
സംപ്രേഷണത്തിനൊരുങ്ങുമ്പോഴാണ്   അധിനിവേശപ്പടയുടെ
രക്തദാഹിയായ മിസൈൽ നാക്ക നീട്ടിയെത്തിയത്. ഹോട്ടൽ
പലസ്തീനിൽ വേറെയും പത്രുപ്രവർത്തകരുണ്ടായിരുന്നു. മിസൈൽ
വർഷത്തിൽ അഞ്ചുപേർക്ക ഗുരുതരമായി പരിക്കേറ്റ. താരിഖിനൊപ്പം
രണ്ടുപേർക്കുടി മരിക്കുകയുണ്ടായി. ഇതൊരു കൈപ്പിഴയായിരുന്നില്ല.

പത്രപ്രവർത്തകരെ തേടിവന്ന മിസൈലുകൾ തന്നെയാണ് അവിടെ പ്രവർത്തിച്ചത്. അമ്മാനിലുള്ള ആപ്പീസിൽ നിന്ന് നാലഞ്ചു ദിവസം മുമ്പാണ് അയ്യൂബ് ഇറാഖിലെത്തി അൽ-ജസീറ സംഘത്തോടൊപ്പം ചേർന്ന് ചുറുചുറുക്കോടെ പ്രവർത്തിക്കാൻ തുടങ്ങിയത്.

ഇറാഖിൽ എല്ലാം അവസാനിക്കുന്നില്ലല്ലോ. ധീരവും തത്ത്വാധി ഷ്ഠിതവുമായ മാധ്യമപ്രവർത്തനം എവിടെയും ഒടുങ്ങുന്നില്ല. താരിഖ് നെയിംഖാലി മുസ്തഫ അയ്യൂബ് എന്ന പലസ്തീൻകാരനായ മാധ്യമ പ്രവർത്തകൻ തിളങ്ങുന്ന ഒരു പ്രതീകമായി നമ്മുടെ ഓർമ്മയിൽ എക്കാലവ്വുമുണ്ടാവും. ഈ പ്രതീകം ലോകത്ത് പലരുടെയും ഉറക്കം കെടുത്തുന്നുമുണ്ടാവും.

-2003 ഏപ്രിൽ 20

 അങ്ങനെത്തന്നെയാണ് ഇപ്പോഴും കാര്യങ്ങൾ

ചരിത്രത്തിലേക്ക് ഒരു
മഹാജീവിതം കൂടി

അസമത്വങ്ങൾക്കും വിവേചനങ്ങൾക്കുമെതിരെയുള്ള വിട്ടുവീഴ്ചയി ല്ലാത്ത പോരാട്ടമായിരുന്ന ആ ജീവിതം എന്നു പറയുന്നത്. പതിവുശൈലിയിലുള്ള വിശേഷണങ്ങൾ ചാർത്തൽ തന്നെയാവും. ഇരുണ്ട ഭൂഖണ്ഡം ലോകത്തിനുമുന്നിൽ കാഴ്ചവെച്ച പ്രകാശഗോപുരം എന്നു പറയുന്നതും അങ്ങനെത്തന്നെയാവാം. ആ മഹാജീവിതത്തി ന്റെ പ്രഭാപൂരത്തിനുമേലും ലോകത്തെ കണ്ണീരണിയിച്ച് ചരമാവരണം വീണിരിക്കുന്നു.

നെൽസൺ മണ്ടേലയെപ്പോലെ നമ്മുടെ ഹൃദയത്തിൽ ഇരിപ്പിടം നേടിയ ഒരാളല്ല വാൾട്ടർ മാക്സ് ഉല്യതെ സിസുലു എന്ന തോന്നാം. അതുപക്ഷേ നമ്മുടെ പരിമിതിയാണെന്നു അറിയേണ്ടതുണ്ട്. വർണ വിവേചനത്തിന്റെ ക്കുരിരുട്ടിൽ നിന്നും സ്വാതന്ത്ര്യത്തിന്റെ വെള്ളിവെ ളിച്ചത്തിലേക്ക് ദക്ഷിണാഫ്രിക്കയിലെ കറുത്ത വംശജരെ നയിച്ച നെൽസൺ മണ്ടേലക്കൊപ്പം അടരാടിയ ഏതാനും നേതാക്കളിൽ പ്രമുഖനായിരുന്ന വാൾട്ടർ മാക്സ് ഉല്യതെ സിസുലു. ദക്ഷിണാഫ്രി ക്കയുടെ വർണവെറിയൻ സർക്കാരിനെതിരെയുള്ള ത്യാഗനിർഭരമായ പോരാട്ടങ്ങളിൽ ഒരുപക്ഷേ മണ്ടേലയെയും അതിശയിച്ച സിസുലു എന്നും പറയാം. എന്നാൽ മാധ്യമങ്ങളുടെ കാഴ്ചവട്ടങ്ങളിൽ നിന്നും അധികാരത്തിന്റെ ഇടനാഴികളിൽ നിന്നും അദ്ദേഹം എപ്പോഴും ഒഴി ഞ്ഞുനിൽക്കാൻ മനസ്സുവെച്ചു. സിസുലു ഇങ്ങനെയൊരു പ്രവർത്തന ശൈലി സ്വയം രൂപപ്പെടുത്തിയിരുന്നില്ലെങ്കിൽ ലോകശ്രദ്ധ ഒരുപക്ഷേ സിസുലുവിനുശേഷമേ മണ്ടേലക്ക ലഭിക്കുമായിരുന്നുള്ളൂ.

പ്രാരബ്ധം നിറഞ്ഞ ഒരു കുടുംബത്തിലാണ്, ട്രാൻസ്കി പ്രവിശ്യ യിലെ എങ്കോബോയിൽ സിസുലു 1912 മെയ് 18 ന് ജനിച്ചത്.

ദക്ഷിണാഫ്രിക്കയിലെ ജനങ്ങളുടെ അവസ്ഥ അത്യന്തം പരിതാപ കരമായിരുന്നു. കുഞ്ഞുന്നാളിലെ വർണവിവേചനത്തിന്റെ തിക്താ നുഭവങ്ങൾ ആ ജീവിതത്തെ ചുട്ടുപൊള്ളിച്ചു എന്നു പറയാം. തന്റെ കൂട്ടുകാരിലും നാട്ടുകാരിൽത്തന്നെയും വർണവിവേചനമടക്കമുള്ള നിരവധി സാമൂഹികാസമത്വങ്ങൾ ഏൽപിച്ച മുറിവുകൾ തൊട്ടറിയു വാൻ അതുകൊണ്ടുതന്നെ സിസുലുവിന് പ്രയാസമേതുമുണ്ടായില്ല. അദ്ദേഹത്തിന്റെ പിതാവ് വിക്ടർ ഡികെൻസൺ വെളുത്തവനായ സർക്കാർ ഉദ്യോഗസ്ഥനായിരുന്നു. മാതാവ് ആലീസ് സിസുലുവാകട്ടെ കറുത്ത വംശജയായ ഒരു വീട്ടുവേലക്കാരിയും. സിസുലുവിന്റെ ബാല്യ കൗമാരങ്ങൾ എത്രമേൽ ക്ലേശനിർഭരമായിരുന്നു എന്നതിന്റെ സൂചി കയായ്വന്നുണ്ട് മാതാപിതാക്കളുടെ സാമൂഹിക പദവിയെന്നു പറയാം. പതിനാലാം വയസ്സിൽ പഠനം അവസാനിപ്പിച്ച് സ്വയം തൊഴിൽ തേടി ജീവിതത്തിന്റെ ഉറസ്സുകളിലേക്കിറങ്ങി. 1929ൽ കൂടുതൽ കൂലി കിട്ടുന്ന തൊഴിൽ തേടി തലസ്ഥാനമായ ജോഹന്നസ്ബർഗിലെത്തി. 1940 വരെ മാറിമാറി ജോലി ചെയ്ത് ജോഹന്നാസ് ബർഗിൽ കഴിഞ്ഞുകൂടി.

സിസുലുവിന്റെ ജന്മവർഷത്തിൽ രൂപംകൊണ്ട ആഫ്രിക്കൻ നാഷണൽ കോൺഗ്രസ്സിൽ അദ്ദേഹം അംഗമാവുന്നത് 1940 ലാണ്. നിരോധിക്കപ്പെട്ട ഒരു സംഘടന എന്നതിനപ്പുറം, ആഫ്രിക്കൻ നാഷണൽ കോൺഗ്രസ്സിനെ ഒരു മുൻനിര പ്രസ്ഥാനമാക്കുന്നതിലാ യിരുന്നു അദ്ദേഹത്തിന്റെ നോട്ടം. ഒരു പൊതുപ്രവർത്തകന് ഉണ്ടായി രിക്കേണ്ട ലക്ഷ്യബോധവും വ്യക്തിത്വവിശുദ്ധിയും സിസുലു എപ്പോഴും മുറുകെപ്പിടിച്ചു. അദ്ദേഹത്തിന്റെ ഈ സ്വഭാവൈശിഷ്ട്യങ്ങൾ രാഷ്ട്രീയ ശിഷ്യനായ നെൽസൺ മണ്ടേലയെ ഏറെ സ്വാധീനിച്ചിട്ടുണ്ടെന്നും ചൂണ്ടിക്കാട്ടട്ടെ.

1944 ൽ നെൽസൺ മണ്ടേല, ഒലിവർ താംബോ എന്നിവരുമായി ചേർന്ന് യൂത്ത്‌ലീഗിന് രൂപം കൊടുത്തത് സിസുലിവിന്റെ ജീവിതത്തിലെ ഒരു പ്രധാന സംഭവമാണെന്നു പറയാം. വെള്ളക്കാരുടെ ദുർഭരണത്തി നെതിരെ തീക്ഷ്ണവും തീവ്രവുമായ സമരമാർഗങ്ങൾ അവലംബിക്കണമെ ന്ന വാദിക്കുന്നവരായിരുന്നു യൂത്ത് ലീഗുകാർ. അതുമായി ബന്ധപ്പെട്ട്, ആഫ്രിക്കൻ നാഷണൽ കോൺഗ്രസ്സിൽ ആ കാലയളവിൽ ശക്തമായ അഭിപ്രായഭിന്നതകൾ തലപൊക്കുകയുണ്ടായി. എന്നാൽ യൂത്ത്‌ലീഗി ന്റെ കാഴ്ചപ്പാടുകൾ ശരിവക്കുന്ന തരത്തിലായിരുന്നു ഭരണകൂടത്തിന്റെ അനന്തര നടപടികൾ. കറുത്തവരെ പൂർണമായും ഒഴിവാക്കിക്കൊണ്ട ള്ള തെരഞ്ഞെടുപ്പ് നടത്തുകയായിരുന്നു 1948 ൽ വർണവെറിയൻ ഭരണകൂടം. തുടർന്ന് 1949 ൽ ആഫ്രിക്കൻ നാഷണൽ കോൺഗ്രസ്

 അങ്ങനെത്തന്നെയാണ് ഇപ്പോഴും കാര്യങ്ങൾ

വർണവെറിയൻ സർക്കാറിനെതിരെ പുതിയൊരു പ്രവർത്തനപദ്ധതി തന്നെ ആവിഷ്ക്കരിച്ചു. വാൾട്ടർ സിസുലു പാർട്ടിയുടെ സെക്രട്ടറി ജനറലായി തെരഞ്ഞെടുക്കപ്പെട്ടത് ആ വർഷത്തിലാണ്. 1952ൽ സർക്കാരിന്റെ വർണവെറിയൻ നിയമങ്ങൾ ലംഘിക്കാൻ എ.എൻ. സി. ജനങ്ങളെ ആഹ്വാനം ചെയ്തു. സിസുലുവും മണ്ടേലയും ജയിലിലായി. സിസുലുവിനുമേൽ കമ്മ്യൂണിസ്റ്റുകാരനാണെന്ന 'അപരാധവും' ചാർത്ത പ്പെട്ടു. കമ്മ്യൂണിസ്റ്റുകാരെ അടിച്ചമർത്താൻ അക്കാലത്ത് ദക്ഷിണാഫ്രി ക്കയിൽ പ്രത്യേക നിയമസംവിധാനങ്ങൾ ഉണ്ടായിരുന്നു. 1955 ൽ സിസുലുവിന് എ.എൻ.സിയുടെ സെക്രട്ടറി ജനറൽ സ്ഥാനം ഒഴിയേണ്ടി വന്നത് ആ കരിനിയമത്തിന്റെ കടിയേറ്റാണ്.

വാൾട്ടർ സിസുലു എഴുത്തുകാരനുമായിരുന്നു. ആഫ്രിക്കൻ ദേശീയതയെ അധികരിച്ച് 1954ൽ അദ്ദേഹം രചിച്ച ഗ്രന്ഥം പ്രഖ്യാത മാണ്. അദ്ദേഹത്തിന്റെ നിരവധി ലേഖനങ്ങൾ ദക്ഷിണാഫ്രിക്കയിലും വിദേശത്തുമുള്ള പത്രങ്ങളിലൂടെ പുറത്തുവന്നിട്ടുണ്ട്. റോബൻ ദ്വീപിലെ ജയിൽവാസകാലത്താണ് സിസുലു ചരിത്രത്തിലും കലയിലും നരവംശ ശാസ്ത്രത്തിലും ബിരുദം നേടിയത്. പോരാട്ടത്തിന്റെ വഴിയിൽ കാൽനൂ റ്റാണ്ടോളം അദ്ദേഹം ജയിലിൽ കഴിഞ്ഞിട്ടുണ്ട്. അദ്ദേഹത്തിന്റെ ഭാര്യയും പിഞ്ചുകുട്ടികൾ പോലും ജയിൽവാസമനുഭവിച്ചിട്ടുണ്ട്.

സമൂഹത്തിന്റെ അടിത്തട്ടിൽ പിറവികൊണ്ട്, നിരവധി അടിച്ചമ ർത്തലുകൾ വകഞ്ഞുമാറ്റിക്കൊണ്ട് വാൾട്ടർ സിസുലു ഇരുണ്ട ഭൂഖണ്ഡ ത്തിന്റെയാകെ നേതാവായി വളർന്നു വന്നത് ചരിത്രം. കറുത്തവന്റെ വിമോചന സ്വപ്നങ്ങൾക്ക് നിറം പകർന്ന നേതാവായി ലോകത്തെ വിസ്മയിപ്പിച്ചതും ചരിത്രം.

- 2003 മെയ് 18

പ്രിയപ്പെട്ട വി കെ എൻ

ദേശാഭിമാനി റസിഡണ്ട് എഡിറ്ററായി അനിയൻ ചാർജ് എടു ത്തതിനശേഷം അദ്ദേഹത്തെ ടെലഫോണിൽ കിട്ടിയപ്പോൾ ഞാൻ പറഞ്ഞു: വെച്ചണ്ടപാർക്കും പത്രാധിപർക്ക് സ്വാഗതം... ടെല ഫോണിലൂടെ വന്ന അനിയന്റെ ചിരിയുടെ മുഴക്കം ഇപ്പോഴും എന്റെ കാതിലുണ്ട്.

ഞങ്ങളുടെയൊക്കെ ആശയവിനിമയങ്ങളിൽ, നിത്യവ്യവഹാരങ്ങ ളിൽ വി കെ എൻ സാഹിത്യത്തിലെ പ്രയോഗങ്ങൾ കടന്നുവരാൻ തുട ങ്ങിയത് എപ്പോഴാണെന്ന് പറയുക വയ്യ. നീചനും മൂപ്പിൽസും പയ്യൻസും ഡ്രൈവനും പൈമ്പികവുമൊക്കെ ഞങ്ങളുടെ നിത്യസംഭാഷണങ്ങളിൽ സുലഭമാണെന്നേ പറയാനാവൂ. അരവിന്ദന്റെ രാമുവിനെപ്പോലെ വി കെ എൻ - ന്റെ പയ്യൻസും ചാത്തൻസും ഇട്ടൂപ്പ് മുതലാളിയും നങ്ങേമയും നേത്യാരമ്മയുമൊക്കെ ഞങ്ങളുടെ ജീവിതപരിസരങ്ങളിൽ സുപരിചി തരാണെന്നേ പറയാനാവൂ. പ്രോട്ടോടൈപ്പുകളെ തേടി ഞങ്ങളൊട്ട നടന്നതുമില്ല.

എന്നാൽ വി കെ എൻ - നെ ഞാൻ ആദ്യം കണ്ട സന്ദർഭം കൃത്യമായി ഓർക്കാൻ കഴിയുന്നുണ്ട്. കോഴിക്കോട്ടെ മൊയ്തീൻപള്ളി റോഡിലെ ഒരു ലോഡ്ജിൽ ഖദർധാരികളുടെ ബഹളത്തിനും ബാഹുല്യ ത്തിനുമിടയിൽ വേറിട്ട ഭാവത്തിലും രൂപത്തിലും ഒരു ആജാനുബാഹു... അത് വി കെ എൻ ആണെന്നും കെ പി ഉണ്ണികൃഷ്ണന്റെ തെരഞ്ഞെടുപ്പ് പ്രചാരണത്തിന്റെ ഭാഗമായി വന്നതാണെന്നും ആരോ പറയുന്നതു കേട്ട. ഏതായാലും ആ ആജാനുബാഹുവിനെ കൺകുളിർക്കെ നോക്കി ക്കണ്ട. ഒരു ആരാധകന്റെ നിഷ്കളങ്കമായ വെറും കാഴ്ച. സംതൃപ്തി യോടെ ആരാധകൻ നിഷ്ക്രമിക്കുകയും ചെയ്തു.

വി കെ എൻ - ന്റെ വായനക്കാരൻ, ആരാധകൻ എന്ന അവസ്ഥ യിൽനിന്ന് അദ്ദേഹത്തിന്റെ പരിചയ സീമയില്ലുള്ള ഒരു   എളിയ

   അങ്ങനെത്തന്നെയാണ് ഇപ്പോഴും കാര്യങ്ങൾ

പത്രപ്രവർത്തകൻ, എഴുത്തുകാരൻ, സുഹൃത്ത് എന്ന നിലകളിലുള്ള അവസ്ഥയിലേക്ക് കടന്നുകയറുന്നത് പിന്നീടാണല്ലോ. സാഹിത്യ അക്കാദമിയിൽ ആ ഉന്നതശീർഷനായ സാഹിത്യകാരന്റെ എളിയ സഹപ്രവർത്തകനെന്ന നിലയിൽ കുറേക്കൂടി സ്നേഹവാത്സല്യങ്ങൾ പകർന്നു കിട്ടിയെന്നതും എന്റെ എക്കാലത്തേക്കുമുള്ള ഓർമ്മയായവു ന്നുണ്ട്.

ഒരു പത്രപ്രവർത്തകനെന്ന നിലയിൽ നിരവധി കത്തുകൾ എനിക്ക് വി കെ എൻ -ൽ നിന്ന് ലഭിച്ചിട്ടുണ്ട്. ഒരിക്കൽ കത്തിലെ അഭിസം ബോധന 'ഡിയർ, ഹെർമ്മൻ ഹെസ്സെ' എന്നായിരുന്നു. ദേശാഭിമാനി വാരികയിൽ ഖണ്ഡശഃ പ്രസിദ്ധം ചെയ്ത 'കാവി'യുടെ മാറ്റിനൊപ്പം അദ്ദേഹം എഴുതിയ കത്ത് ഇങ്ങനെയായിരുന്നു. പ്രിയ ബുദ്ധാ, കാവി എന്ന ആന്റി നോവൽ ഇതാ വിക്ഷേപിക്കുന്നു. കൈ പൊള്ളിയെന്ന വരും. ധൈര്യസമേതം അച്ചിലിടാം. പണി പോവില്ല...

ഒരിക്കൽ ഓണം വിശേഷാൽപ്രതിക്ക് കഥ ആവശ്യപ്പെട്ട് എഴുതി യപ്പോൾ വി കെ എൻ - ന്റെ മറുപടി ഇങ്ങനെയായിരുന്നു. എക്സിമൻ കോപിച്ചിരിക്കുന്നു. ഔഷധങ്ങൾ പൂശുന്നുണ്ടെങ്കിലും ഏശുന്നില്ല. എങ്കിലും വിശേഷാൽ ഒരു കഥ കിറുകൃത്യം തീയതിക്കു വിടാം...

മലയാളത്തിന്റെ കഥാകാരന്മാരിൽ ഏറ്റവും തലയെടുപ്പുള്ള വ്യക്തിയാണ് ഇപ്പോൾ പടിയിറങ്ങിയിരിക്കുന്നത്. വ്യതിരിക്തമായ രീതിയിൽ, ആത്മബലമുള്ള കഥകൾ രചിച്ച് നമ്മെ അതിശയിപ്പിച്ച, നമ്മെ മോഹിപ്പിച്ച, നമ്മെ ചിരിപ്പിക്കുകയും അമർഷം കൊള്ളിക്കുകയും ചെയ്ത മഹാനായ കഥാകാരനാണ് ഇല്ലാതായിരിക്കുന്നത്. മലയാളക ഥയുടെ കാല്പനികഭാവത്തെ 'പാടശേഖരന്മാർ മലർന്നുകിടന്ന' എന്ന മട്ടിൽ കിഴക്ക കൊടുത്ത് ഞെട്ടിക്കുകയും നവോന്മേഷം പകരുകയും ചെയ്ത പ്രതിഭാശാലിയായ കഥാകൃത്താണ് നമുക്ക് നഷ്ടമായിരിക്കുന്നത്.

വി കെ എൻ സാഹിത്യത്തിന്റെ ആഴവും പരപ്പും നാം അറിയാ നിരിക്കുന്നതേയുള്ളൂ. അനന്യതയുടെ ആ സാഹിത്യപ്രപഞ്ചത്തിൽ അലസഗമനം നടത്താമെന്ന് ആരും കരുതുന്നുമുണ്ടാവില്ല.

ആചാരവെടികൾകൊണ്ടും മറ്റ ശബ്ദമലിനീകരണംകൊണ്ടും ആ മഹാനായ എഴുത്തുകാരന്റെ മരണത്തെ അപമാനിക്കാതിരുന്ന കേരള ഗവർമെണ്ടിനെ നമുക്ക് അഭിനന്ദിക്കാം. മാമ്പുലുകൾ പരതി അതിന വഴിയൊരുക്കിയ അക്കാദമി കാര്യനിർവഹണക്കാർക്കും അതിലൊരു പങ്ക് പറ്റാവുന്നതാണ്.

കൊച്ചുകേരളത്തിന്റെ കൊച്ചുഭാഷയുടെ വലിപ്പത്തിൽ ഒതുക്കാനാ വാത്ത സാഹിത്യവ്യക്തിത്വമുള്ള വി കെ എൻ എന്ന നമ്മുടെ മഹാനായ എഴുത്തുകാരനെ അല്ലെങ്കിൽ ഏതു മാമ്പല്യകളിലാണ് ഫിറ്റ് ചെയ്യാനാ വുക....?

(വി കെ എൻ - ന്റെ ചരമാനന്തരം എഴുതിയത്)

 അങ്ങനെത്തന്നെയാണ് ഇപ്പോഴും കാര്യങ്ങൾ

ഹൃദയത്തോട് ചേർന്നുനിൽക്കുന്ന ഒരാൾ

രാത്രി ഏതാണ്ട് ഒരു മണിക്ക് ടെലഫോൺ ശബ്ദിച്ചപ്പോൾ എന്തിനെന്നില്ലാതെ ഒന്നു നടുങ്ങി. അസമയത്തെ എല്ലാ ടെലഫോൺവിളികൾക്ക് പിന്നിലും അശുഭവാർത്തയാണ് ഉണ്ടാവുക. ഊഹം തെറ്റിയില്ല. തെല്ലുനേരം അങ്ങനെ വെറുതെയിരുന്നുപോയി.

ഏറെക്കുറെ ശയ്യാവലംബിയായിരുന്ന, ഓർമകൾ പലപ്പോഴും കൈമോശം വന്ന സഖാവ് എം എൻ കുറുപ്പ് ജീവിതത്തിന്റെ പടിക ടന്നിരിക്കുന്നു...

അദ്ദേഹത്തിന്റെ ഒരു ബന്ധുവാണ് ആലപ്പുഴയിൽനിന്ന് വിവരമറി ധിച്ചത്. അപ്രതീക്ഷിതമെന്ന പറയാനാവാത്ത പടിയിറക്കം. ഏതാനും വർഷങ്ങളായി എം എൻ രോഗങ്ങളുടെ തടവറയിലായിരുന്നല്ലോ.

സംഗീതനാടക അക്കാദമിയുടെയും സാഹിത്യസംഘത്തിന്റെയും കമ്മിറ്റികളിൽ കണ്ടുമുട്ടുമ്പോൾ മരുന്നുകൾ ഭക്ഷണമായ അവസ്ഥ യെക്കുറിച്ച് പറഞ്ഞ് ചിരിക്കാൻ ശ്രമിക്കുന്ന എം എ ന്റെ മുഖമാണ് ഓർമയിൽ തെളിഞ്ഞത്...

ഒരിക്കൽ സാഹിത്യസംഘത്തിന്റെ സംസ്ഥാനക്കമ്മിറ്റി കഴിഞ്ഞ്, എറണാകുളത്തുനിന്ന് എല്ലാവരും മടങ്ങാനൊരുങ്ങുമ്പോഴാണ് എം എൻ കുറുപ്പിനെ ഗുരുതരാവസ്ഥയിൽ ആശുപത്രിയിൽ പ്രവേശിപ്പി ക്കുന്നത്. പൊട്ടന്നനെ തുടങ്ങിയ ദേഹാസ്വാസ്ഥ്യം. തക്കസമയത്ത് പരിചരണങ്ങളും വിദഗ്ധചികിത്സയും ലഭിച്ചതുകൊണ്ട് എം എൻ ആ ആഴത്തെ മുറിച്ചുകടക്കുകയായിരുന്നു. സ്നേഹസ്വരൂപനായ ടി കെ രാമകൃഷ്ണന്റെ സാന്നിധ്യവും സത്വരശുദ്ധയും അന്ന് ആശുപത്രി യിൽ സാന്ത്വനമാവുകയുമുണ്ടായി. ഇടർന്ന് എം എൻ ഏറെ നാൾ ആശുപത്രിയിൽ കിടക്കേണ്ടിവന്നു.

ആയിടക്ക് അദ്ദേഹത്തെ കാണാൻ കോഴിക്കോട്ടനിന്നുപോയ എന്നോടൊപ്പം ഭാര്യയുമുണ്ടായിരുന്നു. ഞങ്ങൾ ചെന്നപ്പോൾ ആശുപത്രിയിൽ പൊന്നമ്മച്ചേച്ചിയുണ്ട്. കണ്ണടച്ചുകിടക്കുന്ന എം എന്നെ വിളിച്ച പൊന്നമ്മച്ചേച്ചി ഞങ്ങൾ വന്ന വിവരം പറയുന്നു. ഞങ്ങളെ കണ്ണടക്കാതെ നോക്കിയതല്ലാതെ അദ്ദേഹം ഒന്നുമുരിയാട്ടുന്നില്ല. ആ മുഖത്ത് ഒരു വികാരപ്രകടനവുമില്ല. പൊന്നമ്മച്ചേച്ചി എന്റെ പേര് പലവുരു ചെവിയിൽ ഉറക്കെ പറഞ്ഞു. അപ്പോൾ ഞങ്ങളാണോ, പൊന്നമ്മച്ചേച്ചിയാണോ കൂടുതൽ വിഷമിച്ചതെന്ന് പറയാനാവില്ല. തെല്ലിടകഴിഞ്ഞ് പൊട്ടന്നനെ എം എൻ ബെഡ്ഡിലിരുന്നു. പിന്നെ എന്നെ നോക്കി കുട്ടികളെപ്പോലെ പൊട്ടിക്കരയാൻ തുടങ്ങി: എന്റെ സിദ്ധാർത്ഥനെ എനിക്ക് മനസ്സിലായില്ലല്ലോ... ഞങ്ങൾക്ക് അദ്ദേഹ ത്തെ സമാധാനപ്പെടുത്തിയെടുക്കാൻ ഏറെ പാട്ടപെടേണ്ടി വന്നു.

ആ ആശുപത്രിവാസവും രോഗവിമുക്തിയുമെല്ലാം വർഷങ്ങൾക്കു മുമ്പായിരുന്നല്ലോ. ഊർജസ്വലതയുടെയും വാഗ് വൈഭവത്തിന്റെയും കർമോത്സുകതയുടെയും നർമോക്തികളുടെയും ആൾരൂപമായിരുന്ന പഴയ എം എൻ പക്ഷേ അതിനുശേഷം ഉണ്ടായിരുന്നില്ല. പ്രസംഗവും എഴുത്തും വായനയും കുറഞ്ഞു. ഓടി നടന്നുള്ള സംഘടനാപ്രവർത്തനം ഇല്ലാതായി. പിന്നീട് എവിടെവെച്ച കാണുമ്പോഴും എം എൻ തന്റെ അനാരോഗ്യത്തെക്കുറിച്ചും മരുന്നുകളുടെ തീപ്പിടിച്ച വിലയെക്കുറി ച്ചും ജീവിതത്തിന്റെ ഞെരുക്കങ്ങളെക്കുറിച്ചുമാണ് സംസാരിച്ചത്. പലപ്പോഴും ഓർമകൾ ശിഥിലമായിരുന്നു. തനിച്ചുള്ള യാത്രകൾ ഒഴിവാ ക്കണമെന്ന് പറയുമ്പോൾ എം എൻ കുറുപ്പിന്റെ ക്ഷീണിതമായ മറുപടി ഇങ്ങനെയാവും - ഒന്നുമില്ലെങ്കിൽ നിങ്ങളെയൊക്കെ കാണുകയെങ്കിലും ചെയ്യാമല്ലോ...

കാണുക മാത്രമല്ല. എനിക്ക് എം എൻ പലപ്പോഴും എഴുതുകയും ചെയ്തു. ചില കത്തുകൾ അദ്ദേഹത്തിന്റെ ഓർമകൾ ശിഥിലമാവുന്ന തിന്റെ ദൃഷ്ടാന്തമായിരുന്നു. നൊമ്പരം മാത്രം തരുന്ന ആ വരികളിൽ നോക്കി ഞാൻ പലപ്പോഴും നെടുവീർപ്പിട്ടിട്ടുണ്ട്. എന്റെ ശേഖരത്തിലെ ഒരു കത്ത് അത്തരത്തില്ലുള്ളതാണ്. നോക്കുക:

കലവൂർ പി ഒ,

98 ആഗസ്റ്റ് 31

പ്രിയപ്പെട്ട സിദ്ധാർത്ഥൻ,

ഇന്നലെ തിക്കോടിയനെ കണ്ടപ്പോൾ, സഖാവിന്റെ ഭാര്യക്ക് എന്തോ അസുഖമായി കിടപ്പിലാണെന്നും അതുമൂലം നിങ്ങൾ വളരെ

     അങ്ങനെത്തന്നെയാണ് ഇപ്പോഴും കാര്യങ്ങൾ

അസ്വസ്ഥനാണെന്നും പറഞ്ഞു.

എന്താണ് അസുഖം? എന്നോട് പറയുക. താങ്കളുടെ കുടുംബവുമായി അത്രക്ക് അടുപ്പമുള്ളയൊരാളെന്ന നിലയിൽ ചോദിക്കുകയാണ്. സദയം എഴുതുക.

സിദ്ധാർത്ഥന്റെ ജോലിഭാരവും ചുമതലയും എല്ലാം എനിക്കറിയാം. സാരമില്ല. ഏതായാലും എഴുതുക. വിശേഷാൽ പ്രതി കിട്ടി. ഉജ്ജ്വലമായ സംവിധാനം നന്മ നേരുന്നു.

സ്നേഹപൂർവം (ഒപ്പ്)

1998 ഒക്ടോബറിൽ എഴുതിയ മറ്റൊരു ദീർഘമായ കത്തിലെ പരാമർശം നോക്കുക:

.....ആഴ്ചയിൽ മൂന്ന് പ്രാവശ്യം മെഡിക്കൽ ട്രസ്റ്റിൽ പോയി, കഴുത്തിന് ഫിസിയോതെറാപ്പിയും ലൈറ്റിനിങ്ങും എടുക്കണം. കൂടുതൽ സഞ്ചരി ക്കുക വയ്യ. അക്കാദമിയിൽ ടി.കെ.യെ ഓർത്ത് ഒരു ദിവസം പോയി.

ഭാര്യക്കും കുട്ടികൾക്കും സുഖമല്ലേ?

സമയം കിട്ടുകയാണെങ്കിൽ നിങ്ങളുടെ ചിത്രാക്ഷരത്തിൽ ഒരു മറുപടി അയക്കുക. രാമവർമയെ ഓർത്തതു നന്നായി.

സ്നേഹപൂർവം, സ്വന്തം (ഒപ്പ്)

എം എനെ ഏറ്റവുമൊടുവിൽ, അടുത്ത കാലത്ത് കണ്ടത് ഓർക്കുന്നു. പുരോഗമനകലാ സാഹിത്യസംഘത്തിന്റെ സംസ്ഥാന കമ്മിറ്റിക്ക് ആലപ്പുഴക്ക് പോവുമ്പോഴേ നിശ്ചയിച്ചതായിരുന്ന കലവൂരിൽ പോയി എം.എനെ കാണണം. അന്ന് കമ്മിറ്റി തുടങ്ങാനും അവസാനിക്കാനും വളരെ വൈകി. പഴയ സഹപ്രവർത്തകൻ പി വി പങ്കജാക്ഷൻ ടെല ഫോണിലൂടെ നൽകിയ കർശനമായ നിർദ്ദേശം ഇങ്ങനെയായിരുന്നു : ഇത്രയും വൈകിയിട്ട് കുറുപ്പുചേട്ടനെ പോയി കാണുന്നത് ഭംഗിയല്ല; ഇന്ന് രാത്രി എന്റെ വീട്ടിൽ തങ്ങി, കാലത്ത് കുറുപ്പ് ചേട്ടനെകണ്ട് കോഴിക്കോട്ടേക്ക് മടങ്ങാം. ഓഫീസിൽ കാത്തിരിക്കുക. വൈകാതെ ഞാനവിടെയെത്തുന്നു....

എം എൻ കുറുപ്പിന്റെ കവിതകളിലൂടെ, ലേഖനങ്ങളിലൂടെ, സംഭാഷണങ്ങളിലൂടെ മനസ്സിൽ പതിഞ്ഞ ദേശത്തിലൂടെയുള്ള പ്രഭാതസഞ്ചാരം. പങ്കനോടൊത്ത് കലവൂരിലുള്ള അദ്ദേഹത്തിന്റെ വീട്ടിലെത്തിയപ്പോഴുള്ള കാഴ്ച മറക്കുക വയ്യ. ഇഡ്ഡ്ലി പൊടിച്ച് ചട്ണി യിൽ കുതിർത്ത് പൊന്നമ്മച്ചേച്ചി സ്പൂണുകൊണ്ട് എം എന് പ്രാതൽ കൊടുക്കുകയാണ്. അരികെ ഹോം നഴ്സ്. പൊന്നമ്മച്ചേച്ചിയുടെ ഒരു

കൈയിൽ പ്ലാസ്റ്ററിട്ടിരിക്കുന്നു. പങ്കൻ ഉറക്കെ വിളിച്ചുകൊണ്ടായിരുന്നു അകത്തളത്തിലേക്ക് കടന്നത്. ഭാഗ്യം, എം എൻ ഞങ്ങളെ തിരിച്ചറി ഞ്ഞിരിക്കുന്നു. എന്നോട് പൊട്ടനനെ ഒരു ചോദ്യം - സിദ്ധാർത്ഥന് എത്ര കുട്ടികളാ...? മറുപടി പറഞ്ഞു. പിന്നത്തെ ചോദ്യം - കുട്ടികളുടെ പേര്?

അതിനിടയിൽ പൊന്നമ്മച്ചേച്ചി പ്ലാസ്റ്ററിട്ട കൈ കാണിച്ച് എന്നോടു പറഞ്ഞു: സിദ്ധാർത്ഥൻ കണ്ടില്ലേ, കുറുപ്പ ചേട്ടന്റെ സമ്മാനമാ...

ചിരിച്ചുകൊണ്ടാണ് പൊന്നമ്മച്ചേച്ചി പറയുന്നത്. ഇഡ്ഡ്ലിക്കഷ്ണങ്ങൾ ചവച്ചുകൊണ്ട് എം എൻ ക്ഷീണിതമായ ശബ്ദത്തിൽ ശരിവെച്ചു; ഞാൻ ഉപദ്രവിച്ചതാ...

ചിലപ്പോൾ മനസ്സിന്റെ താളംതെറ്റുന്ന, ആളുകളെ തിരിച്ചറിയാതാ വുന്ന, ഓർമകൾ കൈവിട്ടുപോവുന്ന അവസ്ഥയെക്കുറിച്ച് നനവൂറിയ ശബ്ദത്തിൽ പൊന്നമ്മച്ചേച്ചി സൂചിപ്പിച്ചു.

അതിനിടയിൽ എം എൻ എന്റെ നേരെ തിരിഞ്ഞു പറഞ്ഞു. വയ്യ സിദ്ധാർത്ഥാ... എനിക്ക് കിടക്കണം...

പങ്കനും ഞാനും കൂടി അദ്ദേഹത്തെ പിടിച്ച് കിടപ്പുമുറിയിലേക്ക് നടന്നു.

എം എൻ പതിയെ കണ്ണടച്ച് കിടന്നു. അത്തരമൊരു അവസ്ഥക്ക് സാക്ഷിയാവുക വേദനാജനകമായിരുന്നു.

പത്രപ്രവർത്തനത്തിന്റെ ബാലപാഠങ്ങൾ പകർന്നു തന്ന ഗുരു. നിരവധി എഴുത്തുകാർക്ക് വേദിയൊരുക്കുന്നതിനിടയിൽ എഴുതാൻ മറന്നുപോയ കവി. പ്രതിഭാശാലികളുടെ താവളങ്ങളിൽ ചടഞ്ഞുകൂടി മൂല്യവത്തായ രചനകൾ ലഭ്യമാക്കിയ സൂത്രശാലിയായ പത്രാധിപർ. ഒറ്റമുണ്ടും പരുക്കൻ ഷർട്ടുമായി കേരളക്കരയിലെ ഗ്രാമാന്തരങ്ങളി ൽപ്പോലും അലഞ്ഞ് ദേശാഭിമാനി സ്റ്റഡിസർക്കിളിന്റെയും തുടർന്ന് പുരോഗമന കലാസാഹിത്യസംഘത്തിന്റെയും സന്ദേശങ്ങൾ വ്യാപി പ്പിച്ച ധൈഷണികസംഘാടകൻ....

മഹാകവി വൈലോപ്പിള്ളിയുടെ കാവ്യലോകസ്മരണകൾ എന്ന കൃതി കൈരളിക്ക് ലഭിക്കുന്നത് എം എൻ കുറുപ്പ് എന്ന ദേശാഭിമാനി പത്രാധിപർ ഉണ്ടായിരുന്നതുകൊണ്ട് മാത്രമാണെന്ന് ഞാനറിയുന്നു. ദീർഘകാലം എം എൻ കുറുപ്പിന്റെ സഹപ്രവർത്തകനായിരുന്ന എനിക്ക് അതേക്കുറിച്ച് കൃത്യമായ ധാരണയുണ്ട്. അതൊരു സാഹ സികയത്നം തന്നെയായിരുന്നു! വൈലോപ്പിള്ളിയുടെ ശകാരങ്ങളും

     അങ്ങനെത്തന്നെയാണ് ഇപ്പോഴും കാര്യങ്ങൾ

ശാപവചനങ്ങളും എം എൻ കുറുപ്പ് എന്ന പത്രാധിപർ പുഷ്പവൃഷ്ടിയായി ഏറ്റുവാങ്ങി. രാത്രിയും പകലും എന്ന ഭേദമില്ലാതെ മഹാകവിയുടെ സന്ത തസഹചാരിയായി അദ്ദേഹത്തിന്റെ പരിഭവവും ശുണ്ഠിയും സ്നേഹവും ആ ദൗത്യനിർവഹണത്തിൽ മൊഴിമുത്തുകളായി ഏറ്റുവാങ്ങി.

എല്ലാറ്റിനുമുപരിയായി സഖാവ് എം എൻ, എന്റെ ഹൃദയത്തോട് ചേർന്നു നിൽക്കുന്നത് ഞാനറിയുന്നു. അടിയന്തരാവസ്ഥക്കാലത്ത്, കോഴിക്കോട് ടൗൺഹാളിൽ അനാർഭാടമായി നടത്തിയ എന്റെ വിവാ ഹത്തിന് സുഹൃദ്ജനങ്ങളെ ക്ഷണിച്ചത് ചീഫ് എഡിറ്ററായിരുന്ന പി ജി യും എഡിറ്ററായിരുന്ന എം എന്മായിരുന്നല്ലോ. അങ്ങനെയൊക്കെ ജീവിതത്തിന്റെ സുപ്രധാനഘട്ടങ്ങളിൽ എം എൻ, എന്റെ ഹൃദയത്തോട് ചേർന്നുനിൽക്കുന്നുണ്ട്. ഈ ഹൃദയസ്പന്ദം നിലയ്ക്കുന്നതുവരെ അതുണ്ടാ വുകയും ചെയ്യുമെന്ന് ഞാനറിയുന്നു.

ഭാഗം 3

അങ്ങനെ അവളുടെ കഷ്ടകാലം തീർന്നെന്നു കരുതിയിരിക്കുമ്പോഴാണ്
നിരുപദ്രവമെന്ന നിലയിൽ നടുവേദന വരുന്നത്. പരിശോധനയിൽ
അവളുടെ അസ്ഥിയിലേക്കുള്ള അർബുദത്തിന്റെ വ്യാപനമാണെന്നറിഞ്ഞു.
അവൾ വീണ്ടും യുദ്ധമാരംഭിച്ചു. കീമോ തെറാപ്പി, റേഡിയേഷൻ....

     അങ്ങനെത്തന്നെയാണ് ഇപ്പോഴും കാര്യങ്ങൾ

സുന്ദരികളും സുന്ദരന്മാരും

മഹാനഗരങ്ങൾ നമ്മെ സ്പർശിക്കുന്നത് പല രീതികളിലാണ്. നഗരവാർത്തകൾ ചിലപ്പോൾ അതിശയിപ്പിക്കുന്നു. ചിലപ്പോൾ ഭീതിയുണർത്തുന്നു. നിസ്സംഗതയിലെത്തിച്ചുവെന്നു വരാം. അപ്പോൾ നഗരങ്ങളുടെ മുഖമുദ്രയായിത്തീരുന്ന സൗന്ദര്യ ചികിത്സാലയങ്ങൾ അഥവാ ബ്യൂട്ടി തെറാപ്പി ക്ലിനിക്കുകൾ പകരുന്ന അറിവുകൾ ചിലരെ സംബന്ധിച്ചിടത്തോളമെങ്കിലും ഒരു മറുലോകത്തിന്റേതാവുന്നു. ഒരുപക്ഷേ പലർക്കും സങ്കല്പിക്കാൻ കൂടി കഴിയാത്ത ഒരു കൗതുക ലോകം. ഭീകരലോകമെന്നും പറയാം.

പ്രതാപത്തിന്റെ തലപ്പാവുമണിഞ്ഞ് നഗരങ്ങളിൽ സ്ഥാപിക്കപ്പെ ടുന്ന വൻകിട സൗന്ദര്യ ചികിത്സാലയങ്ങളിലെ പതിവ് ഇടപാട്ടുകാർ സമ്പന്നരായിരിക്കുമെന്ന് കരുതിയെങ്കിൽ നിങ്ങൾക്കു തെറ്റി. ഇടപാ ട്ടുകാർ ഏറിയകൂറും ഇടത്തരക്കാരാണ് എന്നറിയുക. ഇതിൽ ലിംഗഭേ ദമില്ല. പ്രായഭേദവും ഇല്ലെന്നാണ് രേഖകൾ സൂചിപ്പിക്കുന്നത്.

നിരവധി സൗന്ദര്യചികിത്സാലയങ്ങൾ എങ്ങും പ്രവർത്തനസജ്ജ മാണ്. ഇടപാട്ടുകാരെ അലട്ടുന്ന സൗന്ദര്യപ്രശ്നങ്ങൾ പലതാവാം. ചിലർക്ക് മുഖക്കുരുവിന്റെ പാട്ടുകളാവാം ഉറക്കം നഷ്ടപ്പെടുത്തുന്ന കാര്യം. ശരീരകലകളിൽ വർണം ചാർത്തുവാനോ വർണം കെടുത്തു വാനോ ചിലർ ക്ലിനിക്കുകൾ കയറിയിറങ്ങുന്നു. ചീർത്തു തുടങ്ങിയ കവിളുകളും വികൃതമായ മൂക്കുകളും കുടവയറും കണ്ണിന് കീഴെ പടർന്ന കറുപ്പനിറവും സ്തനവലിപ്പമില്ലായ്മയും വികൃതമായ നിതംബഭാരവും ഭംഗിയില്ലാത്ത പുരികവും എല്ലാമെല്ലാം ക്രമപ്പെടുത്തി സുന്ദരികളും സുന്ദ രന്മാരുമാവാൻ അഭിലഷിക്കുന്നവരുടെ എണ്ണം നാൾക്കുനാൾ വർധി ക്കുകതന്നെയാവണം. നഗരങ്ങളിൽ പിന്നെയും പിന്നെയും മുളച്ചുപൊ ന്തുന്ന, ബ്യൂട്ടി ക്ലിനിക്കുകളുടെ സൈൻ ബോഡുകൾ വെളിപ്പെടുത്തുന്നത്

മറ്റൊന്നാവില്ലല്ലോ. റിസ്റ്റോറേറ്റീവ് ആന്റ് കോസ്മെറ്റിക് സർജറി ഫെഡ റേഷന്റെ പ്രസിഡണ്ട് ഡോ.വിജയശർമ്മ അക്കാര്യം അടിവരയിട്ടന്ന മുണ്ട്. സൗന്ദര്യസംബന്ധിയായ അമിതസംഘർഷം ആധുനികരായ നഗരവാസികളെ വേട്ടയാട്ടകയാണത്രേ!

ക്ലിനിക് സന്ദർശകരിൽ നാൽപത് ശതമാനവും ഉദ്യോഗസ്ഥക ളാണെന്നം അതിൽ സമ്പന്നരെന്നോ, ഇടത്തരക്കാരെന്നോ ഉള്ള വ്യത്യാസമില്ലെന്നം കോസ്മെറ്റിക് ഫിസിഷൻ ജമുനാ പൈ വ്യക്തമാ ക്കുന്നു. സൗന്ദര്യ ചികിത്സാലയത്തിലെ തെറാപ്പിസ്റ്റകൾ ഒരു കേസിലും ആർക്കും നൂറുശതമാനം ഗാരന്റിയൊന്നും നൽകുന്നില്ല. മുഖസൗകുമാര്യം വർദ്ധിപ്പിക്കുവാൻ എത്തുന്നവർക്ക് പക്ഷേ അക്കാര്യങ്ങളിൽ നോട്ടമില്ല. ആരെയും വീഴ്ത്തുന്ന പരസ്യങ്ങളിൽ കണ്ണു മഞ്ഞളിച്ച് എത്തുന്ന സൗന്ദര്യ ഭിക്ഷാംദേഹികൾ ചലച്ചിത്ര താരങ്ങളുടെയും മോഡലുകളുടെയും ശരീര വടിവുകൾ തങ്ങൾക്ക് പകർത്തിക്കിട്ടുവാൻ കാത്തുകെട്ടിക്കിടക്കുകയാ ണത്രേ ക്ലിനിക്കുകളിൽ. അവരുടെ മിനിമം ഡിമാന്റ് ഇങ്ങനെയാവും: ഏതെങ്കിലും നടന്റെയോ നടിയുടെയോ മൂക്കിന്റെ സ്റ്റൈൽ അല്ലെ ങ്കിൽ കവിളിന്റെ സ്റ്റൈൽ തങ്ങളിലും സൃഷ്ടിക്കുക....! അതിനുവേണ്ട കെമിക്കൽ പീലിങ്ങിനോ, ശസ്ത്രക്രിയക്കോ തയ്യാർ. സൗന്ദര്യം വർധി പ്പിക്കാൻ പണവും പ്രശ്നമാക്കുന്നില്ല ഇക്കൂട്ടർ. ഡോ. ശർമ്മ പറയുന്നു: വില കൂടിയ റഫ്രിജറേറ്ററും ടെലിവിഷനും മറ്റും സ്വന്തമാക്കാൻ പണം ചെലവാക്കുന്നതുപോലെ സുന്ദരനോ സുന്ദരിയോ ആവാൻ അവർ പണം ചെലവാക്കുന്നു. അത്രതന്നെ.

ഒരു തെറാപ്പിസ്റ്റ് വെളിപ്പെടുത്തിയ രസകരമായ സംഭവത്തിലെ കഥാപാത്രം ഒരു സ്ഥാപനത്തിലെ മേലധികാരിയാണ്. അയാളുടെ ആഗ്രഹം സോദ്ദേശ്യവും പരിമിതവുമായിരുന്നു. അയാളുടെ പരുക്കൻ മുഖഭാവത്തിൽ സഹപ്രവർത്തകർ അകന്നുപോവുകയാണ്. അത് അയാൾക്ക് സഹിക്കാനാവുന്നില്ല. മൃദുവും സുന്ദരവുമായ വദനമാറ്റം കൊണ്ട് പ്രശ്നം പരിഹരിക്കാനാവുമെന്ന് കരുതുന്നു... തെറാപ്പിസ്റ്റ് അയാളുടെ അഭീഷ്ടം സാധിച്ചുകൊടുത്തു. സുന്ദരവും സൗമ്യവുമായ ഒരു മുഖം വച്ചുപിടിപ്പിച്ചു.... അതിന് പറ്റിയ മൂക്കും ഡിസൈൻ ചെയ്തു. ഇപ്പോൾ ആ മേലധികാരി തന്റെ ലാവണത്തിൽ സഹപ്രവർത്തകരോട് ഇഴുകി ച്ചേർന്ന് കഴിയുകയാവണം.

സൗന്ദര്യസംരക്ഷണത്തിന് സാഹസികതയോളമെത്തുന്ന മനോ ഭാവമാണ് ആളുകൾ പ്രകടിപ്പിക്കുന്നതെന്ന് പറയാതെ വയ്യ. 5000 രൂപ മുതൽ 18000 രൂപ വരെ വേണ്ടി വരുന്ന ഇഞ്ചക്ഷൻ അടങ്ങിയ

സൗന്ദര്യചികിത്സ നാലോ ആറോ മാസങ്ങൾക്കുള്ളിൽ ആവർത്തി ക്കാൻ ആർക്കും വൈമനസ്യമില്ല. അസൗകര്യവുമില്ല. മുഖകാന്തി വർധിപ്പിക്കാൻ ക്ലിനിക്കിലെത്തുന്ന പന്ത്രണ്ടുകാരിയും സ്തനവലിപ്പം കൂട്ടാനെത്തുന്ന അറുപത്തിമൂന്നുകാരിയും നിതംബത്തിന്റെ രൂപപ്പൊ ലിമക്കായെത്തുന്ന നാൽപ്പതുകാരിയും നഗരങ്ങളിൽ തഴച്ച വളരുന്ന ഈ വൻവ്യവസായത്തിന്റെ ശക്തി സ്തംഭങ്ങൾ തന്നെ! സൗന്ദര്യം സംര ക്ഷിക്കുക മാത്രമല്ല വൈരൂപ്യം ഇല്ലാതാക്കുകയാണ് ബ്യൂട്ടി തെറാപ്പി ക്ലിനിക്കുകൾ എന്ന് അവകാശപ്പെടുന്ന ഇതിന്റെ പ്രയോക്താക്കൾ വാഴ്ത്തപ്പെട്ടുകയും ചെയ്യട്ടെ...!

സുന്ദരികളെയും സുന്ദരന്മാരെയും സൃഷ്ടിക്കുന്ന സ്ഥാപനങ്ങളുടെ സേവനങ്ങൾ എളിയ സന്നാഹങ്ങളോടെയാണെങ്കിലും നഗരപ്രാന്ത ങ്ങളിലും എത്തിത്തുടങ്ങുന്നു! ഏറെ വൈകാതെ ഗ്രാമാന്തരങ്ങളിലും വൈരൂപ്യം ഇല്ലാതാവുന്ന ഒരു ധീരനൂതനലോകം...!

-2001 മെയ് 20

ഒരു ചരിത്രക്കുതിപ്പിന്റെ ഓർമ്മ

വേറ, ഗഗാറിൻ ഗഗനചാരിൻ,

പഥികൻ, എൻവഴി വിട്ടുമാറിൻ...

എന്നിങ്ങനെ ഇടങ്ങുന്ന അയ്യപ്പപ്പണിക്കരുടെ ആ പ്രശസ്ത കവിത മനസ്സിൽ മർമ്മരമുണ്ടാക്കുന്ന അവസരമാണിത്. ഇപ്പോൾ ഒരു നഷ്ട സ്മൃതിയെങ്കിലും, സോവിയറ്റ് യൂണിയൻ ലോകചരിത്രത്തിൽ എഴുതിച്ചേ ർത്ത തിളങ്ങുന്ന ഒരധ്യായം മലർക്കെ ഇറന്നുകൊണ്ട് യൂറി ഗഗാറിൻ നിനവിൽ നിറയുന്ന അവസരമാണിത്.

ചരിത്രത്തിൽ ആദ്യമായി ഒരു മനുഷ്യൻ ബഹിരാകാശ വാഹന ത്തിലേറി ഭൂഗോളത്തെ പ്രദക്ഷിണം വെക്കുകയും സൗരയൂഥത്തിലെ ഗ്രഹങ്ങളോട് സല്ലപിക്കുകയും ചെയ്തു. അത് യൂറിഗഗാറിൻ എന്ന റഷ്യക്കാരനായിരുന്നു.

ലോകജനതക്കാകെ വിസ്മയം പകർന്ന ഒരു സംഭവം 1961 ഏപ്രിൽ 12 നായിരുന്നു. അന്ന് സോവിയറ്റ് യൂണിയന്റെ ബഹിരാകാശ ശാസ്ത്ര ജ്ഞന്മാരുടെ തലവനായിരുന്ന പവേൽ പോപോവിച്ച് ആ അസാ ധാരണസംഭവത്തെ വിലയിരുത്തുന്നത് ഇങ്ങനെ: ഗഗാറിന്റെ ആ നേട്ടത്തോട് തുലനം ചെയ്യാൻ അന്നോളം മറ്റൊന്നുമുണ്ടായിരുന്നില്ല. നാല്പതുവർഷം മുമ്പുള്ള ശാസ്ത്രത്തിന്റെ കുതിപ്പിനെക്കുറിച്ചാണ് നാമോ ർക്കുന്നത്. ഇന്ന് ബഹിരാകാശയാത്ര ഒരു കൊച്ചുവാർത്തയേ ആവുന്ന ള്ള. യൂറി ഗഗാറിൻ ബഹിരാകാശയാത്രികനാവുമ്പോൾ ലോകത്തിന്റെ അവസ്ഥ വ്യത്യസ്തം. അക്കാലത്ത് അമേരിക്കയുടെ ബഹിരാകാശ ശാസ്ത്രജ്ഞർ സോവിയറ്റ് യൂണിയനെ മറികടക്കുവാൻ ഉള്ളുരുകി പ്ര യത്നിക്കുകയായിരുന്നു. ഇരുട്ടിൽ തപ്പുകയായിരുന്നെന്നും പറയാം.

അത്തരമൊരവസ്ഥയിൽ യൂറി ഗഗാറിൻ എന്ന സാഹസിക ന്റെ വിജയശ്രീലാളിതമായ പുഞ്ചിരി ബഹിരാകാശ ശാസ്ത്രത്തിന്റെ

ഭാവിയിലേക്കുള്ള പ്രകാശരേഖയായി. സത്യത്തിൽ ആ സംഭവം പാശ്ചാത്യരാജ്യങ്ങളെ നടുക്കുകയായിരുന്നു. അവർ അന്നോളം സ്വപ്ന ത്തിൽ കൊണ്ടുനടന്ന ഒരു പ്രതിഭാസത്തെയായിരുന്നല്ലോ സോവിയറ്റ് യൂണിയൻ യാഥാർത്ഥ്യമാക്കിയത്.

സോവിയറ്റ് യൂണിയൻ ഇല്ലാതായെങ്കിലും, റഷ്യക്കാർ യൂറി ഗഗാറിനെ ഒരു ധീരനായകനായി ഇപ്പോഴും മനസ്സിൽ കൊണ്ടുനടക്ക ുന്നുണ്ട്. ഗഗാറിന്റെ ബഹിരാകാശപേടകം രൂപകല്പന ചെയ്യുന്നതിൽ പങ്കാളിത്തം വഹിച്ച എഞ്ചിനീയർ യൂറിബിർ യൂക്കോവ് പറയുകയു ണ്ടായി: ശൂന്യാകാശത്തിലേക്കുള്ള വാതിൽ ലോകത്തിന് ആദ്യമായി കാണിച്ചുകൊടുത്തത് ഞങ്ങൾ സോവിയറ്റ്‌യൂണിയൻകാരാണ്. മനുഷ്യ ർക്ക് ഇത്തരം സാഹസികകർമ്മങ്ങൾ ചെയ്യാനാവുമെന്ന് ആദ്യമായി ലോകത്തെ ബോധ്യപ്പെടുത്തിയത് യൂറി ഗഗാറിനാണെന്ന വസ്തുതയും ഞങ്ങൾ എന്നും ഓർമ്മിക്കും. ജീവിത സത്യത്തിനുമേൽ പുളകം ചാർത്തു ന്ന ഇത്തരം അമാനുഷജന്മങ്ങൾ വിരളമായേ പിറവിയെടുക്കുകയുള്ളൂ...

ഗഗാറിനുശേഷം റഷ്യയുടെ നാലാമത്തെ ബഹിരാകാശയാത്രികൻ കൂടിയായ പവേൽ പോപോവിച്ചിന് ഇപ്പോൾ എഴുപതു വയസ്സുണ്ട്. അദ്ദേഹത്തിന്റെ ഓർമ്മയിൽ സഹപ്രവർത്തകനായ യൂറി ഗഗാറിൻ നിറഞ്ഞു കവിയുകയാണ്: ഞങ്ങൾ എല്ലാവരിൽ നിന്നും വ്യത്യസ്തനാ യിരുന്ന ഗഗാറിൻ. വിശാലഹൃദയൻ. ഏറെ വിനീതൻ. എപ്പോഴും സന്തുഷ്ടൻ. മഹത്വാകാംക്ഷയുള്ളവൻ. ഒരിക്കൽ ഞങ്ങളെ വിളിച്ച മേലധികാരി ചോദിച്ചു; ആരാണ് ആദ്യം ബഹിരാകാശത്തേക്ക് യാത്ര യാവുന്നത്? ഞങ്ങൾക്ക് ഒരേയൊരു ഉത്തരമായിരുന്നു: യൂറി ഗഗാറിൻ... ഗഗാറിന്റെ അസാധാരണവും ആകർഷകവുമായ വ്യക്തിത്വത്തിനുള്ള ഞങ്ങളുടെ അംഗീകാരത്തിന്റെ ദൃഷ്ടാന്തം തന്നെയായിരുന്ന അത്.

അങ്ങനെയാണ് ചരിത്രമാകാനുള്ള ആ യാത്രക്ക് ഗഗാറിൻ നിയോ ഗിക്കപ്പെട്ടത്.

കേവലം ഒരു ഗ്രാമീണബാലനായിരുന്ന യൂറിയെ ഇരുപതാം നൂറ്റാണ്ടിലെ ലോകത്തിനുമുമ്പിൽ ഒരു വിസ്മയ പുരുഷനായി അവരോ ധിക്കുന്നതിനും പിന്നീട് ഇതേ മേഖലയിൽ ഒരു ധീരവനിതയായി വാലന്റീന തെരഷ്കോവയെ അവരോധിക്കുന്നതിലും ഒരു സോഷ്യ ലിസ്റ്റ് വ്യവസ്ഥിതിയുടെ വ്യതിരിക്തമായ ഉള്ളടക്കവും കാഴ്ചപ്പാടുമുണ്ട്. എക്കാലത്തെയും അതിരുകളില്ലാത്ത ആവേശവും അഭിമാനവുമായി ആ കാഴ്ചപ്പാട് നിലകൊള്ളുകയുമാണ്.

നിറയൗവനത്തിൽ, 34-ാമത്തെ വയസ്സിൽ യൂറി ഗഗാറിൻ അന്തരി ച്ചു. അവിസ്മരണീയമായ ബഹിരാകാശ യാത്രയ്ക്കുശേഷം ഏഴുവർഷം

കഴിഞ്ഞ് ഒരു വിമാനാപകടത്തിൽ. അതുകൊണ്ടുതന്നെ റഷ്യൻ ജനതയുടെ ഹൃദയങ്ങളിൽ അദ്ദേഹം ഇപ്പോഴും യൗവനദീപ്തിയുടെയും സാഹസികത്വരയുടെയും പ്രതീകമാണ്. യൂറി ഗഗാറിനും അദ്ദേഹം ഭൂഗോളത്തെ പ്രദക്ഷിണം ചെയ്ത് തിരിച്ചെത്തിയ ബഹിരാകാശവാഹനവും റഷ്യയിലെ ജനങ്ങൾക്ക് ഇന്നും ഒരു തീവ്രവികാരമാണ്; രാജ്യ സ്നേഹത്തിന്റെയും ആത്മാഭിമാനത്തിന്റെയും അനശ്വര പ്രതീകമാണ്.

സോഷ്യലിസ്റ്റ് വ്യവസ്ഥയിൽ ജീവിച്ച മരിച്ച ഒരു ചെറുപ്പക്കാരൻ ചരിത്രത്തിലേക്ക നടത്തിയ യാത്രയുടെ, കുതിപ്പിന്റെ നാല്പതാം വാർഷി കവേള നമ്മുടെ നിനവുകളെയും പുഷ്കലമാക്കുന്നുണ്ട്. തീർച്ച

-2001 ഏപ്രിൽ 29

 അങ്ങനെത്തന്നെയാണ് ഇപ്പോഴും കാര്യങ്ങൾ

ചെറിയ ജീവിതസത്യങ്ങൾ

വായനക്കിടയിൽ കമൽ എന്റെ മനസ്സിൽ കയറിപ്പറ്റകയായി
രുന്നു. ഓർമ്മകളുടെ ഒരു ഇരുണ്ട ഭ്രമണ്ഡത്തിൽ ഞാനെ
ത്തിപ്പെട്ടത് അങ്ങനെയാണ്...

മുപ്പത്തിയൊമ്പതാം വയസ്സിൽ നിലച്ചപോയ ഒരു സ്ത്രീ ജന്മം.
മുംബൈക്കാരി. സ്തനാർബ്ബുദം ബാധിച്ച് മരിച്ച കമൽ ഒരു ചരമക്കുറിപ്പിൽ
കയറിപ്പറ്റാൻ പാകത്തിൽ ആരുമല്ല. ഒരു വെറും സാധാരണക്കാരി.
എന്നാൽ ആറുവർഷത്തോളം മാരകമായ രോഗവുമായി, അസാമാന്യ
മായ ധീരതയോടെ പൊരുതിയ കമൽ ആ അർത്ഥത്തിൽ സാധാര
ണക്കാരിയുമല്ല. ആ ഹ്രസ്വജീവിതം കർമ്മനിരതമായിരുന്നു.

അവസാന നിമിഷംവരെയും ജീവിച്ചുതീർക്കുക എന്ന ധർമ്മമാണ്
കമൽ നിർവഹിച്ചത്. അത് അവളുടെ ജീവിതാനന്ദവുമായിരുന്നു.
മഹാരോഗത്തോട് മല്ലിടാൻ പ്രദർശിപ്പിച്ച മനോഭാവമാണ് കമലിനെ
വ്യത്യസ്തയാക്കുന്നത്. നിശ്ചയദാർഢ്യം കൊണ്ട് ഏത് ദാരുണാവസ്ഥ
യെയും മുറിച്ചുകടക്കാനാവുമെന്ന വലിയ സത്യമാണ് ആ ചെറിയ
ജീവിതംകൊണ്ട് കമൽ സാക്ഷ്യപ്പെടുത്തിയത്.

ആറുവർഷം മുമ്പാണ് രോഗനിർണയത്തിൽ കമലിന് സ്തനാർബ്ബുദ
മാണെന്ന് വ്യക്തമായത്. രോഗം കണ്ടെത്തിയ ഒരാഴ്ചയ്ക്കുള്ളിൽ തന്നെ
കമലിന്റെ സ്തനങ്ങൾ മുറിച്ചുമാറ്റി. തുടർന്ന് വലിയ തോതിലുള്ള കീമോ
തെറാപ്പി, റേഡിയേഷൻ... അനിവാര്യമായ ഈ അവസരത്തിലാണ്
അവൾ തുണയറ്റവളായത്. വിവാഹജീവിതം തകർന്നു. പിന്നെ രണ്ടു
കൊച്ചുകുട്ടികളും അവളും മാത്രം. വീട്ടുജോലിയിൽ സഹായിക്കാൻപോ
ലും ആരുമില്ല. കമൽ ആപ്പീസ് വിട്ടവരുന്നതുവരെ കൊച്ചുകുട്ടികൾ
ക്രഷിൽ തങ്ങി.

അതികഠിനമായ ഈ പീഡനകാലത്തും ഏതാനും ദിവസങ്ങൾ മാത്രമാണ് കമൽ ലീവെടുത്തത്. അസഹ്യമായ വേദനയെയും ഛർദ്ദി യെയുമൊന്നും ക്വസാതെയാണ് കൃത്യമായി കുട്ടികളെ ക്ലാസിലേക്കയ ച്ചതും ട്രെയിൻ ഇറങ്ങി അരകിലോമീറ്ററോളം നടന്ന് ആപ്പീസിലെത്തി യതും.

ആപ്പീസിൽ കമൽ ഒരു വിസ്മയമായിരുന്നു. രോഗപീഡയും അന്തഃ സംഘർഷങ്ങളും വേട്ടയാടുമ്പോഴും പ്രസന്നതയും ഉൽക്കടമായ ജീവി താഭിമുഖ്യവും... ആ ചെറിയ ആപ്പീസിന്റെ മുക്കിലും മൂലയിലും അവളുടെ വേറിട്ട ശബ്ദം എപ്പോഴും കേട്ടു. ഉച്ചഭക്ഷണവേളയിൽ കമൽ ഡബ്ബ തുറന്ന് തന്റെ പാചകകലയിലെ വൈദഗ്ധ്യം എല്ലാവരെയും അനുഭ വിപ്പിച്ചു. അവൾ ശരിക്കും ഒരു തുറന്ന മട്ടുകാരിയായിരുന്നു. ആപ്പീസിൽ മേലധികാരിയെന്നോ, പ്യൂൺ എന്നോ, ലിഫ്റ്റ്മാൻ എന്നോ ഉള്ള വകഭേദങ്ങളൊന്നുമുണ്ടായിരുന്നില്ല.ഈ തുറന്ന രീതികൊണ്ട് ചില പ്പോഴൊക്കെ അവൾ അർഹിക്കുന്ന ആദരവും സ്ഥാനമഹിമയുമൊക്കെ നഷ്ടപ്പെടുത്തിയെങ്കിലും.

കീമോ തെറാപ്പിയിൽ കമലിന്റെ തലമുടിയെല്ലാം കൊഴിഞ്ഞു. അവൾ എപ്പോഴും സ്കാർഫ്കൊണ്ട് തലമൂടി. പിന്നെ വിഗ് ധരിച്ചു. എന്നാൽ താമസിയാതെ അവളുടെ തലയിൽ മുടി കിളിർക്കാൻ തുടങ്ങി. എന്നല്ല സമൃദ്ധമായി തന്നെ വളർന്നുതുടങ്ങി. നല്ല വസ്തുക്കളോട്ടും നല്ല ഭക്ഷണത്തോട്ടുമുള്ള താല്പര്യം അവൾ ഒട്ടും കുറച്ചില്ല. അതിന് വിഘാത മാവുമ്പോഴൊക്കെ അവൾ രോഗത്തെ ചെവിക്ക് കിഴക്കി പിടിച്ചിരുത്തി. മാർക്കറ്റിൽ എന്ത് പുതിയ സാധനം വന്നാലും കമൽ അത് വാങ്ങിയി രിക്കും. റസ്റ്ററന്റുകളിലെ പുതിയ വിഭവങ്ങളുടെ രുചിയറിയുക ആദ്യം അവളായിരിക്കും.

അങ്ങനെ അവളുടെ കഷ്ടകാലം തീർന്നെന്നു കരുതിയിരിക്കുമ്പോ ഴാണ് നിരുപദ്രവമെന്ന നിലയിൽ നടുവേദന വരുന്നത്. പരിശോധ നയിൽ അവളുടെ അസ്ഥിയിലേക്കുള്ള അർബുദത്തിന്റെ വ്യാപന മാണെന്നറിഞ്ഞു. അവൾ വീണ്ടും യുദ്ധമാരംഭിച്ചു. കീമോ തെറാപ്പി, റേഡിയേഷൻ....

തലമുടി വീണ്ടും കൊഴിഞ്ഞു. ഡോക്ടർമാർ അവൾക്ക് ആറു മാസമാണ് അനുവദിച്ചത്. എല്ലാ പ്രവചനങ്ങളെയും വെല്ലുവിളിച്ചുകൊ ണ്ട് പക്ഷേ കമൽ ഒന്നു രണ്ടുവർഷം പിന്നെയും പിന്നിട്ടു.

ചിരിച്ചുകൊണ്ട്, ഉന്മേഷം പ്രസരിപ്പിച്ചുകൊണ്ട്, ഒച്ചവെച്ചുകൊണ്ട് ജീവിത പരിസരങ്ങളിൽ എവിടെയും കമൽ...

 അങ്ങനെത്തന്നെയാണ് ഇപ്പോഴും കാര്യങ്ങൾ

ഏറെക്കഴിയുന്നതിനുമുമ്പ് അർബ്ബുദം അവളുടെ ശ്വാസകോശങ്ങ
ളിലേക്ക് വ്യാപിച്ചു. പലപ്പോഴും അവൾ ശ്വാസമറ്റ് കിടന്നു. എന്നിട്ടും
അവൾ ആപ്പീസിൽ പോയി. വാരാന്ത്യങ്ങളിൽ കുട്ടികളോടൊത്ത്
കടപ്പുറത്തുപോയി.

അർബ്ബുദത്തിന്റെ ക്രൂരനഖങ്ങൾ പിന്നെ നീണ്ട ചെന്നത് അവളുടെ
കരളിന നേർക്കാണ്. മരണത്തിന്റെ കാലടിശബ്ദത്തിന് കാതുകൊട്ട
ക്കാൻ അവൾ നിർബ്ബദ്ധയായി. അതിന്റെ ഒരു അടയാളവും പക്ഷേ
ജീവിതവ്യാപാരങ്ങളിൽ വന്നുകൂടെന്ന് കമൽ ദൃഢനിശ്ചയം ചെയ്തിരുന്നു.
ഏറ്റവും അടുത്ത കൂട്ടുകാരോട് മാത്രമാണ് ദുസ്സഹമായ വേദനകളെക്ക
റിച്ചും ശക്തമായ വേദനസംഹാരികൾ പോല്യും ഏശാതെ പോവുന്ന
തിനെക്കുറിച്ചും സംസാരിച്ചത്. അവൾ അപ്പോഴും ജോലി മുടക്കിയില്ല.
ലീവെടുക്കാനും വിശ്രമിക്കാനും പറയുന്ന കൂട്ടുകാരോട് അവൾ പറഞ്ഞു:
വീട്ടിലിരുന്നാൽ ഞാൻ ചത്തുപോകും....

അരക്കെട്ടിലെ അരുതായ്മ മൂർച്ഛിച്ച് ഇളകാൻ പോല്യുമാവാതെ
വന്നപ്പോൾ കമൽ ഒരു ദിവസം ലീവെടുത്തു. മോർഫിൻ കുത്തിവെച്ചിട്ടും
വേദനക്ക് ശമനമുണ്ടായില്ല. എന്നാൽ അടുത്ത വൈകുന്നേരം അവൾ
ഒരു കൂട്ടുകാരിയുമൊത്ത് മാർക്കറ്റിൽ പോയി പഴയ ചില അടുക്കളപ്പാ
ത്രങ്ങൾ വിൽക്കുകയും പുതിയൊരു കുക്കർ വാങ്ങുകയും ചെയ്തു. അവൾ
പുതിയ വീട്ടിലേക്കുള്ള താമസത്തിന് ഒരുങ്ങുകയായിരുന്നു....

അതെ ഏറെത്താമസിയാതെ കമൽ ഒരിക്കല്യും തിരിച്ചവരാത്ത
വീട്ടിലേക്കാണ് പോയത്...!

അർബ്ബുദരോഗിയാണെന്നറിഞ്ഞിട്ടും, മനക്കരുത്ത് നഷ്ടപ്പെടാതെ
പിടിച്ചുനിന്ന എന്റെ അനുഭവത്തിലെ ആദ്യവ്യക്തി കവി.എൻ.എൻ.
കക്കാട്; പിന്നെ മറ്റൊരാൾ...

-2001 ഏപ്രിൽ 15

കാരുണ്യത്തിന്റെ മറ്റൊരു വഴി

നവവിവാഹിതകളുടെ തീപ്പൊള്ളലേറ്റുള്ള അപകടവും അപമൃതിയും ഏറിയകൂറും സ്ത്രീധന പ്രശ്നങ്ങളമായി ബന്ധപ്പെട്ടാണല്ലോ. പുതുപെണ്ണങ്ങൾ മാത്രമല്ല, രണ്ടും മൂന്നും കുട്ടികളുടെ അമ്മമാരായവ ർപോലും സ്ത്രീധനത്തിന്റെ പേരിൽ അടുക്കളമരണത്തിന് ഇരയാവുന്ന വാർത്തകൾ ഉണ്ടാവാറുണ്ട്.

ഈ സാമൂഹികവിപത്തിനെതിരെ ഒരു പരിധിവരെ വൈദ്യശാ സ്ത്രവുമായി ബന്ധപ്പെട്ടും പ്രവർത്തിക്കാൻ കഴിഞ്ഞേക്കാം. തീപ്പൊ ള്ളലേറ്റ് ഗുരുതരാവസ്ഥയിൽ ആശുപത്രികളിൽ എത്തിപ്പെടുന്നവരെ പലപ്പോഴും പല അപര്യാപ്തതകളാൽ രക്ഷപ്പെടുത്താൻ കഴിയാറി ല്ലല്ലോ. വൈദ്യശാസ്ത്രത്തിന്റെ ആ വഴിക്കുള്ള ചിന്തയുടെ ഫലമാണ് ചർമ്മ ബാങ്കുകൾ എന്നു പറയാം. നമുക്ക് പരിചിതമായ രക്തബാങ്കു കൾപോലെ, നേത്രബാങ്കുകൾ പോലെ. രക്തദാനത്തിനും നേത്രദാ നത്തിനുമെന്നപോലെ, സാമൂഹിക സേവനപരമായ ആഹ്വാനങ്ങൾ നാളെ ചർമ്മദാനത്തിലും ഉണ്ടായേക്കാം.

നമ്മുടെ രാജ്യത്ത് ഇപ്പോൾ ഒരേയൊരു ചർമ്മബാങ്കാണ് പ്രവ ർത്തനമാരംഭിച്ചിട്ടുള്ളത്; മുംബൈയിലെ സയോൺ ഹോസ്പിറ്റലിൽ. കൃത്യമായി പറഞ്ഞാൽ ഒരു വർഷം മുൻപാണ് ചർമ്മബാങ്ക് സ്ഥാ പിച്ചത്. എന്നാൽ 1983 മുതൽക്കുതന്നെ സയോൺ ഹോസ്പിറ്റലിൽ, ദേശീയാംഗികാരത്തോടെ തീപ്പൊള്ളൽ യൂനിറ്റ് സുസജ്ജമായി പ്രവ ർത്തിച്ചുവരുന്നുണ്ട്; അർപ്പണമനസ്ക്കരായ ശസ്ത്രക്രിയാ വിദഗ്ധർ, നഴ്സുമാർ, ഫിസിക്കൽ തെറാപ്പിസ്റ്റുകൾ, ന്യൂട്രീഷ്യനിസ്റ്റ്, വൈദ്യശാസ്ത്ര സാമൂഹിക പ്രവർത്തകൻ, മറ്റു ഉദ്യോഗസ്ഥന്മാർ തുടങ്ങിയവരുടെ സംഘബലത്തോടെ.

കഴിഞ്ഞ വർഷം സ്ത്രീധനപ്രശ്നത്തിന്റെ ഇരയായി, അറുപത് ശതമാനം തീപ്പൊള്ളലേറ്റ് നിലയിൽ ഒരു ഇരുപത്തഞ്ചുകാരിയെ

 അങ്ങനെത്തന്നെയാണ് ഇപ്പോഴും കാര്യങ്ങൾ

സയോൺ ഹോസ്പിറ്റലിൽ പ്രവേശിപ്പിക്കുകയുണ്ടായി. ചർമ്മബാങ്കി ന്റെ സേവനം ലഭിച്ചിരുന്നില്ലെങ്കിൽ അവരെ മരണവക്ത്രത്തിൽനിന്ന് രക്ഷിക്കാൻ കഴിയുമായിരുന്നില്ലത്രെ.

സയോൺ ഹോസ്പിറ്റലിലെ തീപ്പൊള്ളൽ യൂനിറ്റിന്റെ മേൽനോട്ടം വഹിക്കുന്ന ഡോ. മാധുരി ഗൊറെ പറയുന്നത് നോക്കൂ: വർഷംതോറും എണ്ണൂറിൽപരം തീപ്പൊള്ളൽ കേസുകളാണ് ഞങ്ങളെത്തേടിയെ ത്തുന്നത്. രോഗികൾ മിക്കവാറും വ്യാപകമായി പൊള്ളലേറ്റവരാവും. തൊലി ആസകലം കത്തിക്കരിഞ്ഞവരുമുണ്ടാവും. പൊള്ളലേൽക്കാ ത്ത ശരീരഭാഗങ്ങളിലെ തൊലിയെടുത്ത് പൊള്ളലേറ്റ ഭാഗങ്ങളിൽ വച്ചപിടിപ്പിച്ചാണ് രോഗികളെ രക്ഷിക്കാൻ നോക്കുക. ആസകലം പൊള്ളി, ശരീരഭാഗങ്ങളിൽ ഈർപ്പം പൊടിഞ്ഞുകൊണ്ടിരിക്കുമ്പോൾ അണുബാധയേൽക്കാൻ സാധ്യതയുണ്ട്. അത്തരം അവസ്ഥയിൽ ആശ്വാസപ്രവർത്തനങ്ങൾ ദുഷ്കരമാണ്. അങ്ങനെയുള്ളവരാണ് മരണത്തിലേക്ക് ചെന്നെത്തുന്നതും. സ്വന്തം ശരീരഭാഗങ്ങളിലെ തൊലി വച്ചപിടിപ്പിക്കാനാവാത്ത, ഗുരുതരാവസ്ഥയിലുള്ള രോഗികൾക്ക് ഡോക്ടറുടെ നിർദ്ദേശാനുസരണം ചർമ്മദാതാവിനെ ആശ്രയിക്കുകയെ നിർവാഹമുള്ളൂ. രോഗിയുടെ ബന്ധുവിൽ നിന്നോ ചർമ്മബാങ്കിൽ നിന്നോ ഈ സഹായം സ്വീകരിക്കാവുന്നതാണ്...

അസംസ്കൃത പദാർത്ഥം ഇവിടെ മനുഷ്യന്റെ തൊലിയാണല്ലോ. ഒരുപാട് സങ്കീർണതകളെ മറികടക്കേണ്ട കാര്യം, അങ്ങനെ മൈക്രോ ബയോളജി വിഭാഗത്തിലെ ഡോ. ദാക്ഷാ പണ്ഡിറ്റുമായി കൂടിയാലോ ചിച്ചതിന്റെ ഫലമായാണ് ചർമ്മബാങ്ക് എന്ന ആശയം രൂപം കൊള്ള ന്നത്.

ഡോ. മാധുരി ഗൊറെ തുടർന്ന വിശദീകരിക്കുന്നത് ഇങ്ങനെ: രക്തബന്ധമുള്ളവരിൽ നിന്നല്ലാതെ ജീവിച്ചിരിപ്പുള്ള മറ്റ ദാതാക്ക ളിൽ നിന്ന് തൊലിയോ, മറ്റ അവയവങ്ങളോ സ്വീകരിക്കാൻ നിയമം അനുവദിക്കുന്നില്ല. മരണാസന്നരായ രോഗികളുടെയും അവരുടെ കുടുംബത്തിന്റെയും സഹജീവിസ്നേഹത്തിന്റെ, കാരുണ്യത്തിന്റെ ഉദാരതകൂടി ലഭിച്ചാലേ നിയമക്കുരുക്കകളെ മുറിച്ചുമാറ്റി ചർമ്മബാങ്ക് പ്രവർത്തിക്കാനാവൂ എന്നു ചുരുക്കം. ചർമ്മദാതാക്കളാവാൻ സമ്മ തിച്ചവർ മരിച്ചുകഴിഞ്ഞ് 24 മണിക്കൂറിനുള്ളിൽ തുടയിൽ നിന്നോ പിൻഭാഗത്തുനിന്നോ തൊലിയെടുക്കുന്നു. അതിനുമുമ്പ് രക്തപരിശോ ധനയുണ്ട്. എയ്ഡ്സ് തുടങ്ങിയ പകർച്ചവ്യാധികളുണ്ടോ എന്നറിയാൻ. ബാങ്കിൽ ശേഖരിക്കുന്ന ചർമ്മം അഞ്ച് വർഷത്തോളം കേടുകൂടാതെ സൂക്ഷിക്കാനുള്ള സംവിധാനങ്ങളുണ്ട്. ഇങ്ങനെ ശേഖരിക്കുന്ന ചർമ്മം

തീപ്പൊള്ളലേറ്റ ഏതു രോഗികളുടെ ശരീരവും സ്വീകരിക്കും. വൃക്കയുടെ കാര്യത്തിലെന്നപോലെ ചില ശരീരങ്ങൾ നിരാകരിക്കുന്ന പ്രശ്നമില്ല. തീപ്പൊള്ളലേറ്റവരിൽ വച്ചുപിടിപ്പിക്കുന്ന തൊലി സാധാരണഗതിയിൽ മൂന്നാഴ്ചക്കുള്ളിൽ ഉണങ്ങിച്ചേരുകയും ചെയ്യും.

ഡോ. ഗൊറെ പറയുന്നു : പിന്നിട്ട ഒരു വർഷത്തിൽ ഞങ്ങളുടെ ബാങ്കിനായി രണ്ട് ദാതാക്കളുടെ ചർമ്മമാണ് ശേഖരിക്കാനായത്. ഞങ്ങളുടെ ഹോസ്പിറ്റലിൽതന്നെ ദിവസേന ശരാശരി പത്ത് മരണങ്ങൾ സംഭവിക്കുന്നുണ്ട്. ദിവസവും ചുരുങ്ങിയത് ഒരു ദാതാവിന്റെ ചർമ്മ മെങ്കിലും ഞങ്ങളുടെ ബാങ്കിന് ശേഖരിക്കാനായാൽ ഒട്ടേറെപ്പേരെ തീപ്പൊള്ളലേറ്റ മരണത്തിൽനിന്ന് ഞങ്ങൾക്ക് രക്ഷിക്കാനാവും. മറ്റ ആശുപത്രികളിൽ നിന്നും നിശ്ചിത സമയത്തിനുള്ളിൽ മൃതശരീരങ്ങൾ ലഭിക്കുന്നതും വലിയ സഹായമാവും.

ഇതുസംബന്ധിച്ച് വിശദമായ കാര്യങ്ങൾ ലഘുലേഖകൾ വഴിയായും മറ്റ സന്നദ്ധ സംഘടനകൾ മുഖേനയും ബഹുജനങ്ങളെ അറിയിച്ചവരുന്നുണ്ട്. മരണത്തെ കാത്തുകഴിയുന്നവരുടെയും അവരുടെ കുടുംബങ്ങളുടെയും തിരിച്ചറിവും കാരുണ്യവുമാണ് ഇത്തരം മഹനീയ സ്ഥാപനങ്ങളുടെ വിജയത്തിന്റെ വഴിയൊരുക്കുന്നത് എന്ന് പറയേണ്ടതില്ല. നേത്രബാങ്കുകളുടെ കാര്യത്തിൽ സമൂഹം ഇപ്പോഴും വേണ്ടത്ര ശുഷ്കാന്തി കാണിക്കുന്നുണ്ടെന്ന് പറയാനാവില്ലല്ലോ. ചർമ്മബാങ്കിന്റെ അവസ്ഥയും വ്യത്യസ്തമാവാനിടയില്ല. എങ്കിലും വൈദ്യശാസ്ത്രത്തിന്റെ ഈ വിളിക്ക് നമുക്ക് ചെവികൊട്ടക്കാതിരിക്കാനാവുമോ/

-2001 മെയ് 6

കലാപത്തിനെതിരെ കല

ആദർശവാദികളായ ഒരു പറ്റം ധാരാവി നിവാസികളുടെ കൂട്ടായ്മ യിൽ മതസൗഹാർദ്ദത്തിന്റെ സന്ദേശവുമായി ഒരു ചലച്ചിത്രം രൂപം കൊള്ളുന്നത് പലവിധത്തിലും ശ്രദ്ധ പിടിച്ച പറ്റുന്നുണ്ട്. മുംബൈ മഹാനഗരത്തിന്റെ വേറിട്ടൊരു ഭാവവും രൂപവുമായ ധാരാവിയിൽ നിന്നുള്ള ഏതൊരു സ്നേഹസന്ദേശവും അപ്രസക്തമാവുക വയ്യല്ലോ. ആ സമാരംഭത്തിന്റെ ശക്തിയും ചൈതന്യവുമായ വഖർഖാനിൽനിന്നു തുടങ്ങുന്ന പുതുമയെന്നു പറയാം.

ഏഴാം ക്ലാസിൽ പഠിപ്പ നിർത്തേണ്ടി വന്ന ഭാഗ്യം കെട്ട കൗമാര ക്കാരൻ. അവന് മാതാപിതാക്കളെയും അടുത്ത മറ്റ് ബന്ധുക്കളെയും സംരക്ഷിക്കേണ്ടതുണ്ടായിരുന്നു. സമപ്രായക്കാർ ക്ലാസ്സറിക്കുള്ളിലും വിദ്യയുടെ ആതനലോകങ്ങളിലും അടിവച്ചകയറുമ്പോൾ വഖർഖാൻ ധാരാവിക്കും മാൻഖർദിനുമിടയിലെ എരിവെയിലിൽ അലഞ്ഞുതിരിയുക യായിരുന്നു. കുട്ടിക്കപ്പായങ്ങളും പഴങ്ങളും നടന്നുവിൽക്കുകയായിരുന്നു. ആ അലച്ചിൽ നിന്നത് സ്വപ്നസാഫല്യമെന്നോണം അവൻ ഒരു തയ്യൽ യന്ത്രത്തിന്റെ ഉടമയായപ്പോഴാണ്. ഉൽക്കർഷം തേടിയുള്ള അവന്റെ പ്രയത്നം തുടരുകയായിരുന്നു. ഏതാനും വർഷങ്ങൾക്കുള്ളിൽ ഭേദപ്പെ ട്ട മറ്റൊരിടത്ത് എല്ലാ സൗകര്യങ്ങളുമുള്ള കണ്ണാടി പാവിയ ഒരു കട തന്നെ ഖാൻ സ്ഥാപിച്ചു. ഈ കാലയളവിൽ ഖാൻ ഒട്ടേറെ ജീവിതാനുഭ വങ്ങൾ സ്വന്തമാക്കി. മതത്തിന്റെ പേരിൽ ചേരിതിരിവുകളുണ്ടാവുന്നതും സ്നേഹത്തിനും മമതക്കും വേലിക്കെട്ടുണ്ടാവുന്നതും അയാൾ അറിഞ്ഞു. 1992-93 ലെ വർഗീയ കലാപം വഖർഖാനെയും അയാളുടെ നിരവധി അയൽവാസികളെയും സങ്കുചിതചിന്താഗതിയിലേക്കെത്തിച്ചിരുന്നു. അതുപക്ഷേ വിഭാഗീയതയുടെ ദുരന്തഭവങ്ങൾ ഉല്പാദിപ്പിച്ച പ്രതികരണമാ യിരുന്നു. ഒരു പ്രത്യേക മതത്തിൽ ജനിച്ചപോയതുകൊണ്ടുമാത്രം അവർ അത്രമേൽ വേട്ടയാടപ്പെട്ടിരുന്നു. മരണങ്ങളെയും നാശനഷ്ടങ്ങളെയും

മാത്രമല്ല അവർ അഭിമുഖീകരിച്ചത്. തീരാത്ത സംശയങ്ങളുടെ പേരിൽ അവരൊക്കെ എന്നും തീ തിന്നുകയായിരുന്നു. വഖർഖാൻ പ്രാദേശിക മൊഹല്ല കമ്മിറ്റിയിൽ ചേരാൻ നിർബദ്ധനായത് അങ്ങനെയാണ്. എന്നാൽ മൂന്നു വർഷത്തിനിടയിൽ അയാൾക്ക് തന്റെ വഴി ഏതെന്നു ബോധ്യപ്പെട്ടു. തന്റെ അഭിലാഷ സാഫല്യങ്ങൾക്കായി ഇറങ്ങിത്തി രിക്കുന്നത് അങ്ങനെയാണ്. മതസൗഹാർദ്ദത്തിന്റെയും ഐക്യബോ ധത്തിന്റെയും പ്രബോധനങ്ങൾ നാനാവിധേനയും പ്രചരിപ്പിക്കാൻ തുടങ്ങിയത് അങ്ങനെയാണ്. തന്റെ മകനടക്കമുള്ള ഇളംപ്രായക്കാരെ സംഘടിപ്പിച്ച് പരിശീലനം നൽകി കലാപരവും ബോധനപരവുമായ ശ്രമങ്ങൾ തുടങ്ങിയത് അങ്ങനെയാണ്. ഹിന്ദുവിന്റെയും മുസ്ലിമിന്റെയും ക്രിസ്ത്യന്റെയും സിക്കുകാരന്റെയും വേഷങ്ങൾ കെട്ടി, ഇന്ത്യയുടെ കൊച്ച ദേശീയപതാകകൾ വഹിച്ച് ഇരട്ടിനെതിരെ പ്രതീകാത്മകമായി നീങ്ങുന്ന കുട്ടികളെ പോസ് ചെയ്യിച്ച സ്റ്റിക്കറുകൾ എവിടെയും ശ്രദ്ധി ക്കപ്പെട്ടു. ഹിന്ദുവിന്റെ വേഷം കെട്ടേണ്ട കുട്ടി തല മുണ്ഡനം ചെയ്യാൻ വിസമ്മതിച്ചപ്പോൾ തന്റെ മകനെത്തന്നെയാണ് ഹിന്ദുവിന്റെ വേഷം കെട്ടിച്ചത്. ചിലരൊക്കെ വഖർഖാനെ വട്ട കേസെന്ന് പരിഹസിക്കാ തെയുമിരുന്നില്ല. ലക്ഷങ്ങൾ ചെലവാക്കി ഇത്തരത്തിലുള്ള പോസ്റ്റ റുകളും സ്റ്റിക്കറുകളും നിർമ്മിക്കുമ്പോൾ ചിലർക്കെങ്കിലും അങ്ങനെ തോന്നുക കുറ്റവുമല്ലല്ലോ. ഏതായാലും വഖർഖാന്റെ ഇത്തരത്തിലുള്ള പോസ്റ്ററുകളും സ്റ്റിക്കറുകളും നഗരപ്രാന്തങ്ങളിലോട്ടുന്ന ട്രെയിനുകളി ലും ടാക്സികളിലും പോലീസ് സ്റ്റേഷനുകളിൽപോലും വ്യാപകമായി പതിച്ചവരുന്നുണ്ട്. അരലക്ഷത്തിൽപ്പുരം സ്റ്റിക്കറുകളും ഇതിനകം വിതരണം ചെയ്തിട്ടുണ്ട്. ഒരു ഒഴിയാബാധയെന്നോണം ഖാൻ നടത്തി വരുന്ന ഇത്തരം പ്രവർത്തനങ്ങൾക്ക് പണം ചെലവിട്ടന്നതിലാണ് പലരും അതിശയപ്പെട്ടന്നത്. അതിന് അയാളുടെ മറുപടി ഇത്രമാത്രം: മറ്റുള്ളവരെപ്പോലെ ഞാൻ അവധിയാഘോഷത്തിന് വിനോദയാത്ര പോവുന്നില്ല. അതിനുപകരം എനിക്കു നല്ല കാര്യമെന്നു തോന്നുന്ന ഈ പദ്ധതിക്കു പണം ചെലവിടുന്നു.

ഈ പദ്ധതി വിജയം കാണുന്നു എന്നതന്നെയാണ് വഖർഖാന്റെ ദൃഢവിശ്വാസം. മാനവികതയില്ലെന്നിയ ഇത്തരം സന്ദേശങ്ങൾ മുംബൈ ക്കപ്പുറവും ചെന്നെത്തണമെന്നാണ് ഖാൻ അഭിലഷിക്കുന്നത്.

ഈ പ്രവർത്തനങ്ങളിൽ നിന്ന് ആവേശം ഉൾക്കൊണ്ടതന്നെ യാണ് വഖർഖാനും കൂട്ടുകാരും ചലച്ചിത്ര നിർമ്മിതിക്ക് ഇറങ്ങിത്തിരി ച്ചിരിക്കുന്നത്. ഇതിനുവേണ്ടി സ്ക്രിപ്റ്റ് എഴുതിയ വഖർഖാൻ പ്രധാന

വേഷക്കാരനുമാണ്. ഇരുപത്തിമൂന്നുകാരനായ തൻവീർ റിയാസ് സംവി
ധായകനും ക്യാമറാമാനുമാണ്. റിയാസിനൊപ്പം പ്രവർത്തിക്കുന്ന
ഡോക്ടർ കൂടിയായ സയീദിന് ചലച്ചിത്രപ്രവർത്തനത്തിന ലഭിക്കുന്ന
ജനപങ്കാളിത്തത്തിൽ ആഹ്ലാദവും അഭിമാനവുമുണ്ട്. കടകൾ പൂട്ടിയിട്ടും
ലീവെടുത്തും ആളുകൾ ഇതിന്റെ നിർമ്മാണവേളയിൽ സഹകരിക്കുന്ന
എന്നതാണ് ഇതിന്റെ പ്രവർത്തകരെ ഏറെ ആഹ്ലാദചിത്തരാക്കുന്നത്.

വഖർഖാന്റെയും കൂട്ടാളികളുടെയും ഐക്യസന്ദേശം ടെലിവിഷനെ
ലക്ഷ്യം വെച്ചാണ് നിർമ്മിക്കുന്നത്. അതിന കഴിഞ്ഞില്ലെങ്കിൽ ടിവി
സെറ്റ് തലയിൽ ചുമന്ന്, മാനവികതയുടെ സ്നേഹസന്ദേശങ്ങൾ
നിറഞ്ഞ ഹൃദയവുമായി ഞങ്ങൾ ഗലികൾതോറും കയറിയിറങ്ങും;
ദൃഢനിശ്ചയത്തോടെ വഖർഖാൻ പറയുന്നു.

-2001 ജൂലൈ 1

വീട് നഷ്ടപ്പെടുന്ന മക്കൾ

വീട് വിട്ടിറങ്ങുന്ന കുട്ടികളുടെ പ്രശ്നങ്ങൾ ഉപരിപ്ലവമായ വിശ കലനങ്ങൾക്കോ, വ്യാഖ്യാനങ്ങൾക്കോ വഴങ്ങുന്നതാണെന്ന് പറഞ്ഞുകൂടാ. എന്നാൽ അലിവും സ്നേഹവും അന്യമാവുന്ന കുടുംബാ ന്തരീക്ഷത്തിൽ കുട്ടികൾ അശരണരാവുമെന്ന് പറയാൻ വൈദഗ്ധ്യമൊ ന്നും വേണ്ടതില്ല. ദുസ്സഹമായ ജീവിതാവസ്ഥകൾ വേട്ടയാട്ടമ്പോഴാവാം അവർ പുറംലോകത്തിന്റെ വിശാലതയിൽ അഭയം തേടുന്നത്. വീട് നഷ്ടപ്പെടുന്ന കുട്ടികൾക്ക് പക്ഷേ സമൂഹം സാന്ത്വനമാവുമോ? ഖണ്ഡി തമായി പറയാനാവില്ല. സിനിമയും സാഹിത്യവുമല്ല ജീവിതം എന്ന പലരും മൊഴിയാറുണ്ട്. എന്നാൽ അതിശയോക്തിയോളമെത്താവുന്ന അത്തരം ചില സന്ദർഭങ്ങൾ ജീവിതാവസ്ഥയിൽ സംഭവിക്കാറുണ്ട്.

റാണി ബെഹറ എന്ന പതിനാല്വകാരിയുടെ കഥ ഇവിടെ പ്രസക്ത മാവുന്നത് അങ്ങനെയാണ്. അച്ഛൻ രാജു ബെഹറ, ഒരു ദരിദ്ര കുടുംബ ത്തിന്റെ നായകൻ. അത്രയൊന്നും മിച്ചം വെക്കാനില്ലാത്ത സാധാരണ ജോലി. ജീവിതത്തിന്റെ ഇല്ലായ്മകൾക്കൊപ്പം അല്പസ്വല്പം കൊള്ളരു തായ്മകളും...! ഭാര്യയുടെ ദുരൂഹമരണത്തിനശേഷം പുനർവിവാഹം. രണ്ടാനമ്മയ്ക്ക് റാണി ഒരധികപ്പറ്റായിരുന്നു. പിന്നെ പതിവ്‌ രീതിയില്ലുള്ള പീഡനങ്ങൾ. പതിനാല് വയസ്സുള്ള റാണി ബെഹറ വീടുവിട്ടിറങ്ങിയത് ജീവിതം അത്രമേൽ ദുസ്സഹമായപ്പോഴാണ്. അങ്ങനെ ജഗത് സിങ്പൂർ എന്ന കുഗ്രാമത്തിലെ വീട്ടിൽ നിന്ന് ആ പെൺകിടാവ് പടിയിറങ്ങി. പുറംലോകവുമായി അത്രയൊന്നും പരിചയമില്ലാത്ത റാണി എത്തിപ്പെ ട്ടത് കട്ടക്കിലായിരുന്നു. എവിടേക്ക് പോവണമെന്നറിയാതെ, എന്ത് ചെയ്യണമെന്നറിയാതെ റാണി കട്ടക്കിൽ അലയുമ്പോഴാണ് അവർ വന്നത്; ഒരു മധ്യവയസ്കനും ചെറുപ്പക്കാരിയും. ആ അപരിചിത രുടെ സ്നേഹവും സൗഹൃദവും ഒരത്താണിയാവുകയാണെന്ന് റാണി

കരുതി. ആദ്യം അവൾക്ക് വേണ്ടവോളം ആഹാരം വാങ്ങിക്കൊടുത്തു. ആർത്തിയോടെ ഭക്ഷണം കഴിച്ചത് സ്നേഹവചനങ്ങളുടെ കുളിർമയേ റ്റുകൊണ്ടാണ്. തന്റെ രണ്ടാനമ്മയുടെ എതിർരൂപമായി ആ സ്ത്രീയെ റാണി മനസ്സിൽ വരച്ചുവെച്ചു. പിന്നെ അവർ മൂവരും ചെന്നെത്തിയത് ഭുവനേശ്വറിലാണ്. ഭുവനേശ്വറിലെ ചുവന്ന തെരുവ് തുറകണ്ണുകളോടെ അവരെ കാത്തിരിക്കുകയായിരുന്നു. റാണി ബെഹറക്ക് ആദ്യം കാര്യങ്ങൾ ശരിക്കും പിടികിട്ടിയെന്ന് പറഞ്ഞുകൂടാ. പിന്നെ എല്ലാം തെളിഞ്ഞുവന്നു. കട്ടക്കിൽ പ്രത്യക്ഷപ്പെട്ട രക്ഷകർ, ദൈവദൂതർ ഭുവ നേശ്വറിലെ ചുവന്ന തെരുവിൽ തന്നെ പിടിപ്പത് വിലക്ക് വിൽക്കാൻ ശ്രമിക്കുകയാണെന്നറിയവെ റാണി തളർന്നുപോയി. അവൾക്ക് പക്ഷേ ഒന്നു പൊട്ടിക്കരയാൻ കൂടി ആവതുണ്ടായിരുന്നില്ല. ആ പരിക്ഷീണമായ കണ്ണുകൾ അഭയത്തിനുവേണ്ടി എവിടെയെല്ലാമോ പരതി. ഒരു ചുവന്ന തെരുവിൽ പ്രതീക്ഷിച്ചുകൂടാത്തതിനു വേണ്ടിയാണ് താൻ പരതുന്നത് എന്ന് പാവം റാണിക്ക് അറിയുമായിരുന്നില്ലല്ലോ.

ഒരായിരം കണ്ണുകൾ തന്റെ മേൽ പഴക്കളായി ഇഴയുന്നതും സ്വസ്ഥത കെടുത്തുന്നതും അറിയവെ, അവൾക്ക് കരയാമെന്നായി. തന്നെ ചതിക്കുഴിയിലേക്ക് ആനയിച്ചവരുടെ വഞ്ചനയെക്കുറിച്ച് പറയാമെന്നായി. തന്നെ ഈ ആപത്തിൽ നിന്ന് രക്ഷിക്കണേയെന്ന് വിലപിക്കാമെന്നായി....

റാണിയുടെ വിലാപം മൂർധന്യത്തിലെത്തിയപ്പോഴാണ് അവർ പ്രത്യക്ഷപ്പെട്ടത്; നാഗറെഡ്ഡി എന്ന ലൈംഗികത്തൊഴിലാളി. പഴയ രീതിയിൽ പറഞ്ഞാൽ ഒരു പട്ടവേശ്യ. റാണിയുടെ പ്രശ്നത്തിൽ അവർ ധീരമായിത്തന്നെ ഇടപെടുകയായിരുന്നു. നിയമപാലകരുടെയും സന്ന ദ്ധസംഘടനകളുടെയും ശ്രദ്ധ പൊടുന്നനെ അവിടേക്ക് എത്തിയത് അങ്ങനെയാണ്.

ഇപ്പോൾ റാണി ബെഹറ എന്ന പെൺകിടാവ് ഒരു സന്നദ്ധസംഘ ടനയുടെ അഭയകേന്ദ്രത്തിലാണ്. ആ സംഘടനയും നിയമപാലകരും റാണിയുടെ അച്ഛൻ രാജു ബെഹറയെ കാത്തിരിക്കുകയാണ് മകളെ കൈയോടെ ഏൽപിക്കാൻ.

ഇന്നത്തെ അവസ്ഥയിൽ റാണിയുടെ ഭാവിയെക്കുറിച്ച് നമുക്ക് ഒന്നും പ്രവചിക്കാനാവില്ല. അവളെ രക്ഷിക്കാൻ ചുവന്ന തെരുവിൽ, തെരുവിന്റെതന്നെ ഭാഗമായ പരമകാരുണികയായ ഒരു സ്ത്രീ ഉണ്ടായി എന്നതാണ് ഇവിടെ അവാസ്തവികതയോളമെത്തുന്ന കാര്യം. ഇതോടൊപ്പം കൂട്ടിവായിക്കാവുന്ന/വായിക്കേണ്ട ഒരു നടുക്കുന്ന സംഭവം

കേരളത്തിലെ വനിതാ കമ്മീഷൻ ഈയിടെ വെളിപ്പെടുത്തുകയുണ്ടായി. ഒരു പതിനെട്ടുകാരി തന്റെ ദുർവൃത്തയായ അമ്മയിൽനിന്നും രണ്ടാമച്ഛ നിൽനിന്നും സഹോദരന്മാരിൽനിന്നും രക്ഷപ്പെടുത്തണമെന്നും ഒരു അഭയം നൽകണമെന്നും അല്ലെങ്കിൽ താനും ചീത്ത വഴിയിലേക്ക് എത്തിപ്പെടുമെന്നുമാണത്രേ വനിതാ കമ്മീഷനെ അറിയിച്ചത്!

ഭുവനേശ്വറിലെ ചുവന്ന തെരുവിൽ നിന്ന് റാണിയെ രക്ഷിക്കാൻ ഒരു ലൈംഗികത്തൊഴിലാളിയുണ്ടായി. കേരളത്തിലെ പെൺകുട്ടിയെ അവളുടെ വീട്ടിൽ നിന്നു രക്ഷപ്പെടുത്താൻ ഒരു അമ്മയെ എവിടെനിന്ന് കിട്ടും...!

-2001 ജൂൺ 24

 അങ്ങനെത്തന്നെയാണ് ഇപ്പോഴും കാര്യങ്ങൾ

മനുഷ്യാവകാശങ്ങൾക്കുവേണ്ടി

ആഗ്രാ ഉച്ചകോടിവേളയിൽ ഇന്ത്യയിലെത്തിയ പാകിസ്ഥാൻകാ രിലൊരാളായ ഐ.ആർ.റഹ്മാൻ കഴിഞ്ഞ പത്തുവർഷമായി പാകിസ്ഥാനിലെ മനുഷ്യാവകാശകമ്മീഷൻ ഡയറക്ടറാണ്. അതിനുമുമ്പ് നാല്പതു വർഷം പത്രപ്രവർത്തകൻ. 'ദി പാകിസ്ഥാൻ ടൈംസി'ന്റെ പത്രാധിപരുമായിരുന്നു.

രണ്ടു ദിവസത്തെ മുംബൈ സന്ദർശനവേളയിൽ പത്രലേഖകരുമാ യുള്ള അദ്ദേഹത്തിന്റെ സംഭാഷണം, സമീപനംകൊണ്ടും ആർജവം കൊണ്ടും സവിശേഷമായിരുന്നെന്ന് പറയാം.

ആദ്യമേ അദ്ദേഹം വ്യക്തമാക്കി: പ്രസിഡണ്ട് മുഷറഫിന്റെ പരിവാ രത്തിലൊരാളായല്ല താനിവിടെ വന്നത്. ഇരു രാജ്യങ്ങളും തമ്മില്ലുണ്ടാ വേണ്ട ചർച്ചയുടെ പ്രാധാന്യം ഊന്നിപ്പറഞ്ഞിട്ടുള്ള പാകിസ്ഥാൻ-ഇന്ത്യ പീപ്പിൾസ് ഫോറത്തിന്റെ അംഗമെന്ന നിലയിലാണ്. ചരിത്രമുഹൂർത്തം കുറിക്കുന്ന ഉച്ചകോടിയുടെ സുഗന്ധവാഹിയായ ആദ്യപ്രതികരണം കൈയോടെ ഏറ്റുവാങ്ങാനാണ് താനിവിടെ വന്നത്. ജനാഭിലാഷം മാനിക്കണമെന്നാണ് ഉച്ചകോടിക്ക് ഒരുങ്ങിയിരിക്കുന്ന രാഷ്ട്രതലവ ന്മാരോട് അഭ്യർത്ഥിക്കാനുള്ളത്. പൗരന്മാരുടെ മനസ്സ് ഇടക്കുതൊഴ ത്തിലെന്നോണം കുരുക്കിയിട്ടുന്ന അവസ്ഥ ഇല്ലാതാക്കണമെന്നാണ്

ഇരു രാജ്യങ്ങളിലെയും അധികാരകേന്ദ്രങ്ങളെ അറിയിക്കാനുള്ളത്.

വിദ്വേഷകലുഷമായ പ്രചാരണങ്ങൾ അവസാനിപ്പിക്കുമ്പോൾ ഇരു രാജ്യങ്ങളിലെയും ജനങ്ങളുടെ നിസർഗസുന്ദരവും അസാധാരണമാം വിധം വിപുലവുമായ സൗഹാർദ്ദത്തിന്റെ അന്തരീക്ഷം തുറന്നുവരികതന്നെ ചെയ്യും. മറ്റ മൂന്നാം ലോകരാഷ്ട്രങ്ങൾ വിമോചനപ്പോരാട്ടത്തിലൂടെ മഹനീയ മാതൃക സൃഷ്ടിക്കുമ്പോൾ, ഇന്ത്യയും പാകിസ്താനും സ്വതേ ദുർബലമായ ധനശേഷി വൃഥാവ്യയം ചെയ്ത് കുത്സിതമായ രീതിയിൽ അന്യോന്യം പോരടിക്കുകയാണ്.

പാകിസ്താൻ വിദ്യാലയങ്ങളിലെ പാഠപുസ്തകങ്ങളിൽ ഇന്ത്യ, ചെകുത്താൻ പിടിച്ച ഒരു ശത്രുരാജ്യമായി ചിത്രീകരിക്കപ്പെട്ടുന്നുണ്ട്. പാകിസ്താൻ രാഷ്ട്രപ്പിറവിപോലുള്ള ചരിത്രസംഭവങ്ങൾ തെറ്റായി വ്യാഖ്യാനിക്കപ്പെട്ടുന്നുണ്ട്. ഇത്തരത്തിലുള്ള എല്ലാ ചെയ്തികളും ഇന്ത്യ ക്കെതിരായ വികാരം കൗമാര-യുവമനസ്സുകളിൽ മുളപ്പിച്ചെടുക്കാൻ ഉദ്ദേ ശിച്ചുകൊണ്ടുതന്നെയാണ്. എന്നാൽ ഇത്തരം നികൃഷ്ട നിലപാടുകളിൽ മാറ്റം വരാതെയില്ല. കന്മഷത്തിന്റെ കാർമേഘങ്ങൾ ഉരുകിത്തീരട്ടെ യെന്ന അഭിവാഞ്ഛതന്നെ പ്രകടമാവുന്നുണ്ട്. കാർഗിൽ യുദ്ധത്തിന്റെ പശ്ചാത്തലത്തിൽ സമാധാന പ്രവർത്തനങ്ങൾക്ക് പക്ഷേ ഇടർച്ചയും സംഭവിച്ചിട്ടുണ്ട്.

പാകിസ്താനിലെ മനുഷ്യാവകാശ പ്രവർത്തനങ്ങളെക്കുറിച്ചും റഹ്മാൻ വിശദീകരിക്കുകയുണ്ടായി: പതിനഞ്ച് വർഷം പഴക്കമുള്ള ഒരു അനൗദ്യോഗിക സംഘടനയാണത്. ഇന്ത്യയിലെ പീപ്പിൾസ് യൂണിയൻ ഫോർ സിവിൽ ലിബറട്ടീസ് (പി.യു.സി.എൽ) പോലെയുള്ള സംഘടന. ഞങ്ങളുടെ സംഘടനയുടെ മുഖ്യപ്രവർത്തനം പക്ഷേ മനു ഷ്യാവകാശങ്ങൾക്കുവേണ്ടിയുള്ള വക്കാലത്താണ്. പാകിസ്താനിലെ മനുഷ്യാവകാശലംഘനങ്ങളെക്കുറിച്ച് ഞങ്ങൾ ലഘുലേഖകളും ആനു കാലികങ്ങളും പ്രസിദ്ധം ചെയ്യുന്നുണ്ട്. അവയൊക്കെ പാകിസ്താന്റെ വെളിയിൽ വൻ പ്രചാരങ്ങൾ നേടുന്നുണ്ട്. അതുവഴിക്കുള്ള സമ്മർദ്ദങ്ങൾ സർക്കാറിൽ അനുഭവപ്പെട്ടുന്നുമുണ്ട്. മനുഷ്യാവകാശങ്ങൾ ആരുടെ യെങ്കിലും പാരിതോഷികമല്ലെന്നും അതു ജന്മദത്തമാണെന്നുമാണ് ഞങ്ങൾ ജനങ്ങളെ പഠിപ്പിക്കുന്നത്.

പട്ടാള ഭരണക്രമത്തിലെ കമ്മീഷൻ പ്രവർത്തനങ്ങളെക്കുറിച്ചും അദ്ദേഹം വിശകലനം ചെയ്യുകയുണ്ടായി. ജനാധിപത്യവ്യവസ്ഥ യിൽ മാത്രമേ മനുഷ്യാവകാശങ്ങൾക്ക് അസ്തിത്വമുള്ളൂ എന്നതിനാൽ പട്ടാളഭരണത്തെ നിരാകരിക്കാനേ കഴിയൂ. എന്നാൽ പട്ടാളഭരണം ഞങ്ങളുടെ ശബ്ദത്തെ കഴുത്തു ഞെരിച്ച് കൊന്നില്ലെന്ന് പറയാം. അതു

 അങ്ങനെത്തന്നെയാണ് ഇപ്പോഴും കാര്യങ്ങൾ

മറ്റൊന്നുകൊണ്ടുമല്ല. ലോകരാഷ്ട്ര സമൂഹത്തിലെ പ്രതികരണങ്ങൾക്ക് ചെവികൊടുക്കേണ്ടിവരുമല്ലോ എന്നോർത്താണ്.

പത്രപ്രവർത്തകർക്ക് പാകിസ്ഥാനിൽ എത്രത്തോളം സ്വാതന്ത്ര്യമു ണ്ട് എന്ന ചോദ്യത്തിന് റഹ്മാൻ പറഞ്ഞത് ഇങ്ങനെ: സ്വാതന്ത്ര്യം എന്നത് ആപേക്ഷികമാണ്. പട്ടിണി കിടക്കാൻ സ്വാതന്ത്ര്യമുണ്ട്. ഗവൺമെന്റിനെ വാഴ്ത്തിയെഴുതാൻ സ്വാതന്ത്ര്യമുണ്ട്. പാകിസ്ഥാനിലെ വൻകിട പത്രങ്ങൾ വ്യവസ്ഥാപിതത്വത്തിന്റെ ഭാഗമായിക്കഴിഞ്ഞിരി ക്കുന്നു. അവർക്ക് അധികാരത്തെ പ്രീണിപ്പിച്ചുകൊണ്ടല്ലാതെ ഗുണഫ ലങ്ങൾ കൊയ്തെടുക്കാനാവില്ല. പാകിസ്ഥാനിലെ പത്രങ്ങൾ മനുഷ്യാവ കാശലംഘനങ്ങളെക്കുറിച്ചും എഴുതാറുണ്ട്. കശ്മീരിലോ, പലസ്തീനിലോ, അമേരിക്കയിലോ, ഇംഗ്ലണ്ടിലോ, അല്ലെങ്കിൽ ആഫ്രിക്കയിലോ മനുഷ്യാവകാശലംഘനങ്ങൾ നടക്കുമ്പോൾ മാത്രം. പാകിസ്ഥാനിലെ കഥകളാവുമ്പോൾ, അതു സ്ഥിരം വില്ലന്മാരായ പോലീസുകാരിലോ, ഭൂപ്രമാണിമാരിലോ ഒതുക്കുകയാണ് ചെയ്യുക. സ്ത്രീകൾക്കും ന്യൂനപക്ഷ ങ്ങൾക്കുമെതിരെയുള്ള അത്യാചാരങ്ങൾക്കുനേരെ പത്രങ്ങൾ കണ്ണട ക്കുന്നു. ഇറുകണ്ണുകളോടെ നിൽക്കുന്ന പട്ടാളം ആപ്പീസു പൂട്ടിക്കുമെന്ന് അവർക്ക് നന്നായി അറിയാം.

ആഗ്രാ ഉച്ചകോടിയുടെ പതനത്തിൽ ഖിന്നനായിട്ടായിരിക്കും സ്വാ ഭാവികമായും റഹ്മാൻ ഇന്ത്യ വിട്ടിരിക്കുക. അദ്ദേഹത്തെപ്പോലെയുള്ള വർ, ഇരു രാജ്യങ്ങളിലെയും സമാധാനപ്രേമികളായ കോടിക്കണക്കിൽ ജനങ്ങളെയാണ് പ്രതിനിധാനം ചെയ്യുന്നതെന്ന് പറയാം.

ആഗ്രാ ഉച്ചകോടിക്ക് വാർത്താമാധ്യമങ്ങൾ അമിതപ്രാധാന്യം നൽകി. ഉച്ചകോടി പരാജയപ്പെട്ടുവെന്ന് പറയുന്നതും അതേ ആവേ ശത്തോടെതന്നെ. അത്യുക്തിയുടെയും അതിശയോക്തികളുടെയും ഇടയിൽ ഉച്ചകോടിയുടെ സദ്ഫലങ്ങൾ കാണാതെപോവില്ലെന്ന് കരുതാം...

അമ്പലവും പള്ളിയും ഒരു വാസ്തുശില്പിയും

സ്വാതന്ത്ര്യാനന്തരം, വല്ലഭായ്പ്പട്ടേലിന്റെ നിർദ്ദേശാനുസരണം സോമനാഥക്ഷേത്രത്തിന്റെ പുനർനിർമ്മാണത്തിൽ നേതൃത്വം വഹിച്ച പ്രഗല്ഭ വാസ്തുശില്പി പ്രഭാശങ്കർ സോമ്പുര മുത്തച്ഛൻ. 1968 ൽ ബദരീനാഥ ക്ഷേത്രത്തിന്റെ പുതുക്കിപ്പണിയൽ വേളയിൽ ഒരപകടത്തിൽ മരണമടഞ്ഞ വാസ്തുശില്പി അച്ഛൻ. അച്ഛൻ മരിക്കുമ്പോൾ ചന്ദ്രകാന്ത് ബി സോമ്പുര വാസ്തുവിദ്യ പഠിപ്പിക്കുന്ന വിദ്യാലയത്തിൽ ഒന്നാം വർഷ വിദ്യാർത്ഥിയായിരുന്നു. പ്രസിദ്ധക്ഷേത്ര ശില്പവിദ്യാനിപുണനായ മുത്തച്ഛന് ആധുനിക വാസ്തുശില്പ രീതികളോട് തികഞ്ഞ പുച്ഛം. അദ്ദേഹം കൊച്ചുമകനോട് ചോദിച്ചത്, പെട്ടികൾ ഉണ്ടാക്കുന്നതുപോലെയുള്ള കെട്ടിടനിർമ്മാണവേല പഠിച്ചതുകൊണ്ട് എന്തു പ്രയോജനമെന്നായിരുന്നു. അങ്ങനെയാണ് ചന്ദ്രകാന്ത് സോമ്പുര ആ വിദ്യാലയത്തിൽ നിന്നിറങ്ങി മുത്തച്ഛനോടൊപ്പം ക്ഷേത്രശില്പവേലകളിൽ സഹായിയായി ഇടകമിട്ടത്. മുത്തച്ഛൻ മരിച്ചതോടെ, കുടുംബത്തിന്റെ

　അങ്ങനെത്തന്നെയാണ് ഇപ്പോഴും കാര്യങ്ങൾ

പാരമ്പര്യം ചന്ദ്രകാന്ത് ഏറ്റെടുത്തു എന്നു പറയാം. ഇതിനകം ഇന്ത്യയി ല്ലും വിദേശത്തുമായി നൂറിൽപ്പരം ക്ഷേത്രങ്ങളിൽ തന്റെ വാസ്തുവിദ്യാ നൈപുണ്യം കാഴ്ചവെക്കുവാൻ ചന്ദ്രകാന്തിന് അവസരമുണ്ടായിട്ടുണ്ട്.

സിംഗപ്പൂരിലും അമേരിക്കയിലും ലണ്ടനിലും അയാൾ സവിശേ ഷമായ ക്ഷേത്രനിർമ്മാണങ്ങൾ വഴി ഖ്യാതി നേടിയിട്ടുണ്ട്. സിമന്റും കമ്പിയുമില്ലാതെ, കല്ലിൽ കൊത്തിയെടുത്ത ലണ്ടനിലെ കൂറ്റൻ സ്വാമിനാരായണക്ഷേത്രം ഗിന്നസ് ബുക്കിലും അടയാളമായിട്ടുണ്ട്. ക്ഷേത്രങ്ങളുടെ നേരവകാശികളായി ചമഞ്ഞു നടക്കുന്ന വിശ്വഹിന്ദു പരിഷത്തുകാരുടെ കാക്കക്കണ്ണുകൾ ചന്ദ്രകാന്ത് സോംബ്രയുടെ നേരെ പതിക്കുന്നത് അങ്ങനെയാവണം. 1980 ൽത്തന്നെ അയോധ്യാ ക്ഷേത്ര ത്തിന്റെ രൂപരേഖ തയ്യാറാക്കുന്ന ജോലി അയാളെത്തേടിയെത്തുകയും ചെയ്തുവത്രെ.

അയോധ്യയിലെ രാമക്ഷേത്രനിർമ്മാണം വൈകുന്നത്, അതു രൂപ കല്പന ചെയ്ത ചന്ദ്രകാന്ത് ബി സോംബ്രയെ ഇപ്പോൾ ഏറെയൊന്നും അലട്ടുന്നില്ല. ക്ഷേത്രം പണിതുയർത്തലും അതിന്റെ രൂപരേഖ തയ്യാറാക്കലും തന്റെ തൊഴിൽ. ക്ഷേത്രനിർമ്മാണത്തിനുള്ളിലെ രാഷ്ട്രീയത്തിൽ തനിക്ക് താല്പര്യമില്ല. താൻ നിഷ്പക്ഷനാണ്. അയാൾ വെളിപ്പെടുത്തിയത് അങ്ങനെ. 1990 ൽ സോംബ്ര രൂപരേഖ തയ്യാ റാക്കുമ്പോൾ ക്ഷേത്രനിർമ്മാണച്ചെലവ് പത്തുകോടി രൂപയോളം വരുമെന്നാണ് കണക്കാക്കിയത്. അയാളുടെ കമ്മീഷൻ 1.5 ശതമാ നപ്രകാരം പതിനഞ്ചു ലക്ഷവും. 2001 ലെ ഇപ്പോഴത്തെ നിരക്കിൽ ക്ഷേത്രനിർമ്മാണത്തിന് മുപ്പതുകോടി രൂപ വേണ്ടിവരും. അയാളുടെ വിഹിതം നാല്പത്തിയഞ്ചു ലക്ഷവും.

ബാബറിപ്പള്ളി നശിപ്പിക്കുന്നതിന്റെ രണ്ടു വർഷം മുമ്പാണ്, അഹമ്മ ദാബാദ് സ്വദേശിയായ ഈ ക്ഷേത്രശില്പി രാമക്ഷേത്രത്തിന്റെ രൂപരേഖ തയ്യാറാക്കിയത്. ഉദ്ദേശിച്ച സ്ഥലത്ത് അതിന്റെ നിർമ്മാണപ്രവർത്ത നങ്ങൾക്ക് എപ്പോഴാണ് അനുമതി കിട്ടുക എന്നൊന്നും അയാൾക്ക് അറിയില്ല. തനിക്ക് വിശ്വഹിന്ദു പരിഷത്തുമായൊന്നും ബന്ധമില്ല. തന്റെ പണി പദ്ധതിപ്രകാരമുള്ള കാര്യം നടത്തിക്കുക എന്നതാണ്. തന്റെ ജോലിക്കാർ അവിടെവെച്ച് ചെയ്യാവുന്ന കല്ലിലെ കൊത്തുപണികൾ മുപ്പത്തഞ്ചു ശതമാനവും പൂർത്തിയാക്കിക്കഴിഞ്ഞു. അസ്തിവാരമിട്ടന്നതും കെട്ടിടം പണിതുയർത്തുന്നതും കാത്തിരിക്കുകയാണവർ. അതു പൂർത്തി യാക്കാൻ രണ്ടു കൊല്ലമെങ്കിലും വേണ്ടിവരുമെന്നാണ് ചന്ദ്രകാന്ത് വ്യക്തമാക്കുന്നത്...!

മുൻ പ്രധാനമന്ത്രി പി.വി.നരസിംഹറാവു 1992 ൽ ക്ഷേത്രത്തിന്റെ

വാസ്തുശില്പി എന്ന നിലയിൽ അയാളെ വിളിപ്പിച്ച് ആരാഞ്ഞത്, ബാബറി പ്പള്ളി നില നിന്ന സ്ഥലത്ത് ഉപദ്രവങ്ങളില്ലാത്ത വിധത്തിൽ എങ്ങനെ അമ്പലം പണിയാനാവുമെന്നാണത്രെ. പ്രവേശന വഴിയിൽ നിന്ന ഒരു നടപ്പാതയുണ്ടാക്കി തർക്കസ്ഥലത്തുനിന്ന മുപ്പതടി അകലെയായി മന്ദിരം പണിയാനാവുമെന്ന് അയാൾ അഭിപ്രായം പറയുകയുമുണ്ടാ യത്രെ.

എന്നാൽ വിശ്വഹിന്ദു പരിഷത്ത് നേതാക്കളടെ പ്രേരണയും ശാഠ്യ ത്തോളമെത്തുന്ന നിർബന്ധവും മറ്റൊന്നായിരുന്നു. മന്ദിരമുയരേണ്ടത് ബാബറിപ്പള്ളി നിലനിന്ന സ്ഥലത്തുതന്നെയാണ്. കാരണം അത് യഥാർത്ഥത്തിൽ രാമന്റെ ജന്മഭൂമിയാണ്. രാമൻ ജനിച്ചത് അവിടെ മൂന്നടി ആറടി വിസ്തീർണ്ണമുള്ള ഒരു കൊച്ചുഗൃഹത്തിലാണ്. അങ്ങനെ യുള്ള ഒരിടം ഹൈന്ദവർക്ക് വളരെ പ്രധാനമാണ്. അപ്പോൾ ക്ഷേത്രം പണിയുന്നത് മുപ്പതടി അകലത്താവുന്നയും മുന്നൂറു നാഴിക അകലത്താ വുന്നയും ഒരുപോലെയാവുകയേയുള്ളൂ...!

വിശ്വഹിന്ദു പരിഷത്തുകകാരുടെ ഉള്ളിലിരിപ്പ് മനസ്സിലാക്കാൻ കഴി യാതെയാണ് ചന്ദ്രകാന്ത് സോംബര ആ ജോലി ഏറ്റെടുത്തതെന്ന് ആർക്കും വിശ്വസിക്കാനാവില്ല. അതുകൊണ്ട തന്നെ മനഃശാന്തിക്കെ ന്നോണം താൻ നിഷ്പക്ഷനാണെന്ന് അയാൾ ആവർത്തിച്ചുകൊണ്ടേ യിരിക്കട്ടെ...

ശില്പചാതുരികൊണ്ട് ഏവരെയും ആകർഷിക്കുന്ന ക്ഷേത്രങ്ങളടക്ക മുള്ള ദേവാലയങ്ങൾ ആരുടെയും കുത്തകയല്ല. കാലദേശഭേദമില്ലാതെ വാസ്തുവിദ്യയെ സമ്പന്നമാക്കുന്ന വാസ്തുശില്പികൾ അനുഗ്രഹീതകലാ കാരന്മാരുമാണ്. അയോധ്യയിലെ രാമക്ഷേത്ര നിർമ്മാണത്തിന് പിന്നിലുള്ള പ്രശ്നം ലോകത്തിന മുന്നിൽ നമ്മുടെ രാഷ്ട്രത്തെ നാണം കെടുത്തിയ മറ്റൊന്നാണല്ലോ...

-2001 ജൂലൈ 15

ഒരു ദുഃഖവെള്ളിയാഴ്ച

ഇപ്പോഴും എന്റെ ഗ്രാമത്തിന്റെ തേങ്ങൽ നിലച്ചിട്ടുണ്ടാവില്ല. നടുക്കം ഒടുങ്ങിയിട്ടുണ്ടാവില്ല. ഈ വിലാപവും ആഘാതവും അവിടെ ഒതുങ്ങുന്നതുമല്ലല്ലോ. അങ്ങകലെ ത്രിപുരയിൽ നിന്നും കൊൽക്ക ത്തായിൽനിന്നും ചെന്നെയിൽ നിന്നും വന്നെത്തുന്ന ഈറനണി ഞ്ഞ വാർത്തകൾ ഇങ്ങിവിടെ മെഡിക്കൽകോളേജിൽ നിന്നും മറ്റ ആശുപത്രികളിൽ നിന്നുമുയരുന്ന ഞരക്കങ്ങളും ആർത്തനാദങ്ങളും. ദുരന്തത്തിന്റെ തുടർവാർത്തകളാണ് ഓരോ ദിവസവും മാധ്യമങ്ങളിൽ നിറയുന്നത്. ഓരോ പുതിയ വാർത്തയും അവിരാമമായ ആധിയായി ഗ്രാമമനസ്സിൽ പടർന്നുപിടിക്കുന്നുണ്ടാവും. കടലുണ്ടിപ്പാലവും പുഴയും റെയിൽവേസ്റ്റേഷനും വള്ളിക്കുന്ന് ഗ്രാമത്തെ സ്പർശിക്കുന്നത് അത്രമേൽ അഗാധമായാണ്. അതൊരു അയൽഗ്രാമത്തിന്റെ ചങ്ങാ ത്തഭാവം മാത്രവുമല്ലല്ലോ. കേവലം ഒരു ദ്വീപിന്റെ അനുഭവങ്ങളിൽ നിന്ന് വള്ളിക്കുന്ന ഗ്രാമം കര കയറുന്നത് സമീപഭൂതകാലത്താണ്. ബസ്സ് റൂട്ടുകളില്ലാത്ത, ഒരു ഹൈസ്ക്കൂളെങ്കിലുമില്ലാത്ത, ആശുപത്രിയി ല്ലാത്ത ഗ്രാമത്തിന്റെ അനുഭവങ്ങളാണ് എന്റെ ബാല്യവും കൗമാരവും ഓർത്തുവെച്ചിട്ടുള്ളത്. കൈയും വീശി ആശങ്കയേതുമില്ലാതെ കടലുണ്ടി പ്പാലം മുറിച്ചുകടക്കാനുള്ള പാടവം എന്റെ കൗമാരം നേടിയെടുക്കുന്നത്

ചാലിയം ഹൈസ്കൂൾ വിദ്യാർത്ഥിയാവുമ്പോഴാണ്. ഗ്രാമത്തിലെ ഹത്യഭാഗ്യരായ കുട്ടികൾക്ക് ഹൈസ്കൂൾ പഠനത്തിന് ചാലിയത്തോ, ഫറോക്കിലോ, പരപ്പനങ്ങാടിയിലോ പോകേണ്ടിയിരുന്നു. കോഴിക്കോ ട്ടങ്ങാടിയിലേക്ക് നാനാവിധ ആവശ്യങ്ങൾക്കായി പോവുന്ന എന്റെ ഗ്രാമക്കാർ നാഴികകൾ താണ്ടി, കടലുണ്ടിപ്പാലം കടന്ന് റെയിൽവേ സ്റ്റേഷനിൽ എത്തും. പാലം കടക്കാൻ ആവതില്ലാത്തവർ കടത്തുതോ ണിയെ ആശ്രയിക്കും. തെക്കോട്ടും വടക്കോട്ടും പോവുന്ന യാത്രാവണ്ടി കളെ മുൻനിർത്തിയാണ് ഗ്രാമീണർ സമയം കണക്കാക്കിയിരുന്നത്. ഇന്ന് പക്ഷേ വള്ളിക്കുന്ന് ഗ്രാമം പാടെ മാറിയിരിക്കുന്നു. കോട്ടക്കടവിലും ഒലിപ്രംകടവിലും പാലങ്ങൾ വന്നതോടെ യഥേഷ്ടം വാഹനസൗകര്യ ങ്ങളുണ്ടായിരിക്കുന്നു.

കടലുണ്ടിപ്പാലം പക്ഷേ ഗ്രാമത്തിന്റെ പഴയ ഓർമ്മകളിലേക്കും വൈകാരികഭാവങ്ങളിലേക്കും നീണ്ടുകിടക്കുക തന്നെയായിരുന്നു. കടലുണ്ടിപ്പുഴ ഗ്രാമ തീരങ്ങളിൽ ആർദ്രത ചുരത്തുക തന്നെയായിരുന്നു.

ആ കടലുണ്ടിപ്പാലമാണ് 2001 ജൂൺ 22 ന് വെള്ളിയാഴ്ച തകർന്നൊടി ഞ്ഞ് മഹാദുരന്തത്തിലേക്ക് കൂപ്പുകുത്തിയത്. ബ്രിട്ടീഷുകാർ ഏതാണ്ട് ഒരു നൂറ്റാണ്ട് മുമ്പ് പണിത പാലം അവരുടെ നിർമ്മാണ വൈദഗ്ധ്യത്തിന്റെ ദൃഷ്ടാന്തമായി നിലകൊള്ളുകയായിരുന്നു. എന്നാൽ കടലുണ്ടിപ്പാലം അപകടാവസ്ഥയിലാണെന്ന മുന്നറിയിപ്പുകൾ പലവട്ടം ഉണ്ടായിട്ടുണ്ട്. പെരുമൺ ദുരന്തത്തിന ശേഷമെങ്കിലും ഗവൺമെന്റോ റെയിൽവേ യുടെ ഉന്നത ഉദ്യോഗസ്ഥരോ പാലത്തിന്റെ അറ്റകുറ്റപ്പണികൾക്കായി ശ്രദ്ധവെച്ചില്ല. ചലിക്കുന്ന കൊട്ടാരങ്ങളിൽ റെയിൽപ്പാളങ്ങളില്ലൂടെ റോന്ത് ചുറ്റുന്നവരുടെ അലസമിഴികളെങ്കിലും അവിടെയൊന്നും പതി ഞ്ഞില്ല. ടിക്കറ്റ് കൗണ്ടറുകളില്ലൂടെ ശുഭയാത്ര നേരുന്ന ഇന്ത്യൻ റെയിൽവേ, യാത്രികരെ ജീവിതത്തിന്റെ മറുകരയിലേക്കാണ് ആനയിക്കുന്നതെന്ന് ഓരോ ദുരന്തവും സാക്ഷ്യപ്പെടുത്തുന്നു. ലോകത്തിലെ ഏറ്റവും വലിയ റെയിൽവേ ശൃംഖലയാണ് ഇന്ത്യയിലേത് എന്നാണ് ഖ്യാതി. കാര്യക്ഷ മതയില്ലായ്മയുടെയും അനാസ്ഥയുടെയും ഏറ്റവും വലിയ ശൃംഖലയും ഒരുപക്ഷേ ഇന്ത്യയിലേതാവാം. കേരളത്തിൽ യാത്ര ചെയ്യുന്നവർക്ക് ഏതായാലും മറ്റൊരു അഭിപ്രായം ഉണ്ടാവുക വയ്യ. നൂറ്റാണ്ട് പഴക്ക മുള്ള പാലങ്ങൾ യഥാവസരം നിരീക്ഷണത്തിന് വിധേയമാക്കാൻ റെയിൽവേക്ക് സുരക്ഷാവകുപ്പ് തന്നെയുണ്ട്. വകുപ്പിലെ ഉദ്യോഗ സ്ഥരുടെ സാന്നിധ്യം കടലുണ്ടിയിൽ ഉണ്ടായത് പക്ഷേ ദുരന്തത്തിന ശേഷമാണ്. പഴകിദ്രവിച്ച, ആവശ്യത്തിന് വെള്ളവും വെളിച്ചവും ലഭിക്കാത്ത ബോഗികളാണ് കേരളത്തിലെ ശുഭയാത്രക്കായി

182 അങ്ങനെത്തന്നെയാണ് ഇപ്പോഴും കാര്യങ്ങൾ

വിനിയോഗിക്കപ്പെടുന്നത്! കേരളത്തിന്റെ കാര്യം വരുമ്പോൾ, നഷ്ട ങ്ങളുടെ കണക്കുകൾ നിരത്താൻ റെയിൽവേ അധികൃതർക്ക് പക്ഷേ വലിയ ഉത്സാഹവുമാണ്.

ദുരന്തത്തിന് ശേഷം റെയിൽവേ മന്ത്രിയും കേരളക്കാരൻ തന്നെയായ സഹമന്ത്രിയും മേല്ദ്യോഗസ്ഥരും അപകടസ്ഥലം സന്ദ ർശിച്ചു. പതിവുപോലെ പ്രഖ്യാപനങ്ങൾ. അനുശോചന സന്ദേശങ്ങൾ... 1988 ൽ പെരുമണിൽ അരങ്ങേറിയ പ്രഹസനത്തിന്റെ തനിയാവ ർത്തനം എന്നേ പറയാനാവൂ.

കടലുണ്ടിയിലെ അപകട കാരണങ്ങൾ അന്വേഷിച്ച് ഇരുട്ടിൽ തപ്പ കയാണ് റെയിൽവേ അധികൃതർ എന്ന് ഉദ്യോഗസ്ഥരുടെ പരസ്പരവി രുദ്ധമായ അഭിപ്രായപ്രകടനങ്ങളില്ലൂടെ മനസ്സിലാക്കാവുന്നതേയുള്ളൂ.

കടലുണ്ടിയിലെ മഹാദുരന്തവേളയിൽ വെളിപ്പെട്ട മറ്റൊരു കാര്യമാണ് നമ്മുടെയൊക്കെ ജീവിതാവസ്ഥയിൽ സാന്ത്വനമാവുന്നത്. അപകടവാർത്തയറിഞ്ഞ് കുതിച്ചെത്തിയ പതിനായിരങ്ങളുടെ സുര ക്ഷാപ്രവർത്തനങ്ങൾ. ഗ്രാമീണവിശുദ്ധിയുടെ ആ ആൾരൂപങ്ങളെ എത്ര വാഴ്ത്തിയാലും അധികമാവില്ലല്ലോ. സുരക്ഷാപ്രവർത്തനത്തിനുള്ള സാമഗ്രികളൊന്നുമില്ലാതെ, സ്വന്തം ജീവൻപോലും വകവെക്കാതെ അവർ രംഗത്തിറങ്ങുകയായിരുന്നു. സജ്ജീകരണങ്ങളോടെ ബന്ധ പ്പെട്ട ഉദ്യോഗസ്ഥർ എത്തും മുമ്പേ അവരൊക്കെ തങ്ങളാലാവുന്നത് ചെയ്യുകയായിരുന്നു. യാത്രികരുടെ ലഗേജുകൾ ഏറെയൊന്നും നഷ്ട പ്പെടാതിരിക്കാനും കുറേപ്പേരുടെ ജീവൻ തിരിച്ചുകിട്ടാനും ഈ സഹോ ദരന്മാരുടെ നിസ്വാർത്ഥ പ്രവർത്തനങ്ങൾകൊണ്ടാണ് കഴിഞ്ഞതെന്ന് ആർക്കും മറക്കാനാവില്ലല്ലോ.

അരിയാല്ലൂർ തീവണ്ടിയപകടം നടന്നപ്പോൾ, അന്നത്തെ റെയിൽവേ മന്ത്രി ലാൽബഹാദൂർശാസ്ത്രി കുറ്റമേറ്റെടുത്തു കൊണ്ട് രാജിവെച്ചു. 51 പേരുടെ ജീവൻ അപഹരിക്കുകയും നിരവധി പേർ ഗുരുതരാവസ്ഥയിൽ കഴിയുകയും ചെയ്യുന്ന കടലുണ്ടി റെയിൽവേ ദുരന്തത്തെക്കുറിച്ച് ഒരു ജുഡീഷ്യൽ അന്വേഷണത്തിനു പോലും മന്ത്രി നിതീഷ്കുമാർ തയ്യാറാ യില്ല....!

-2001 ജൂലൈ 8

കാമം, ക്രോധം, ദൈന്യം

മറ്റുള്ളവരുടെ വേനലും കൊടുങ്കാറ്റും പേമാരിയും സ്വന്തമെന്നപോലെ കാണാൻ കഴിയുന്നവർ വിരളമായി വരികയാണ്. എന്നാൽ മുംബൈയിലെ കലിന യൂനിവേഴ്സിറ്റി ക്യാംപസിലെ വിദ്യാർത്ഥികൾ അത്തരം അപൂർവ ജനസ്സകളെയാണ് പ്രതിനിധാനം ചെയ്യുന്നതെന്ന പറയാം. അതെ, അവർ സഹജീവി സ്നേഹത്തിന്റെ തിളങ്ങുന്ന പ്രതീ കങ്ങൾ. നന്മയുടെ സുരഭിലസൂനങ്ങൾ.

രണ്ട് വർഷത്തിനുള്ളിൽ ഒമ്പതു തവണ ശസ്ത്രക്രിയക്ക വിധേയയാ കേണ്ടിവന്ന ഒരു യുവതിയുടെ നേർക്ക് അവരുടെ സഹായഹസ്തങ്ങൾ നീണ്ടുചെല്ലുകയായിരുന്നു. യുവതിയുടെ ദാരുണാവസ്ഥയറിഞ്ഞ് വിദ്യാർത്ഥികൾ പൊട്ടന്നനെ ഒരു ഫണ്ട് ശേഖരിക്കുകയായിരുന്നു. ശസ്ത്രക്രിയകൾക്കായി അതിനകം പത്തുലക്ഷത്തോളം രൂപ ചെലവിട്ട കഴിഞ്ഞ യുവതിയുടെ കുടുംബം, നിലയറ്റനിൽക്കുമ്പോഴാണ് ആ മാത്ര കാവിദ്യാർത്ഥികളുടെ ധനസഹായം അവരെത്തേടിയെത്തിയത്. അപ്രതീക്ഷിതമായ സാന്ത്വനസ്പർശത്തിൽ ആ കുടുംബം കണ്ണീരണി ഞ്ഞിരിക്കാം. എന്നാൽ ഒരു വൈകാരികഭാവവും അപർണ പ്രഭ എന്ന ആ യുവതിയുടെ കണ്ണകളിൽ മിന്നുക എളുപ്പമല്ല. രണ്ടുവർഷമായി അപർണയുടെ വലത്തെ കണ്ണ് അടയ്ക്കാനാവില്ല. വറ്റിവരണ്ട ആ കണ്ണ്

മിക്കവാറും പ്രവർത്തനക്ഷമമല്ലാതായിരിക്കുന്നു. രണ്ടു തവണ ശസ്ത്ര ക്രിയകളും പരാജയപ്പെട്ടു. മൂന്നാമത്തെ ശസ്ത്രക്രിയയിലാണ് ഇത്തിരി കാഴ്ചശക്തി തിരിച്ചുകിട്ടിയിരിക്കുന്നത്.

ഒരു സമൂഹദ്രോഹിയുടെ ആസിഡ് പ്രയോഗമാണ് അപർണയെ ഇങ്ങനെ ഒരു ദുരന്തജീവിതത്തിലേക്ക് എത്തിച്ചത്. 1999 ലാണ് സംഭവം. എട്ടുവർഷത്തോളം വിവാഹാഭ്യർത്ഥനയുമായി അപർണയുടെ പിന്നാലെ നടന്ന ഒരുവന്റെ ക്രൂരകൃത്യം. അവഗണനയിൽ കുപിതനായി ആ യുവാവ് അപർണയുടെ പുറത്തും മുഖത്തും കഴുത്തിലും ആസിഡ് ഒഴിക്കുകയായിരുന്നു. വഴിയോരത്തുവച്ചുള്ള കൈയാങ്കളിക്ക ശേഷം യുവാവ് ടിക്-20 സേവിക്കുകയും ചെയ്തു. ഇരുവരും ആശുപത്രിയിൽ പ്രവേശിക്കപ്പെട്ടു. ജീവൻ തിരിച്ച കിട്ടിയ യുവാവിനെ അറസ്റ്റ ചെയ്തെ ങ്കിലും ഇപ്പോൾ ജാമ്യത്തിൽ പുറത്തിറങ്ങി വിലസുകയാണത്രേ.

അപർണ പക്ഷേ ശരീരംകൊണ്ടും മനസ്സുകൊണ്ടും വേദന തിന്ന കയാണ്. ആശുപത്രിയിൽ കിടന്ന നാലു മാസത്തിനിടക്ക് 43 കുപ്പി രക്തവും പ്ലാസ്മയും വേണ്ടിവന്നു. ജീവരക്ഷക്ക് തുടരെത്തുടരെയുള്ള അഞ്ചു ശസ്ത്രക്രിയകൾ. രണ്ടുവർഷത്തിനിടക്ക് എട്ട് ശസ്ത്രക്രിയകൾ കഴിഞ്ഞപ്പോൾ അപർണ ദീനയായി, എന്നാൽ കാര്യമാത്രപ്രസക്ത മായി ചോദിച്ചവത്രേ: ഇനിയും എത്ര ശസ്ത്രക്രിയകൾ വേണ്ടിവരും.... സഹിക്കാം...പക്ഷേ മുറിവു ഡ്രസ്സ ചെയ്യുമ്പോഴുള്ള കഠിനമായ വേദന....

മകളുടെ ഒമ്പതാമത്തെ ശസ്ത്രക്രിയ കഴിഞ്ഞപ്പോഴേക്കും, ഒരു സൗണ്ട് റിക്കോഡിങ്ങ് സ്റ്റഡിയോവിലെ ജീവനക്കാരനായ അനിൽപ്രഭ മാനസികമായും സാമ്പത്തികമായും തകർന്നുപോയിരുന്നു.

ഒരാളുടെ നേരെയുള്ള ആസിഡ് ആക്രമണത്തിന് 307-ാം വകുപ്പ് പ്രകാരം വധശ്രമത്തിനോ, 326-ാം വകുപ്പപ്രകാരം അപായകരമായ രീതിയിൽ മുറിവേല്പിക്കാനുള്ള ശ്രമത്തിനോ കേസെടുക്കാം. എന്നാൽ പോലീസ് സ്റ്റേഷനിലും കോടതിയിലുമൊക്കെ ചില ചിട്ടവട്ടങ്ങളൊ ക്കെയുണ്ടല്ലോ. പോലീസ് സ്റ്റേഷൻ കയറിയിറങ്ങുന്നതിലേറെ മകളുടെ പരിചരണത്തിനായിരുന്നു അപർണയുടെ കുടുംബം ശ്രദ്ധിച്ചത്.

അവിടത്തെ പോലീസ് ഇൻസ്പെക്ടർ പറയുന്നത് തെളിവുകൾ സഹിതം തങ്ങൾ കുറ്റപത്രം കോടതിയിൽ സമർപ്പിച്ചിട്ടുണ്ടെന്നാണ്. വൈകാതെ കോടതിയിൽ നിന്ന് സമൺസ് പുറപ്പെടുവിക്കുമെന്ന മാണ്. നിരവധി ആസിഡ് ആക്രമണക്കേസുകൾ തന്നെ കോടതിയിൽ കെട്ടിക്കിടക്കുമ്പോൾ വരും വരുമെന്ന് പ്രതീക്ഷയിൽ കഴിയുകയേ നിവൃത്തിയുള്ളൂ.

മുംബൈ പോല്യുള്ള മഹാനഗരങ്ങളിൽ ആസിഡ് ആക്രമണക്കേസ്സു കൾക്ക് പുതുമയില്ലാതായിരിക്കുന്നു. ആക്രമണകാരികൾക്കേ വ്യത്യാസ മുണ്ടാവൂ. തിരസ്കൃതകാമുകനോ, പ്രവാലനോ, വിരശ്ചരപരാക്രമിയായ ഭർത്താവോ തന്നെയാവാം ആക്രമണകാരികൾ എന്നാണ് കേസുകൾ വെളിപ്പെടുത്തുന്നത്. രണ്ടാഴ്ചമുമ്പ്, മുംമ്പൈയിലെ ബോറിവിലിയിൽ ഇത്തരമൊരു സംഭവത്തിൽ ഒരു പെൺകിടാവിന്റെ രണ്ട് കണ്ണുകളും നഷ്ടപ്പെട്ടുകയുണ്ടായി. ആ വാർത്തക്ക് ചെവികൊടുത്ത അപർണ പ്രഭ പറഞ്ഞത്, അപ്പോൾ താനെത്ര ഭാഗ്യം ചെയ്തവൾ എന്നായിരുന്നുവത്രേ.

ഇത്തരം കേസുകളിൽ കഠിനശിക്ഷയുണ്ടാവുമെന്ന ബോധം പൊതു ജനങ്ങളിൽ ഉല്പാദിപ്പിക്കുവാൻ, ഉദാസീനമായ നിയമനടപടികൾ മൂലം കഴിയുന്നില്ല. നിയമം പൊള്ളയാവുമ്പോൾ ആക്രമണങ്ങൾ തുടരും. തങ്ങൾ ഒരുപാട് ആസിഡ് ആക്രമണക്കേസുകളുടെ വാർത്തകൾ കേൾക്കുന്നു, എന്നാൽ ശിക്ഷകളെക്കുറിച്ച് കേൾക്കുന്നത് വല്ലപ്പോഴും ആകയാൽ നിയമങ്ങൾ കർക്കശമാക്കണം, ശിക്ഷാനടപടികളിലെ കാലവിളംബം ഇല്ലാതാവണം, എന്നാലേ പുരുഷന്മാരെ ഇത്തരം ക്രൂരകൃത്യങ്ങളിൽ നിന്നു തടയാനാവൂ; ഒരിക്കൽ ആസിഡ് ആക്രമണ ത്തിന് ഇരയായ ഷിറിൻ ജൌളേ എന്ന മുംബൈക്കാരി ഒരു പത്രത്തിനു അനുവദിച്ച മുഖാമുഖത്തിൽ തറപ്പിച്ചുപറയുകയുണ്ടായി.

പാവം അപർണയുടെ പാവം അച്ഛൻ അനിൽപ്രഭ പറയുന്നു: എന്റെ പൊന്നുമോൾ ഇങ്ങനെ വേദന തിന്നു കിടക്കാൻ ഇടവരുത്തിയ കാലമാടൻ ഇവിടെ വിലസി നടക്കുകയാണ്. അവനെ ശിക്ഷിക്കണം. ആരും ഇനി ആരുടെ മുഖത്തും ആസിഡ് ഒഴിക്കാനിടയാവരുത്..

- 2001 മെയ് 13

A good book is

the precious life-blood of a master spirit,

embalmed and treasured up on

purpose to a life beyound life.

- Milton